கோணங்கி நென்மேனி மேட்டுப்பட்டி என்னும் கிராமத்தில் (1956 நவம்பர் 1) பிறந்தவர். சுதந்திரப் போராட்ட காலத்தில் புகழ்பெற்ற நாடக ஆசிரியரும் பாடலாசிரியருமான மதுரகவி பாஸ்கரதாஸ் அவர்களின் மகள் வயிற்றுப் பேரன். மதுரகவி பாஸ்கரதாலின் அன்பு மகள் சரஸ்வதி, எழுத்தாளர் மே.சு. சண்முகம் இணையருக்கு இரண்டாவது மகனாகப் பிறந்தவர். அண்ணன் ச. தமிழ்ச்செல்வன் எழுத்தாளர். தம்பி ச. முருகபூபதி தமிழின் முக்கியமான நாடகக் கலைஞர். கோவில்பட்டியில் வாழ்ந்துவரும் எழுத்தாளர் கோணங்கி கூட்டுறவு சங்கம் ஒன்றில் செயலாளராகப் பணியாற்றியவர். 1980-களின் தொடக்கத்திலிருந்து எழுதிவருபவர். கல்குதிரை எனும் சிற்றிதழின் ஆசிரியர். கவிஞர் பிரம்மராஜன் நடத்திய மீட்சி, சா. ஜோதி விநாயகத்தின் தேடல், செந்தில்நாதனின் சிகரம், தாமரை, செம்மலர், கணையாழி, கோவை ஞானியின் நிகழ் போன்ற இதழ்களில் புதிதாக எழுதத் தொடங்கி, புதுமைப்பித்தன், கு. அழகிரிசாமி, மௌனி, நகுலன், ந. முத்துச்சாமி, கி. ராஜநாராயணன், பூமணி போன்ற தமிழ் எழுத்தாளர் மரபிலிருந்து, மதினிமாரின் அக வெளியான திராவிடத் தொன்மையின் இணையுருவாக, தமக்கென்று ஒரு தனித்த மொழிநடையை உருவாக்கியிருப்பவர். பித்தேறிய கனவின் உப்புவெளிர் நீலமும் கரிய வெளிவரிக் கோடுகளும் அயோனிஜா வுடன் சில பெண்கள் என 22 பெண் கதாபாத்திரங்களால் உருவாக்கப் பட்ட இந்தச் சிறுகதைத் தொகுப்பு, இவருடைய ஏழாவது திரட்டு. சலூன் நாற்காலியில் சுழன்றபடி குருதியின் ரகஸிய இழை தொடரும் நிழலெரிவுப் படிவமாக, முதல் 70 சிறுகதைகளைக் கொண்டது; இத்துடன் பாழி, பிதிரா, த, நீர்வளரி ஆகிய நான்கு நவீனங்களையும் அடையாளம் பதிப்புக்குழு வெளியிட்டுவருகிறது.

அயோனிஜாவுடன் சில பெண்கள்

இருபத்திரண்டு பெண் கதைகள்

கோணங்கி

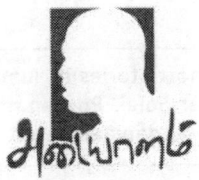

அடையாளம்

முதல் பதிப்பு 2021

© கோணங்கி

வெளியீடு: அடையாளம், 1205/1 கருப்பூர் சாலை, புத்தாநத்தம் 621310, திருச்சி மாவட்டம், இந்தியா, தொலைபேசி: 04332 273444

நூல் வடிவம்: த பாபிரஸ், அச்சாக்கம்: அடையாளம் பிரஸ், இந்தியா

ISBN 978 81 7720 330 1

விலை: ₹ 220

Ayonijavutan sila penkal, Short Stories in Tamil by Konangi, Published by Adaiyaalam, 1205/1 Karupur Salai, Puthanatham 621310, Trichirappalli District, India, email: info@adaiyaalam.net

குண்டாற்றுச் சமவெளி நாகரிகத்தில் மூழ்கிய கோரந்தை குயப்பட்டணத்துத் தோல்பாவைக் கலைஞர்களுக்கும் சூரியனைப் பார்த்துக் காயவைக்கப்பட்ட கடமானின் உடம்பை உரித்துவந்த தோல்பாவைகளுக்கும்

இருபத்திரண்டு பெண் கதைகள்

	தமிழில் மீண்டும் கதைசொல்லியின் வருகை	ix
	நூன்முகம்	xii
1	மதினிமார்கள் கதை	1
2	கானல் நதி	11
3	தணல்	17
4	கோப்பம்மாள்	24
5	மீண்டும் ஆண்டாளின் தெருக்களில்	31
6	ஈஸ்வரி அக்காளின் பாட்டு	36
7	ஆதி	41
8	கிட்ணம்மாளின் கதை	47
9	உலர்ந்த காற்று	52
10	சூல்	58
11	பச்சைப்பூத் தெரு	63
12	தச்சன் மகள்	74
13	தையல்காரன் கதை	81
14	பட்டுப்பூச்சிகள் உறங்கும் மூன்றாம் ஜாமம்	96
15	திருவாரூர் ஜட்காவும் இவர்களும்	109
16	பனிவாள்	121

17	தறிவீடு	132
18	கிணற்றடி ஸ்திரீகள்	144
19	இறந்துகொண்டிருக்கும் சிறுமியின் கல்சாவி	157
20	சின்னப்ப நாயக்கன் குளத்து பிரதிமைகளின் புனைநிழல்	171
21	அல்ப்ரூனி பார்த்த சேவல்பெண்	183
22	அயோனிஜா	200
	காலவரிசை	216

தமிழில் மீண்டும் கதைசொல்லியின் வருகை

நாகார்ஜுனன்

தமிழ் இலக்கிய மரபில் நெடுங்காலம் இருந்துவிட்டுத் திடீரென்று காணாமல்போன கதைசொல்லியை மீண்டும் மதினிமார்கள் கதை மூலம் பார்க்க முடியும்.

கதைசொல்லி கதாசிரியர் அல்லன்; மாறாக ஒரு கலாச்சாரத்தின் முக்கிய செயல்பாட்டை அதற்கே உணர்த்த முயல்பவன். இவன் தொல் கதைகள், தேவதைக் கதைகள் மூலம் வளைய வருபவன். கடைசியாகத் தமிழ் நாவலுலகில் பிரதாப முதலியார் சரித்திரத்தில் தென்பட்டுப் பின்பு இலக்கிய உலகில் முன்வரிசையிலிருந்து தள்ளப்பட்டவன். இவனுடைய இடத்தில் கதாசிரியன் என்ற நவீன பிம்பம் (அதன் நடையுடை பாவனைகள் மற்றும் கலாச்சாரப் புகழ், அந்தஸ்துடன்) இப்போது உட்கார்ந்துள்ளது.

எனவே கதைசொல்லி தனது கலாச்சாரத்திடமிருந்து இட ரீதியாகவும், கால ரீதியாகவும் வெகுதூரம் சென்றுவிட்டானோ என்று நாம் பயந்துகொண்டிருக்கும் போது, மதினிமார்கள் கதை அவனை மீண்டும் நமக்கு அருகில்கொண்டு வந்திருக்கிறது.

மதினிமார்கள் கதை தொகுப்பில் கதை சொல்லல் நாமறிந்த சிறுகதை வடிவத்தையே பெற்றிருந்தாலும், கதைசொல்லி தனக்கான நாடகப் பாணியில் கதையாடலை நிகழ்த்துகிறான். குறிப்பாக மதினிமார்கள் கதை, மாயாண்டிக் கொத்தனின் ரசமட்டம், கருப்பு ரயில் ஆகிய கதைகளில் கதை சொல்லுதல் ஏதோ ஒரு இடத்தில் தொடங்குவதும், சட்டென்று ஏதோ ஒரு இடத்தில் நின்றுவிடுவதும் நமக்கு நன்கு பரிச்சயமான சிறுகதை வடிவங்களாகத் தெரியவில்லை. இங்கு கதைசொல்லி எதையோ (ஒரு பிரீடெக்ஸ்ட்டாக) சும்மா முன்வைத்துத் தொடங்குகிறார்.

குறிப்பாக, கருப்பு ரயில் கதையை எடுத்துக்கொண்டால், இந்தக் கதை, 'சிவகாசியில் தீப்பெட்டி கட்டும் சிறுவர்களைப் பற்றியது' என்று மேலெழுந்தவாரியாகத் தோன்றும். ஆனால், கதையாடலின் போது பொன்வண்டுகள் என்ற உருவகம் நிஜப் பொன்வண்டுகளாகத் தொடங்கி, பின்பு கருப்பு ரயிலில் கோர்க்கப்பட வேண்டிய தீப்பெட்டி களுக்குள் அடைக்கப்பட வேண்டிய வண்டுகளாகத் தீப்பெட்டிகளை நிரப்பித் தொழில் செய்யும் சிறுவர்களாக பிரமாதமாய் இடமாற்றம் செய்யப்பட்டுள்ளது. இடையில் சிறுவர்களது சிறுவர்களால் பின்னப் பட்ட ரயில், கருப்பு ரயிலாக சிறுவர்களையும், குடும்பங்களையும் ஓரிடத்திலிருந்து மறு இடத்துக்கும் கிராமத்திலிருந்து நகரத்துக்கும் இடமாற்றம் செய்யும் நிஜ ரயிலாக மாற்றப்பட்டுள்ளது.

இந்த ஜால வித்தையை அநாயாசமாக நடத்திச் செல்வதற்காக, கதைசொல்லி சாதாரண எதார்த்தத் தளத்திலிருந்து, கதையை விரிக்கிறார், உடனே நட்புறவுகொண்டாடும் ரயில் தாத்தா மறைந்து கருப்பு மனுசனான புது ட்ரைவர் தோன்றுகிறான். தீப்பெட்டித் தொழிற்சாலையானது நடுக்காட்டு இருட்டுச் சுரங்கமாயும், தீக்குச்சிகள் பொன்வண்டுகளின் (சிறுவர்களின்) உடலிலிருந்து உருவி எடுக்கப்படும் பொருள்களாகவும் இடமாற்றம் செய்யப்படுகின்றன. இடையில் பொன்வண்டு, தன் நிறங்களை இழந்து கருத்து வருவதையும் சொல்லிக் கதைசொல்லி நிறுத்தி விடுகிறார்.

கதையாடலின் போக்கை முற்றிலும் கூறுபடுத்தி விளக்குவதற்குப் பல பக்கங்கள் தேவைப்படும். ஆனால் இந்த ஒரு கதையில் செய்யப் பட்டுள்ள உருவக இடமாற்றங்கள் (ஷிஃப்டிங் மெட்டாபோர்ஸ்) கதை சொல்பவன் என்பவனை உயிர்ப்பிக்காமல் நிகழ்ந்துவிட முடியாது. சிறுவர்களுக்கான தேவதைக் கதையாகவும், அதே சமயத்தில் கடுமையான சமூக விமரிசனத்தை நெகிழ்ச்சியாகவும் தீர்க்கமாகவும் வைக்கும் ஒரு கதையாகவும் இது மாறியுள்ளது (எதார்த்தத்தைத் துல்லியமாகச் சித்திரிப்பதே சமூக விமரிசனங்கொண்ட முற்போக்கு எழுத்தாளனின் வேலை என்று வரையறுத்துள்ள தமிழ் இலக்கிய விமரிசகர்கள் கவனிக்க!).

கதை சொல்லியை வெறும் மரபுவழிக் கலைஞனாக மட்டுமே பார்க்க இயலாது. தேர்ந்த கைவினைஞனாக, வாழ்க்கையின் சின்னச் சின்ன துளிகளிலிருந்து பெரும் அர்த்தங்களை வடிவமைத்துக் கொள்ளும் நாடோடியாக நாம் பார்க்க வேண்டும். கழுதை யாவாரிகள்,

மாயாண்டிக் கொத்தனின் ரசமட்டம், ஆதிவிருட்சம் ஆகிய கதைகளில் நவீன உலகத்துக்குத் திடீரென்று இழுத்துக்கொண்டு வந்துவிடப்பட்ட அந்நியப் புரியாத் தன்மையும், அதைத் தனது சொந்த அளவுகோல்களை வைத்துப் புரிந்துகொள்ள முயலும் வேகமும் கதை சொல்லும் போக்கில் வெளிப்படுகின்றன.

இவ்வகையில், மாயாண்டிக் கொத்தனின் ரசமட்டம் கதை, மூன்றாம் உலக நாடுகளின் நவீன காலனித்துவ நகரங்களின் பயங்கர வளர்ச்சியை அந்த நாட்டின் பழைய மனிதன் நாடோடியாக அலைந்து புரிந்து கொள்வதைத் துல்லியமாக வெளிக்கொணரும் உள் அமைப்புப் பாங்கைக் கொண்டுள்ளது.

கதைசொல்லி நமது நீண்ட இலக்கிய மரபுடன் தொடர்பு கொண்டவர் என்பதற்குக் 'கழுதையின் மூக்கைப் பற்றிய விமரிசனமும்', 'இருட்டு கதையில் வரும் சதுக்க பூதமும்' இன்ன பிற உதாரணங்களும் உள்ளன. கதைகளில் தென்படும் பழங்கால மனிதர்களும், உணர்வு களும் (பாழ் மற்றும் ஆதி விருட்சம்) இயற்கைக்கும், மனித பண்பாட்டுக்கும் இடையேயுள்ள இரகசிய உறவுகளை வெளிப்படுத்தத் துடிக்கின்றன.

வாழ்க்கை நவீனத்துவம் பெறப்பெற செய்திகளே கதையாடல்களாக வளைய வருகின்றன. இங்குதான் கைவினைஞனாக கதை சொல்பவனுக்கும், நமது எழுத்தாள ஜீவிகளுக்கும் உள்ள அடிப்படை வித்தியாசம் வருகிறது. கதைசொல்லியை நமது எழுத்தாளர்கள் துரத்தியடிக்கலாம். ஆனால் துரத்தியடிக்கப்பட்டுவிட்ட நாடோடி களான நமது பெரும்பான்மை மக்களைப் போலவே அவனும் இன்னமும் உயிர்வாழ்ந்துகொண்டுதான் இருக்கின்றான்! சாக மாட்டான் என்பதற்கு இந்தக் கதைகளே சாட்சி.

நமது குறையெல்லாம் காப்ரியேல் கார்ஸியா மார்க்வெஸ் போன்றவர்களின் கதை சொல்பவன் நமது கலாச்சாரத்தில் இன்னும் குரலெழுப்பவில்லையே என்பதுதான். அதை நிவர்த்தி செய்வதன் முதல்படி மதினிமார்கள் கதை.

பாலம், மார்ச் 1988

நூன்முகம்

இருபத்திரண்டு தானியங்களில் மறைந்திருக்கும் நத்தையின் உணர்கொம்புகள்

உவட்டுக்காட்டில் பச்சை மரமிருந்து சாம்பல் பல்லி இறங்கிவரும் ஒரு சொட்டுச்சொல்லின் உவர்ப்பே கதைதான். விவசாயிகள் பயிர் வளர்க்கப் பருத்திப் பெண்டிர் சர்க்காவில் பஞ்சை நூற்றுக் கரடுமுரடான சிக்கலான இழைகளின் திறடுதிறடாய் நெய்வதுதான் கதையென்னும் ஞானமரபு. விவசாயி பட்டத்தில் விதைத்துப் பயிரிடுவதும் பெண்கள் குனிந்து நாற்று நடுவதும் ஒரு தேய்பிறை முடிந்து மறுவளர்பிறை விளிம்பில் களையெடுப்பதும் நிலங்களில் கதைசொல்லி விதைத்துத் திரிவதும் புத்தஜாதகத் திரட்டிற்கு ஈடான மணிமேகலையின் ஞானமும் கதைமரபு தான்.

கனாவுக்கு முந்திய குழப்பமான புதிர் பல கொண்டிருப்பவள் பனிவாள் சிறுகதையில் வரும் ஆலீஸ், இன்றைய தமிழின் நவீனச் சிறுகதைகளில் *ஈஸ்வரி அக்காளின் பாட்டு, ஆதி, பச்சைப்பூத்தெரு'* ஆகியவை வாசகனின் ஊக இடைவெளிகளில் கதைமுடிச்சுகளை அவிழ்த்து *சின்னப்ப நாயக்கன் குளத்து பிரதிமைகளின் புனைநிழல்* கதைக்குள் புனைவுவெளிகளாய் உருக்கொள்கின்றன.

நாட்டார் கதை மரபுகள் எதுவும் மனிதவடிவத்தில் மட்டும் இருப்பதில்லை. நவீனச் சிறுகதையாளர்களின் குரல்வளையில் தொல்துகள்களை ஒளித்து வைத்து மறைந்துவிடும் அரூப சொல்லிகள் யுகங்களுக்கு இடையில் எத்தனையோ பெண்கள் மறைந்துபோன தூங்கேணிக்குள் நடமாட்டம் இருப்பதால் ஒத்தை செத்தையாய் யாரும் கேணிப்பக்கம் போகக்கூடாது. தூங்கேணியில் நீர் அணங்குகள் தண்ணீரின் முனிகளோடு உரையாடிக்கொண்டிருப்பது கதைக்கு முந்தைய திரவ நிலையாகக் கதைக்கருவில் ஆவிவேகம் சூழ்ந்திருக்கும். யாரும் பார்க்காத நீரில் அலைந்தலைந்து கதைகளில் ஆற்றல் கொள்கிறது அத்துவான கரிசல்வெளி. இது காடோ செடியாகத் திரிந்த வான்காவின் வயல்வெளியில் விவசாயப் பெண்களின் பழுதான ஜோடுகள்

தொட்டுணரும் கதா உருக்கள் நீரோவியமென நவீனச் சிறுகதைகளாய் புதிர் வடிவம் கொள்கின்றன.

ஆறலை வழிப்பறிக் கள்வர்கள் திருடிய ஆடுகளைத் தோலிபோட்டு ஓடும் அதே கணத்தில் அவற்றின் குரல்வளைக் குருத்தெலும்பை இடம்மாற்றித் திருப்புவதன் மூலம் வழி நெடுக ஒலியெழுப்பாதவாறு முழு இருட்டையும் திருகிய குரல்வளைக்குள் வைத்து ஆடுகளை மௌனம் கொள்ள வைப்பதன் மூலம் பிரதி மனித மையமற்று விலகிவிடுகிறது.

இங்கே நவீனச் சிறுகதையின் கூற்றில் விலங்குருவாக்க நிலை உருவாகி இருட்டே பிரதியாகிவிடுகிறது. மேலுமது, கடமானை விரட்டி அதன் குருதியால் வரைந்த குகைசித்திர வேட்டைக்கால உருக்களாக உருவற்ற வனமே சுருண்டு விலங்குருவாக்கமே முதல் கதையாக மாறி, சொல்லி என்பது பாலை எனும் அரூபவெளியாக இருப்பதுதான். குரல்வளையை இடம்மாற்றித் திருகுவதன் மூலம் பிரபஞ்ச வெளியையே வேறு இடத்திற்கு நகர்த்துகின்றனர். கதை முடிந்த எல்லைக்கோட்டில் ஆடும் திருடனும் சுயரூபம் பெற்று கதைப்பரப்பை அடைகின்றன தொல்கதையின் ஆற்றல்கள். திருகிய ஆட்டின் குரல் எலும்பை சிறு சீசாவென வரைந்து கொண்டால் அதில் அடைக்கும் இருட்டு நீராகக் கலை கொள்கிறது. கடல்பூதக் கதையைப் போல பிரபஞ்சவெளியின் அனைத்து இருளையும் சிறுகுடுவையில் ஈர்த்துக் கதையாகிறது இருட்டு.

பட்டுப்பூச்சிகள் உறங்கும் மூன்றாம் ஜாமம் கதையில் வரும் இளவரசி ஆழ்ந்த இருட்டுக்குள் மஞ்சள் ஒளியின் வழியே நீருள் மூழ்கியிருக்கும் பிடிலை வாசிக்கிறாள். இந்த இருள் ஓவியம் ரெம்பிராண்டின் நோயுற்ற மூன்றாவது மனைவி சாஸ்கியாவின் வழியே முப்புற இருட்டில் மயங்கி ஒரு பக்கமாக உருகும் மெழுகுச்சுடரை சாஸ்கியாவின் நோய் படிந்த முகத்தின் சுடராகப் படர்த்தியதன் மூலம் அனைத்து உருக்களின் விளிம்பிகளில் மட்டுமே ஒளிரக் காட்டி இருட்டே ஓவியமாகிறது. நோயாளிப் பெண் சாஸ்கியா மரணமடைந்ததும் ரெம்பிராண்டின் சித்திர ஆற்றலைக் காரிருள் சூழ்ந்துவிடுகிறது.

பாங்கிணற்றுப் பெரும்பசிக்குத் தன்பிள்ளைகளை வாரிக்கொடுத்த நல்லதங்காள் பாலேறும் சோளக்கதிர்களில் சிசுக்களை ஒளித்து வைத்து ஈரஉடம்போடு வீற்றிருக்கிறாள் இருளை துணியாகச் சுற்றி மண்கூரை வீட்டில். முட்டைவடிவப் பாங்கிணற்றை கிணற்றடி ஸ்திரீகள்

சிறுகதையாக ஒரு புனர் சிருஷ்டியில் கல்யானைமீது துணி உலர்த்திக் கொண்டிருந்த செம்பா உடம்பெல்லாம் ஊக்குமாட்டி, துணிவிலகாமல் கிணற்றில் தலைகீழாக விழுந்து மறைகிறாள். ஆனைக்கிணற்றின் மீது வௌவால்கள் பறந்து 'போகாதே! செம்பா போகாதே...' என இடைமறிக்க அவள் விழுந்த பின்னும் வாவாவென்று கூப்பிடுகின்றன. எல்லாக் காலத்திலும் வாழ்ந்த அஞ்சனாவதியைத் தேடுவோர் யாருமில்லை. கல்தச்சனின் ஒரே மகளான அஞ்சனாவதி பெரிய பெரிய பாதங்களுடன் மூலவீடுகளுக்கு நீரெடுத்துக் கல்தொட்டிகளை நிரப்பினாள். அவள் சாயை படர்ந்த சமையலறையின் இருட்டு இன்னும் உயிருடன் இருந்தது. சுவர்க்கருப்பில் அவள் விரல்தடங்களில் அவள் நடுக்கம் இருந்தது. வாழைமடல்காதுகளைக் கொண்ட தமயந்தி குடத்தை வைத்து மரராட்டைச்சுற்றவிட்டுக் கிணறை எட்டிக் கேட்கிறாள். 'வாழைத்தோட்டங்கள் முறியாமல் பூக்கும் பருவத்தில் இருந்த என் சகோதரி கௌரியைத் தேடிவந்தேன் சொல்' என்றாள். ஒரே சமயத்தில் ஆறேழு ஒளிமீன்கள் துள்ளி மேலெழுந்து உயரத்தில் அசைந்தவாறு கிணற்றின் சருக்கத்தில் மறைந்துகொண்டிருந்த கௌரியைச் சொல்லி 'அவள் வாழைக்குருத்துள் சுருண்டிருக்கிறாள். ஒவ்வொரு அகன்ற இலையுமே அவள் உரு' என்றபடி தலைகீழாய் மறைந்தன.

எந்தப்பக்கம் இருந்து நீரை இறைத்தால் கிணறு தரும் உணர்வைத் தானே பெறமுடியும் என்பது ஸ்திரீகளுக்குத் தெரியும். அவரவர் அந்தரங்கத்தைக் கிணற்றுடன் பரிமாறிக்கொள்வார்கள். ஆனைக் கிணற்றின் வேதனைதரும் நிறத்தில் அரளிப்பூ கூப்பிடும். உருவங்கள் சிதைந்த தெலாக்கல் யாரைக் கூப்பிடுமென்று தெரியாது. ஒவ்வொரு ஸ்திரீயுமே ஆனைக்கிணற்றுடன் பந்தப்படுகிறாள். யாரும் பார்த்திராத ஆனைக்குப் பெண்களைத்தெரியும். யாரும் பார்க்காமலே கல்ஆனையின் நினைவு வரும். ஒவ்வொருவரும் அதைக்கடந்தே போயினர். எத்தனையோ ஸ்திரீகளின் நினைவுகொண்டு சோகத்தில் ஆழ்ந்த யானையின் பெரியஉரு அசையாமல் நிற்கிறது எல்லையற்ற ராத்திரியில். இடம்பெயர்ந்தவர்களும் கல்யானையைக் கிணற்றுடன் கொண்டு போகக்கூடும். தெரியப்படுத்த முடியாத வெளிச்சங்களை தன்னுள் கொண்ட கல்யானையின் சின்னச்சின்னதான கண்களில்தான் ஸ்திரீகளின் உலகம் ஒளிந்திருக்கக்கூடும். அதைக் கண்டதுமே ஸ்திரீகள் அலாதி அடைகிறார்கள். கிணற்றடி ஸ்திரீகளின் தோற்றத்தில் எல்லாக்கிராமங்களும் மறைந்திருக்கின்றன இருளில். இந்தச் சிறுகதையின் புதிரில் கரும்பு தின்ற கல்யானையின் புராணத்தையும்,

காதசைக்கும் கல்யாணையையும் ஆனைக்கிணற்றை நல்லதங்காளின் பாங்கிணற்றுடன் இணைக்க முயன்றேன். ஒவ்வொரு ஸ்திரீயாகத் தூரிலிருந்து பொங்கிக் கிணத்துக்கு மேல் வந்து மறைகிறார்கள். கிணத்தில் நல்லதங்காள் என்ற சோக விநோதக் கதைப்பாடலில் அவள் கூந்தல் இறந்த பின்னும் கிணற்று நீரில் சுழன்று வளர்வதை, மார்க்வெஸ்ஸின் கடைசி நாவலான 'பலியான கன்னியின் கூந்தல் அலையை எழுதிய கதையில்' காண நேர்ந்ததால் ஸ்பானியக் கதைப் பாடலுக்கும், நல்லதங்காளின் பதினாறடிக் கூந்தலுக்கும் பக்கம் பக்கமாக ஒரேசமயத்தில் கூந்தல் வளர்வதைத் தமிழில் வாய்மொழி மரபாகக் கொள்ள வெள்ளையம்மாள் கிழவியின் குடலுக்குள் இரைந்து கொண்டிருக்கும் இருபத்திரெண்டு தொனிகளில் கதை அலகுகளை, நிற அலகுகளோடும் உயிரினங்களின் பறவைகளின் சுழன்று சுற்றும் ஒலித்தொகையையுமே இருபத்தி இரண்டு பெண்களின் சாயைகளின் உருவிலிகளைக் கதைகளாக, அவர்கள் அகலமான பாதங்களை எடுத்து வைக்கிறார்கள் இந்த நவீனப்புனைகதைகளின் பரப்புகளில்.

தச்சன்மகள், கோப்பம்மாள் இருவருமே என் பாலிய வனத்திலிருந்த அதிசய உலகைச் சேர்ந்தவர்கள். பாழ் சிறுகதையில் வரும் பண்டாரமகளின் எளிய நேசத்தை மீராபஜன் போல இசைக்க முயன்றிருக்கிறேன். என்னவென்று காணமுடியாத உள்ளூறைகளை மதினிமார்கள் கதை சிறுகதையில் ஊரை விட்டு ஓடிப்போன செண்பகம் அத்தனை மதினிகளையும் நேசிக்கிற வெகுளியின் நிஷ்களங்கமான நேசத்தை அமராவதி மதினியிடமும், குருவு மதினியிடமும் பனையேறிமாமன் வீட்டு ரெட்டச்சடைப்புஷ்பம் மதினியிடமும் மனம் வைத்திருந்தான். ஒரு குறுக்கம் கருஞ்சைக்காடு மட்டுமே வைத் திருந்தாலும் சடைக்குதிரைவாலி, குள்ளங்கம்பு, வெள்ளைச்சோளம், வரகு, பனிக்கேப்பைக்கும் ஊடு பட்டத்தில் தட்டாம்பயறு, பாசிப்பித்தம்பயறுக்கும் இடம் வைத்திருந்தாள் மாணிக்கமதினி. ஆனாலும் காடே அவள் மனசாக விரிந்து கிடந்தது மாணிக்க மதினிக்கு.

பாழ் சிறுகதையில் பெரிய நந்தவனம்,சின்ன நந்தவனம் மாரிமுத்துப் பண்டாரத்தின் விளக்குச்சரம் அத்தனை வீடுகளுக்கும் தீபம் போட பெண்மக்கள் கொண்டு போன மரிக்கொழுந்தும் நந்தியாவட்டையின் வெண்மையும் மஞ்சள் அரளிப்பூவும் கட்டிக்கொண்டிருக்கும் பட்டயக்கல் திண்ணையின் ஈரம் இன்னும் காயவில்லை. க.நா.சுவின் பொய்த்தேவு நாவலில் வரும் சோமுப்பண்டாரம் கல்மண்டபத்தில் உலர் சலவை வேஷ்டியைக் காயவைத்தது போல் இங்கே மாரிமுத்து

பண்டாரம் குமாரத்தி கல்யாணமாகாமல் மூப்பின் ரேகைபடாமல் ஒவ்வொரு பூவுக்குள் மனது வைத்து எம்.வி.வெங்கட்ராமின் நித்யகன்னியாகவே பண்டாரமகளைத் தேடிவரும் ஆதியூர் ஆண்டாள் பூவுக்குப்பூ சினேகிதியின் ஆன்மாவைப் பெரிய நந்தவனத்தில் பார்க்க வருகிறாள் ஒவ்வொரு விடிகாலையும். பன்னீரக்கா எல்லாப் பாலிய காலத்துக்கும் இடமும் வைத்திருந்தாள். ஆனால் நவீனயுகத்தின் சாவுவேகத்தில் உலகவிளிம்புகளில் தீப்பற்றி எரிந்துகொண்டிருக்கும் இந்தவேளையில் எளிய பண்டாரமகளின் அன்பு தழைக்கும், அன்பு தழைக்கும் என்றுகூற நமக்குத் தெம்புண்டா?

நீர்நகரில் அலையுற்ற பாசுரங்களாக உள்ளன மீண்டும் ஆண்டாளின் தெருக்களில் சிறுகதை. பிம்பிசாரர் தெருக்களில் இருந்து ஆண்டாளின் தெருக்கள்வரை நடந்து திரிந்தேன். பிரகாரம் வேண்டிய பேரமைதியில் ஆண்டாள் கைக்கு தினப்படி தாவரக்கிளி ஒன்றைத் திருமுக் குளத்திலிருந்து ஆண்டாளின் திருமஞ்சண அறைக்குக் கொண்டு போகிறார்கள் அவள்மீது பித்தாக இருக்கும் எளிய பூக்கட்டும் பிள்ளைகள். பெரியநந்தவனம் அழிந்து முள்கம்பி வேலியிட்டு மூடப்பட்டுவிடும். ஆதியூர் அருணாசலம் வீடுகட்ட விழுந்த சுவர் வைக்க, வெளியைமூடும் கோட்டைச்சுவர் எழுப்ப நந்தவனமே அழிந்து வரும் சமகால வேளையில் ‘மண் மூடிய பாழ்கிணத்தை எட்டிப் பார்த்தபடி நிற்கிறது வெற்றுத் தெலாக்கல்’ எனக் கதையின் இறுதி வாக்கியமாய் முடிகிறது பாழ் சிறுகதை.

இறந்துகொண்டிருக்கும் சிறுமியின் கல்சாவியைப் புதுமைப் பித்தனின் செல்லம்மாள் சிறுகதையின் சாவு மயக்கத்திலிருந்துதான் எழுத நேர்ந்திருக்கும். கொள்ளை நோயும் வைசூரியும் இடைக்காட்டான் பஞ்சமும் நந்தனவருஷப் பஞ்சமும் கிழக்கத்திக் கிராமங்களில் புயல் கொண்டிருந்த காலம். தொற்றுநோயின் ஆழத்தில் அசைந்த வறுமை யான மண்வீடுகளில் மூதாதையின் தோற்றங்களைத் தொலைவிலேயே பார்க்கிறேன். நான் சிறுவயதில் கண்ட நோயாளிப் பெண் எறும்பைப் பார்த்துக்கொண்டே இருந்தாள்.அவள் மயக்கமான கண்களிலிருந்து அந்த எறும்புகள் ஊர்ந்து தப்பிவிடும். கல்லை மயங்க வைக்கும் கருவிழிகள், அதனுள்ளே மறையும் எறும்புகள். அவள் ஞாபகங்களை எடுத்துச் சென்று பூமியின் மர்மங்களில் புதைந்து அரளிப்பூவில் மறையும். அவள் மங்கலான பார்வையில் சாவின் பதற்றத்தில் இருந்த கல் தூண்கள் ஞாபகத்தின் சிவப்புப் படிவங்களில் நகரும் கால்கள் தானே நடந்தவாறு இருக்கும். நிலப்பரப்பில் கிடந்த கற்சாவிகள்

கண்களின் சங்கேத ஒலிகொடுத்தன. மஞ்சள்அலகு அசைத்த பறவைகளால் பரிமாறப்பட்டு செடிகள் முன்னுணர்ந்து சொல்ல சில கோடுகள் இலைகளாகிக் கல்லில் ரத்தநார்கள் ஓடி, எப்போதுமாக உள்ளவற்றைப் பதிவுகொண்டு, காணாமல்போன பெண்களின் வரிகள்கொண்டு, நோயாளிப் பெண்ணின் பேசாத வார்த்தைகள் பதிந்திருந்தன கல்லில்.

எனக்கு நினைவு தோன்றிய காலத்திலிருந்தே நென்மேனி மேட்டுப்பட்டி பள்ளிக்கூடத் தெருவிலிருந்து மடங்கித் திரும்பும் வடக்குத் தெருவுக்குப் போகும் வழியில் நோயாளிச்சிறுமியை பார்த்தவாறு பள்ளி சென்றேன். கல்மேல் கண்சொருகிய நிலையில் ஊரையே பார்த்துக்கொண்டிருந்தாள். அவள் பார்வையில் உருகத் தொடங்கி இருந்த நென்மேனி மேட்டுப்பட்டியின் தோற்றத்தைக் காரைவீட்டுத் தூண்களில் அவள் மறைவதை அவள் நிலவின் வெளி வட்டமாக மாறிப் பெளர்ணமியில் வனாந்திரத்தில் மரங்களையும் காற்றையும் சப்தங்களையும் உறைந்த ஊரையும் ஆட்கொள்வதைப் பார்த்திருக்கிறேன். நென்மேனி மேட்டுப்பட்டி என்ற என் தந்தையின் ஊரில் மறைமுகத்தில் கு. அழகிரிசாமியின் இருவர் கண்ட ஒரே கனவு சிறுகதையில் மாட்டுத்தொழுவத்தில் கூலித்தாயுடன் குடியிருக்கும் இருபிள்ளைகளும் நான் பார்த்த நோயாளிப்பெண்ணுக்குமான மயக்கப்பிரதேசத்தை என் அப்பத்தா ஆதக்காளின் கண்ணிலிருந்து இங்கே முன்வைக்க விரும்புகிறேன். என் அப்பத்தா நாகலாபுரத்தில் பிறந்தவள். அந்த ஊரிலிருந்து மேட்டுப்பட்டிக்கு வாக்கப்பட்டு வந்தாள். தான்தோன்றி வண்டிச்சோடையில் வரும் ஊர்களுக்கு வெளியில் பல கர்ப்பஸ்திரீகள் கல்லை உருகவைக்கும் வேதனையில் சுமைதாங்கித் தூண்களாகச் சாவின் பதற்றத்தில் நடுங்கிக்கொண்டிருக் கிறார்கள் இன்னும்.

உலர்ந்த காற்று சிறுகதையில் வரும் ஆடுமேய்க்கும் கீதாரிக் கிழவியின் முகத்தில் வாசித்த எழுத்தைக் கதைக்குப்பின்னே ரகசிய இழைகளாக வைத்திருக்கிறேன். கருப்புமண், பன்கர்வாடி என்ற இரு தெலுங்கு நாவல்கள் என்னை ஈர்த்தன. ஆடுமேய்க்கும் புழுதியில் எழுதிய கதையாகவும் ஆடு அடைக்கும் குடாப்புகளும் கிடை போட்ட புஞ்சைக்காடெல்லாம் ஆட்டு மஞ்சள் மூத்திரவாடையும் பொட்டல் களத்தில் புழுக்கைகள் ஆட்டு உரோமங்கள் கண்மாய்க்கரையெல்லாம் ஒட்டிக்கிடப்பதும் ஆடுகளின் ராத்திரிச் செருமல் ஓசைகளே உலர்ந்த காற்று சிறுகதையை எழுதவைத்தது. உலர்ந்த காற்றில் வைசூரி வந்த

ஆடுகளின் வீச்சம் தெரு முழுவதும் காட்டுப்பாதையில் கோடு கோடாய் வடிந்துகொண்டிருந்தது. புலம்பும் ஆடுகளின் செருமல். இறந்து விழுந்தன நடக்க ஏலாத ஆடுகள்.அவற்றின் மரண இருளில் நடந்து போன கீதாரிகளின் துயரப்பாடலை உலர்ந்த காற்றில் கண்தெரியாத பாட்டி கேட்டாள். இருண்ட கண்ணுக்குள் நூறு வகை தானியங்களும் பட்டம் பட்டமாகக் கதைகளும் இருந்தன. காற்றில் உலர்ந்து வந்த பயிர் பச்சைவாடையை இப்போது பாட்டியால் உணரமுடியாமல் போனாலும் அவளிடம் இன்று இல்லாமல்போன பத்து மொய் ஆடுகளும் தெருவையே அடைத்துப்போன நினைவின் ஏக்கத்தில் கடைசிவரை சாவுக்காகக் காத்திருந்தாள் கீதாரி மூதாள். அவளுக்குத் தாட்டிகமாய் இருந்த ஆடுகள் செத்து மடிந்த ஏக்கம் தீரவில்லை. தெருமுனையில் செருமிய ஆடுகளின் கவுச்சியும் நோயின் வாடையும் பாட்டியின் அந்தராத்மாவில் விழுந்தது. திரை விழுந்த கண்களுக்கு ஞாபகங்கள் இருந்தன.

சூல் நான் எண்பதுகளிலேயே எழுதிவிட்ட சிறுகதை. கர்ப்பிணியான அரைக்காசக்கா வாக்கப்பட்ட ஊரில் இருந்து விரட்டப்பட்டு ஆப்பநாட்டுக்கு வந்து சேர்கிறாள். தன் சொந்த ஊரான ஆப்பனூரில் கொண்டிக்காவல் சொக்கையாத் தாத்தாவின் வேல்கம்பு கம்மாக் கரையில் தட்டித்தட்டி பேத்தியைப்பார்க்க வருகிறது. அங்கே நத்தக்கூறுமண் செங்கல் வைத்துக்கட்டிய பழைய கருத்தநாழி ஓட்டுவீட்டின் தாழ்வாரத்தில் வளைந்து அம்மாவின் தலையணையைத் துக்கமாக மோந்து பார்த்துக் கேவிக்கொண்டு அழுகிறாள். அறுத்துக் கட்டும் இனத்தைச் சேர்ந்த தொன்முதுகோடி ஆப்பநாட்டு மக்கள் பெண்களுக்கான சுதந்திரத்தைத் தங்கள் கிளைகொத்து மரபுகளில் அர்த்தத்தோடு வைத்திருந்தனர். இருபக்கமும் கூடிப்பேசி அவளுக்கு சுதந்திரத்தை வழங்குவது ஆப்பநாட்டு மரபாகவே இருந்து வருகிறது இன்னும் இதை சூல் சிறுகதையில் ராத்திரியெல்லாம் தாத்தாவின் வேல்கம்பு எட்டாம் பிறைவடிவக் கம்மாயைச் சுற்றி தட்டித்தட்டி நடக்கும் சோகத்தின் கேள்விகளை இங்கே வைக்கிறேன் ‘சூல்’ சிறுகதையில்.

திருவாரூர் ஜட்காவும் இவர்களும் சிறுகதை திருவாரூர் தெப்பக் குளத்தைக் கடக்கும் போது அந்தக் குதிரைவண்டி இவர்களோடு தலைகீழாக நீரில்படுகிறது. அதன் ஓட்டத்தில் முதற்காதலியை இழந்த துக்கம் திருவாரூர் தெப்பக்குளமாய் கதாபாத்திரங்களை திரவக் கதையுருவாய் வாசகஜீவிதர்களான உங்களையும் தொடுவதற்காக

அந்த ஜட்காவில் முதல் காதலின் தீண்டப்படாத தண்ணீர் தமிழ்ச் சிறுகதையில் யாரும் பார்க்காத நீர் உள்ளே நுழைகிறது.

அயோனிஜா எனும் இத்தொகுப்பின் கடைசிச் சிறுகதை, சமீபத்தில் எழுதப்பட்டு, இந்தத் தொற்றுக்காலத்தின் ஒரு நீண்ட தனிமையிலிருந்து கனவுப்புனைவாக எழுதியிருக்கிறேன்.

அதை எழுத்துவழிக் கதைமரபுடன் இணைப்பது என்பதைவிடக் கதைசொல்லும் இன்றைய ஞானமரபுடன், சோளக்கதிரேந்திய விவசாயியை போதிசத்துவர் கதைகளுடன் ஒவ்வொரு தானியப் பாதையிலும் 'கொல்லனின் ஆறு பெண்மக்கள்' குரல்வளைகளில் வெவ்வேறு அரிச்சல்கள் கேட்டுக்கொண்டிருக்கின்றன.

இந்த இருபத்து இரண்டு சிறுகதைகள் பெரும்பான்மையாக இறந்து கொண்டிருக்கும் சிறுமியின் கற்சாவி, கிணற்றடி ஸ்திரீகள், கானல் நதி, கிட்ணம்மாளின் கதை, தறிவீடு, அல்பெரூனி பார்த்த சேவல் பெண் ஆகிய சிறுகதைகளில் வரும் துயர்வீசும் இருளோடு சாஸ்கியாவை வரைந்த கணவாமீனின் குருதியின் இரகசிய இருட்டையும் உரையாடலாகக் கொண்டு இச்சிறுகதைகளின் ஆதார ஊற்றை எழுதும் விரல்களோடு ஸ்பரிசிக்கின்றனர் வாசக ஜீவிகளும். எழுதும் விரல்கள் மூலம் அயோனிஜாவுடன் சில பெண்கள் திரட்டு ருதுக்களின் விரல்களாக மாறி எழுதும் கையால் எழுதப்பட்டுவிடும் என்பதற்குப் படைப்பாளி ரெம்பிராண்டின் விரல்களே சாட்சியம்.

சாஸ்கியாவின் விரல்களாக ரெம்பிராண்டின் கைகள் மாறியதென தொகுப்பினை நூல்நயம் பேணும் அடையாளம் பதிப்புக்குழுவினர் நத்தைகளின் உணர்கொம்புகளென, இருபத்திரண்டு கதைகளையும் எடுத்துக்கோர்த்து நவீனத் தமிழின் புனைவு வெளியில் கொண்டு சேர்க்கிறார்கள்.

கோணங்கி

அயோனிஜாவுடன் சில பெண்கள்

1

மதினிமார்கள் கதை

உடனே அடையாளம் கண்டுவிட்டான். சந்தேகமில்லாமல்; இவன் கேட்ட அதே குரல்; அதே சிரிப்பு. வியாபாரம் ஆனாலும் ஆகா விட்டாலும் சலிப்பில்லாத அதே பேச்சு. ஆவுடத்தங்க மதினியா.

சாத்தூர் ரயிலடியில் வெள்ளரிக்காய் விக்கிறவனை சேர்த்துக் கொண்டு ஓடிவந்தவளென்று கேள்விப்பட்டிருந்த நம்மூர் மதினியா இப்படி மாறிப்போனாள். என்ன வந்தது இவளுக்கு. இத்து நரம்பாகிப் போனாளே இப்படி.

இவளைக் காணவும்தான் பழசெல்லாம் அலைபாய்ந்து வருகிறது. பிரிந்துபோனவர்களெல்லாம் என்ன ஆனார்கள். அவர்களெல்லாம் எங்கே போய்விட்டார்கள். பிரியத்துக்குரியவர்களையெல்லாம் திரும்பவும் ஞாபகப்படுத்திக்கொள்ள வேண்டியதாயிருக்கிறது. எங்கே அவர்களை.

அவன் வந்த ரயில் இன்னும் புகைவிட்டபடி புறப்படத் தயாராய் நின்றுகொண்டிருக்க, ஜன்னலோரம் போய்நின்று பூக்கொடுக்கிற, நஞ்சி நறுங்கிப்போன ஆவுடத்தங்க மதினியைப் பார்த்தான். கூடை நிறையப் பூப்பந்தங்களோடு வந்திருந்தாள். பூ வாடாமலிருக்க ஈரத் துணியால் சுற்றியிருந்தாள் அதை.

நம்மூரிலிருந்து கொண்டுவந்த சிரிப்பு இன்னும் மாறாமலிருந்தது அவளிடம். ஒவ்வொரு தாய்மாரிடமும் முழம்போட்டு அளந்து கொடுக்கிறாள். கழுத்தில் தொங்கும் தாலிக்கயறும், நெற்றியில் வேர்வையோடு கரைந்து வடியும் கலங்கிய நிலாவட்டப் பொட்டுமாக அவளைப் பார்த்தான். தானே அசைகிற ஈர உதட்டில் இன்னும் உயிர் வாடாமல் நின்றது. கண்ணுக்கடியில் விளிம்புகளில் தோல் கருத்து இத்தனை காலம் பிரிவை உணர்த்தியது. வருத்தமுற்று ஏங்கிப் பெருமூச்சுவிட்டான். அவளை எப்படியாவது கண்டு பேசிவிட நினைத்தான். அதற்குள் இவனைத் தள்ளிக்கொண்டுபோன

கூட்டத்தோடு வாசல்வரை வந்து; திரும்பவும் எதிர்நீச்சல்போட்டு முண்டித்தள்ளி உள்ளே வருமுன் விடைபெற்றுச் செல்லும் ரயிலுக்குள் இருந்தாள். பெரிய ஊதலோடு போய்க்கொண்டிருந்தது ரயில்.

மூடிக்கிடந்த ஞாபகத்தின் ஒவ்வொரு கதவையும் தட்டித் திறந்துவிட்ட ஆவுடத்தங்க மதினி மீண்டும் கண்ணெதிரில் நின்றாள், அதே உதடசையாச் சிரிப்புடன். பழையதெல்லாம் ஒவ்வொன்றாய் புது ஒலியுடன் கண்ணெதிரே தோன்றியது. ஆச்சரியத்தால் தோள்பட்டைகளை உலுக்கிக்கொண்டு நடந்தான்.

பஸ் ஸ்டாண்டுக்குள் நின்றிருந்த தகர டப்பா பஸ்ஸைப் பார்த்தான். 'நென்மேனி மேட்டுப்பட்டி'க்கு என்று எழுதியிருந்த போர்டைத் திரும்பத்திரும்ப வாசித்துக்கொண்டு சந்தோஷப்பட்டான். இப்போது சொந்த ஊருக்கே பஸ் போகும்.

பஸ்ஸில் ஏறிக்கொண்டிருக்கும் எல்லாருக்கும் கையெடுத்து வணக்கம் சொல்லணும்போல இருந்தது. யாராவது ஊர்க்காரர்கள் ஏறியிருக்கிறார்களா என்று கழுத்தைச்சுற்றிப் பார்த்துக்கொண்டான். தெரிந்த முகமே இல்லாமல் எல்லாமே வேத்து முகங்கள். எல்லாரும் இடைவெளியில் இறங்கிவிடக்கூடியவர்களாக இருக்கும்.

பஸ் புறப்பட்டது. ஒரே சீரான சத்தத்துடன் குலுங்கா நடையுடன் நகர்ந்துகொண்டிருந்தது பஸ். மதிப்பு மிகுந்தவற்றை எல்லாம் நினைவுபடுத்திக் கொள்ளும் இசையென சத்தம் வரும். காற்றுகூட சொந்தமானதாய் வீசும். சட்டையின் மேல்பட்டன்களை எல்லாம் கழட்டிவிடவும் பனியனில்லாத உடம்புக்குள் புகுந்து அணைத்துக் கொண்ட காற்றோடு கிசுகிசுத்தான். ஜன்னலுக்கு வெளியில் பஜாரில் யாராவது தட்டுப்படுகிறார்களா—என்று முழித்து முழித்துப் பார்த்துக் கொண்டே வந்தான். திரும்பவும் ரயில்பாதை வந்தது. வெறுமனே ஆளற்றுக்கிடந்த ஸ்டேஷனில் சிமெண்டுபோட்ட ஆசனங்கள் பரிதாபத்துடன் உட்கார்ந்துகொண்டிருந்தன. ரயில்வே கேட்டைக் கடந்து, வண்டி மேற்காமல் திரும்பி சாத்தூரின் கடேசி எல்லையில் நின்றது. அங்கொரு வீட்டில் யாரோ செத்துப்போனதற்காக கூடி பெண்கள் ஒப்பாரி வைத்துக்கொண்டிருந்தார்கள். பஸ்ஸில் வந்த பெண்கள் இங்கிருந்து அழுதுகொண்டே படியிறங்கிப் போகவும் பஸ் அரண்டுபோய் நின்றது.

செத்தவீட்டு மேளக்காரர்கள் மாறிமாறித் தட்டும் ரண்டங்கு மேளத்துடன் உள்ளடங்கிவரும் துக்கத்தை உணர்ந்தான். முதிர்ந்த வயதுடைய பெரியாள் உருமியைத் தேய்க்கிற தேய்ப்பில் வருகிற

அமுத்தலான ஊமைக்குரல் அடிநெஞ்சுக்குள் இறங்கி விம்மியது. அந்த இசைஞர்கள் ஒட்டுமொத்த துக்கத்தின் சாரத்தைப் பிழிந்து கொண்டிருப்பதாய் உணர்ந்தான். யாராலும் தீர்க்கமுடியாத கஷ்டங்களையெல்லாம் அடிவயிற்றிலிருந்து எடுத்து ஊதிக் கொண்டிருந்த நாயனக்காரரின் ஊதல், போகிற பஸ்ஸோடு வெளியில் வந்து கொண்டிருந்தது.

என்றோ செத்துப்போன பாட்டியின் கடேசி யாத்திரை நாள் நினைவுக்கு வந்தது. மயானக்கரையில் தன் மீசை கிருதாவை இழந்த தோற்றத்தில் மொட்டைத் தலையுடன் இவனது அய்யா வந்து நின்றார்.

இவனைப் பெத்த அம்மாவைப் பிரசவத்துடன் வந்த ஜன்னி கொண்டுபோய் விட்டதும் நாலாவதாகப் பிறந்த பிள்ளை நிலைக்க வேண்டும் என்பதற்காக இவன் மூக்கில் மந்திரித்துப் போடப் பட்டிருந்த செம்புக்கம்பிதான் மூக்கோரத்தில் இருந்துகொண்டு 'எம்மா... எம்மா...' என்றது. அம்மா இல்லாட்டாலும் தெக்குத்தெரு இருந்தது. மேலெழும்பும் புழுதிகிடந்தது அங்கு. புழுதி மடியில் புரண்டு விளையாட, ஓடிப்பிடிக்க, ஏசிப்பேசி மல்லுக்குநிற்க, தெக்குத்தெரு இருக்கும். எல்லாத்துக்கும் மேலாக இவன்மேல் உசுரையும் பாசத்தையும் சுரந்துகொண்டிருக்க மதினிமார் இருந்தார்களே. வீட்டுக்கு வீடு வாசல்படியில் நின்றுகொண்டு இவனையே வைத்த கண்வாங்காமல் பார்த்திருக்கும் சமைஞ்ச குமரெல்லாம் செம்புகோம்... செம்புகோம்... என்று மூச்சுவிட்டுக்கொண்டார்களே!

பல ஜாதிக்காரர்களும் நிறைந்த தெக்குத் தெருவில் அன்யோன்யமாக இருந்தவர்களை எல்லாம் நினைவு கூர்ந்தான்.

தனிக்கட்டையான தன் அய்யா கிட்ணத்தேவர் திரும்பவும் மீசைமுளைத்து கிருதாவுடன் இவன்முன் தோன்றினார்.

'அடேய்... செம்புகோம்... ஏலேய்...' என்று ஊர்வாசலில் நின்று கூப்பிடும்போது இவன் 'ஓய்... ஓய்...' என்ற பதில் குரல் கொடுத்தபடி கம்மாய்க்கு அடியில் விளிம்போரம் உட்கார்ந்து மீன்பிடித்துக் கொண்டிருந்தான். தூண்டிலை எடுத்து அலையின் மேல் போடுவான். மீனிருக்கும் இடமறிந்து மெல்ல மெல்ல நகர்ந்துகொண்டே அத்தம்வரை போவான்.

பண்டாரவீட்டு மதினிமார்களெல்லாம் மஞ்ச மசால் அரைத்து வைத்து ரெடியாகக் காத்திருப்பார்கள். 'கொழுந்தன் வருகிறாரா...' என்று அடிக்கொருதரம் குட்டக்கத்திரிக்கா மதினியைத் தூதனுப்பி தகவல் கேட்டுக்கொள்வார்கள். தண்ணிக்குள் நீந்தித் திரியும்

மீனாக இவன் தெருவெல்லாம் சமைஞ்சுநிற்கும் மதினிமார் பிரியத்தில் நீந்திச் சென்றான். ஒரு மீனைக் கண்டதுபோல எல்லாரும் சந்தோஷப்பட்டார்கள்.

கீகாட்டுக்கருப்பாய் 'கரேர்...'ரென்ற கருப்பு ஒட்டிக்கொள்ள 'அய்யோ... மயினீ... கிட்டவராதே... வராதே...' என்று சுப்பு மதினியை விட்டு தப்பியோடினான். பனையேறி நாடார் வீட்டு சுப்பு மதினிக்கும் பொஷ்பத்துக்கும் இவன்மேல் கொள்ளைப் பிரியம். 'நாங்க ரெண்டு பேருமே செம்புகத்தையே கட்டிக்கிடப் போறோம்...' என்று ஒத்தைக்காலில் நின்று முரண்டு பண்ணுவதைப் பார்த்து இவன், நிசத்துக்கே அழுதபடி, 'மாட்டேம்... மாட்டேம்... மாட்டம்போ' என்று தூக்கியெறிந்துபேசினான். உடனே அவர்கள் ஜோடிக் குரலில், கலகலகல... வெனச் சிரித்துவிடவும் ஓட்டமாய் ஓடி மறைவான் செம்பகம்.

குச்சியாய் வளர்ந்திருக்கும் சுப்புமதினியும் ரெட்டச்சடைப் பொஷ்பமும் ஒவ்வொரு அந்தியிலும் பனங்கிழங்கு, நொங்கு, தவுண், பனம்பழம் என்று பனையிலிருந்து பிறக்கிற பண்டங்களோடு காத்திருப்பார்கள் இவனுக்காக. இவனைக் காணாவிட்டால் கொட்டானில் எடுத்துக்கொண்டு தேட ஆரம்பித்துவிடுவாள் ரெட்டச் சடை புஷ்பம்.

பனையேறிச் சேருமுகநாடார் வீட்டுக்கு கள்ளுக் குடிக்கப் போகும் அய்யாவுக்கும் ரெட்டச்சடைக்கும் ஏழாம் பொருத்தமாய் என்னேரமும் சண்டதான். அவளை மண்டையில் கொட்டவும் சடையைப் பிடித்து இழுக்கவும் 'இந்த வயசிலும் கிட்ணத்தேவருக்கு நட்டனை போகலே...' என்று சேருமுக நாடார் சிரித்துக்கொள்வார். 'ஓய்... மருமோனே' என்ற கீகாட்டுப் பேச்சில் 'தாப்பனும் மோனும் பனையேறிமோளைக் கொண்டுபோயிருவீயளோ. சோத்துக்கு எங்க போட்டும் நா... மடத்துக்குப் போயிரவா' என்று கள்ளு நுரை மீசையில் தெறிக்க பேசுவார் நாடாரு. இதைக் கேட்ட அய்யாவுக்கு 'கெக்கெக்கே...' என்று சிரிப்புவரும் வெகுளியாய்.

ஊர் ஊருக்கு கிணறு வெட்டப்போகும் இவன் அய்யாவும் தெக்குத்தெரு எளவட்டங்களும் கோழிகூப்பிடவே மம்பட்டி, சம்பட்டி, கடப்பாறை, ஆப்புகளோடு போய்விடுவார்கள். சுத்துப்பட்டி சம்சாரிமார்கள், கிட்ணத்தேவன் தோண்டிக் கொடுத்த கிணத்துத் தண்ணீரில் பயிர்வளர்த்தார்கள்.

அய்யா கிணத்து வேலைக்குப் போகவும் தெருத்தெருவாய்

சட்டிபானைகளை உருட்டித் தின்பதற்கு ஊரின் செல்லப் பிள்ளையாய் மதினிமார் இவனைத் தத்தெடுத்திருந்தார்கள். இவனுக்கு 'ஓசிக்கஞ்சீ...' 'சட்டிபானை உருட்டீ...' 'புதுமாப்ளே...' என்ற பட்டங்களுண்டு. ராத்திரி நேரங்களில் எடுக்கிற நடுச்சாமப் பசிக்கு யார்வீட்டிலும் கூசாமல் நுழையும் அடுப்படிப் பூனையாகிவிடுவான். இவன் டவுசர், சட்டை, மொளங்கால் முட்டில் அடுப்புக்கரி ஒட்டியிருக்கும்.

தெருமடத்தில் குடியிருக்கும் மாடசாமித் தேவரோடு சரிசமமாய் இருந்து வெத்தலை போட்டுக்கொண்டு தெருத் தெருவாய் 'புரிச்சு... புரிச்...' சென்று துப்பிக்கொண்டே போய் பண்டாரவீட்டுத் திண்ணையில் உட்கார்ந்துகொள்வான்.

'மாப்ளைச் சோறு போடுங்கத்தா... தாய்மாருகளா...' என்றதும் கம்மங்கஞ்சியைக் கரைத்து வைத்து 'சாப்பிட வாங்க மாப்பிளே...' என்று சுட்ட கருவாட்டுடன் முன்வைப்பார்கள்.

நாளைக்குக் கல்யாணமாகிப் போற காளியம்மா மதினிகூட வளையல் குலுங்க இவன் கன்னத்தைக் கிள்ளிவிட்டு ஏச்சங் காட்டுவாள். இந்தக் காளியம்மா மதினிக்கு சிறுசில் இவனைத் தூக்கிவளர்த்த பெருமைக்காக இவன் குண்டிச் சிரங்கெல்லாம் அவள் இடுப்புக்குப் பரவி அவளும் சிரங்கு வத்தியாய் தண்ணிக்குடம் பிடிக்கமுடியாமல் இடுப்பைக் கோணிக்கோணி நடந்துபோனாள். இப்போதும் சிரங்குத் தடம் அவள் இடுப்பில் இருக்கும்.

'செம்புகோம்... செம்புகோம் செம்புக மச்சானுக்கு வாக்கப்படப் போரேன்... பாரேன்...' என்று முகத்துக்கு நேராக 'பளீ'ரென்ற வெத்தலைக்காவிப் பல்சிரிக்க காளியம்மா மதினியின் சின்னையா மகள் குட்டக்கத்திரிக்கா திங்குதிங்கென்று குதித்துக்கொண்டே கூத்துக் காட்டுவாள்.

'அடபோட்டீ... குட்டச்சீ' என்று முணுமுணுத்தபடி இவன் மூக்குக்கு மேலே கோபம் வரும். அவள் உடனே அழுதுவிடுவாள். 'மயினி... மயினி... அழுவாத மயினீ...' 'உம்...'மென்று முகங்கோணி நிற்கும் குட்டக்கத்திரிக்காவை சமாதானப்படுத்த கடைசியில் இவன் கிச்சனங்காட்டாவும்தான் அவள் உதட்டிலிருந்து முத்து உதிரும், சிரிப்பு வரும்.

வாணியச் செட்டியார் வீட்டு அமராவதி மதினி அரச்ச மஞ்சலாய் கண்ணுக்குக் குளிர்ச்சியான தோற்றத்துடன் பண்டாரவீட்டு திண்ணைக்கு வருவாள். அவளைக் கண்டதுமே கூனிக் குறுகி வெட்கப்பட்டுப்போய் குருவுமதினி முதுகுக்குப் பின்னால்

ஒளிந்துகொண்டு சிரிப்பான் செம்பகம். மேட்டுப்பட்டி நந்தவனத்தில் பூக்கிற ஒவ்வொரு பூவும் அமராவதி மாதிரி அழகானது.

தாவாரத்தில் இருந்துகொண்டே என்னேரமும் பூக்கட்டும் குருவுமதினி. அமராவதிக்கென்றே தனிப்பின்னல் போட்டு முடிந்து வைத்திருக்கும் பூப்பந்தை விலையில்லாமலே கொடுத்து விடுவாள். குருவுமதினிக்கும் அமராவதிமதினிக்கும் கொழுந்தப் புள்ளைமேல் தீராத அக்கறை. அவன் குளித்தானா சாப்பிட்டானா என்பதிலெல்லாம். ஊத்தைப் பல்லோடு தீவனம் தின்றால் காதைப் பிடித்துத் திருகிவிடுவாள் அமராவதி. கண்டிப்பான இவளது அன்புக்குப் பணிந்த பிள்ளையாய் நடந்துகொண்டான் செம்பகம்.

இவனது எல்லாச் சேட்டைகளையும் மன்னித்துவிட குருவு மதினியால்தான் முடியும். எளிய பண்டார மகளின் நேசத்தில் இவன் உயிரையே வைத்திருந்தான். சூத்துப்பட்டிக்கெல்லாம் அவளோடு பூவிக்கப்போனான். காடுகளெங்கும் செல்லங்கொஞ்சிப் பேசிக் கொண்டார்கள் இருவரும். இவன் வெறும் வீட்டு செல்லப் பிள்ளை யானான்.

குருவுமதினியின் அய்யாவுக்கு காசம் வந்து வீட்டுக்குள்ளேயே இருமிக்கொண்டு கிடந்தார். அவரைக் கூட்டிக்கொண்டுபோய் ஆசாரிபள்ளத்தில் சேர்ப்பதற்காக ராப்பகலாய் பூக்கட்டினாள். அவளுக்கு நார் கிழித்துக் கொடுத்து ஒவ்வொரு பூவாய் எடுத்துக் கொடுக்க; அவள் சேர்ப்பதை, விரல்கள் மந்திரமாய் பின்னுவதைப் பார்த்துக்கொண்டே பசிக்கும்வரை காத்திருப்பான். பசித்ததும் மூஞ்சியைக் குராவிக்கொண்டு கொறச்சாலம் போடுவான்.

'இந்தா வந்துட்டன் இந்தா வந்துட்டன்' என்று எழுந்துவந்து பரிமாறுவாள் குருவுமதினி. சீக்காளி அய்யாவை கூட்டிக்கொண்டு போகவேண்டிய நாள் வந்ததும் இவனையும் ஆசாரிபள்ளத்துக்குக் கூட்டிக்கொண்டு போனாள். 'வரும்போது ரெண்டு பேரும் பொண்ணு மாப்ளையா வாங்க...!' என்று எல்லாரும் கேலிபண்ணிச் சிரித்து அனுப்பினார்கள். மலையாளத்துக்குக் கிட்டெயே இருக்கும் அந்த ஊரில் நாலுமாசம் மதினியோடு இருந்தான். அப்பவெல்லாம் இவள் காட்டிய நம்பவே முடியாத பாசத்தால் இவன் ஒரு சாண் வளர்ந்துகூடவிட்டான். சுகமாகி வரும்போது அய்யாவுக்கு வேட்டியும் இவனுக்குக் கட்டம்போட்ட சட்டையும் ஊதா டவுசரும் எடுத்துக் கொடுத்துக் கூட்டிவந்தாள். குருவுமதினிக்கு எத்தனையோ வயசான பின்னும் கல்யாணம் நடக்கவில்லை. குருவுமதினிக்குக்

கல்யாணமானால் ஊரைவிட்டுப் போய்விடுவாளோ என்று பயமாக இருக்கும். 'மயினி... மயினி... நீ வாக்கப்பட்டு போயிருவியா... மயினீ...' என்பான். 'என் ராசா செம்புகத்தைக் கெட்டிக்கிடத்தான் ஆண்டவன் எழுதியிருக்கான் புள்ளே...!' என்றாள். மெய்யாகவே அவள் சொல்லை மனசில் இறுத்தி வைத்துக்கொண்டான் செம்பகம்.

கீகாட்டிலிருந்து பஞ்சம் பிழைக்கவந்த ராசாத்தி அத்தையும் அவளது ஆறு பொட்டப்பிள்ளைகளும் எப்போது பார்த்தாலும் பூந்தோட்டத்தில் அக்கறையாய் பூ எடுத்துக்கொண்டு வந்து கொட்டானுக்கு ஆழாக்கு தானியத்தை கூலியாக வாங்கிக்கொண்டு போனார்கள். ராசாத்தி அத்தைக்கும் நாடார் வீட்டு மதினிமார்களுக்கும் குருவுமதினியோடு பேசுவதற்கு எவ்வளவோ இருந்தது. தங்கள் கீகாட்டு ஊரைப் பற்றியும் அங்கு விட்டுவந்த பனைகளைப் பற்றியும் ஆந்திராவுக்குக் கரண்டுவேலைக்குப் போய்விட்ட ராசாத்தி அத்தைவீட்டு மாமாவைப் பற்றியும் சொல்லச்சொல்ல இவனும் சேர்ந்து 'ஊம்...' கொட்டினான்.

இவன் அய்யாவுக்கு கலயத்தில் கஞ்சி கொண்டுபோன மாணிக்க மதினியின் அழுகுரல் கேட்டு எல்லாரும் ஓடினார்கள்.

கிணத்து வெட்டில் கவ்விழுந்து அரைகுறை உயிரோடு கொண்டு வரப்பட்ட அய்யா அலறியது நினைவில் எழவும் திடுக்கிட வைத்தது இவனை.

வெளியில் கிடக்கும் ஆளற்ற வெறுங்கிணறுகள் தூர நகர்ந்து கொண்டிருந்தன. ஒவ்வொரு கிணத்து மேட்டிலும் இவன் அய்யா நிற்பதைக் கண்டான். திரும்பவும் எழுந்து நடமாட முடியாமல் நாட்டு வைத்தியத்துக்கும் பச்சிலைக்கும் ஆறாத இடி, இவன் நெஞ்சில் விழ, கடேசி நேரத்தில் சாத்தூர் ஆஸ்பத்திரிக்குக் கொண்டுபோன நாளில் அனாதையாகச் செத்துப்போனார் அய்யா. பஸ்ஸில் நீண்டிருந்த ஜன்னல்கம்பியில் கன்னத்தைச் சாய்த்துத் தேய்த்துக்கொண்டு கலங்கினான்.

அன்று சாத்தூரில் ரயிலேறியதுதான். ஒவ்வொரு ஸ்டேஷனிலும் ரயில் நின்று புறப்படும்போது மதினிமார்கள் கூப்பிடுகிற சத்தம் போடும் ரயில்.

அய்யாவின் நினைவு பின்தொடர சாத்தூர் எல்லையில் கேட்ட உருமியின் ஊமைக்குரல் திரும்பவும் நெஞ்சிலிறங்கி விம்மியது.

சூழ்ந்திருந்த காடுகளும் பனைமரங்களும் உருண்டு செல்ல-பஸ்ஸிற்கு முன்னால் கிடக்கும் தார் ரோடு வேகமாய் பின்வாங்கி

ஓடியது. ஜன்னல் வழியாக மேகத்தைப் பார்த்தான். ஒரு சொட்டு மேகங்கூட இல்லாத வானம் நீலமாய் பரந்துகிடந்தது. ஆத்துப் பாலத்தின் தூண்கள் வெள்ளையடிக்கப்பட்டு, மாட்டுக்காரர்களால் கரிக்கோடுகளும் சித்திரங்களும் வரையப்பட்டிருந்தன. தண்ணீரில்லாத ஆத்தில் தாகமெடுத்தவர்கள் ஊத்து தோண்டிக் கொண்டிருந்தார்கள்.

பாலம் கடந்து மேட்டில் ஏறியதும் ஊர் தெரிந்துவிட்டது. உள்ளே நெஞ்சு 'திக்கு...திக்...' கென்று அடித்துக்கொள்ள ஊரை நெருங்கிக்கொண்டிருந்தான் செம்பகம். தூரத்தில் தெரியும் காளியங் கோயிலும் பள்ளிக்கூடத்து கோட்டச் சுவரும் இவனை அழைப்பது போலிருந்தது.

எல்லா மதினிமார்களுக்கும் கண்டதை எல்லாம் வாங்கிக் கொண்டு போகிறான். மதினிமாரெல்லாம் இருக்கும் தெக்குத்தெருவை நெருங்க இருந்தான் செம்பகம். மனசு பறந்துகொண்டிருந்தது. எல்லாரையும் ஒரேசமயத்தில் பார்த்து ஆச்சிரியப்பட இருந்தான். சீக்கிரமே ஊர் வந்துவிடப் போகிறது. எல்லா மதினிமார்களையும் தானே கட்டிக்கொண்டு வாழவேண்டும். 'காளியாத்தா அப்படி வரங்குடு தாயே...' என்று முன்பு கேட்ட வரத்தை நினைத்துக் கொண்டு உள்ளுக்குள் சிரித்துக் கொண்டான். பஸ்ஸிற்கும் சந்தோஷம் வந்து துள்ளிக் குதித்தது. மனசுவிட்டுப் பாடினான். 'ம்...ம்...ம்... ம்ம்...ம்வும்...' என்ற ஊமைச்சங்கீதமாய் முனங்கிக்கொண்டு வந்தான் செம்பகம். பருத்திக்காட்டில் சுளை வெடிக்காமல் நிலம் வெடித்துப் பாளம் பாளமாய் விரிசலாகிக் கிடக்கும். வாதலக்கரை சித்தையாத்தேவனுக்கு வாழ்க்கைப் பட்டுப்போன மாணிக்க மதினி இருந்தால் காடே வெடித்திருக்காது. இப்படி ஈயத்தைக் காய்ச்சும் வெயிலும் அடிக்காது. மாணிக்கமதினியோடு எல்லா மதினிமார்களும் பருத்திக்காட்டில் மடிப்பருத்தியுடன் நின்ற கோலமாய் கண்முன் தோன்றும். இருக்கிற ஒரு குறுக்கத்திலும் எத்தனை வகை தானியங்களுக்கு இடம்வைத்திருந்தாள், அவள் மனசே காடாகும் போது தட்டாநெத்துக்கும் பாசிப்பிதம் பயறுக்கும் நாலு கடலைச்செடிக்கும் பத்துச்செடி எள்ளுக்கும் இடமிருந்தது. காடே கிடையாகக் கிடக்க விதித்திருந்தது அவளுக்கு. காட்டு வெள்ளாமையும் அவளோடு போயிற்று.

கண்ணெட்டும் தூரம்வரை நிலம் வறண்டு ஈரமற்றுக் கிடக்கும் தரிசு நிலங்களில் வேலிக்கருவை தோண்டிக்கொண்டிருந்தார்கள். மஞ்சள் மூக்குடன் தூர் விறகுகளை லாரிகளில் அடையாளம்

தெரியாதவர்கள் பாரம் ஏற்றிக்கொண்டிருந்தார்கள். மந்தைத் தோட்டத்தில் கிணத்தை எட்டிப்பார்த்துக்கொண்டு படுத்திருக்கும் கமலைக் கல்லும், தோட்ட நிலமும் நீண்டகால உறக்கத்திலிருந்து மீளாமல் இன்னும் இறுகிக்கொண்டிருந்தது. தோட்டத்தை ஒட்டிநின்ற பஸ், இவனை இறக்கிவிட்டுச் சென்றது.

தெக்குத்தெரு வாசலில் படம்போட்ட தோல்பையுடன் நின்றான். குப்புற விழுந்துகிடக்கும் தெக்குமடத்தில் ஒரு கல்தூண் மட்டும் தனியாய் நிற்க அதன்மேல் உட்கார்ந்திருந்த காக்கா இவனைப் பார்த்து கரைந்துகொண்டு ஊருக்குமேல் பறந்து சென்றது.

தெருவை வெறிக்கப் பார்த்துக்கொண்டே நடந்தான். தெருப் புழுதியே மாறிப்போய் குண்டும் குழியுமாய் சீரற்று நீண்டுகிடந்தது தெரு. இவன் பண்டார வீடுகளிருந்த இடத்துக்கு வந்து நின்றான். இருண்ட பாகமான வீடுகளாய் இற்று உதிர்ந்துகொண்டு வரும் கூரைமுகட்டிலிருந்து மனதை வதைத்தெடுக்கும் ஓலம் கேட்டது. மனதைப் புரட்டிப் புரட்டி கொண்டுபோய் படுகுழியைப் பார்த்துத் தள்ளிவிட்டுச் சிரிக்கிற ஓலமாய் கூரைகளில் சத்தம் வரும். தெருவே மாறிப்போய், குறுனையளவுகூட இவன் பார்த்த தெருவாயில்லை. தெருவே காலியாகிவிட்டது. தெருத் தெருவாகத் தேடினான். முன்பு கண்ட அடையாளம் ஏதாவது தட்டுப்படுமா என்று பார்த்தான். எவ்வளவோ மூடிவிட்டது. புதியதராதரங்கள் ஏற்பட்டு, இவனைச் சுற்றி வேடிக்கை பார்க்க வந்த கூட்டத்துக்குள் இவன் இருந்தான். சிறுவர்களும் பெரியவர்களும் இவனைப் பார்த்து சலசலத்துக் கொண்டார்கள். 'என்ன வேணும்' மென்ற சைகையால் இவனை அந்நியமாக்கினார்கள்.

இவன் ஒவ்வொன்றாய் சொல்லச் சொல்ல எல்லாரும் ஆச்சரியப் பட்டுக் கொண்டார்கள். இன்னும் கூட்டம் இவனைச் சுற்றி வட்டமாக நின்றது.

வந்தவர்களுக்கு எவ்வளவோ வேலைகள் இருக்கும். கூட்டங்கூடி நேரத்தை வீணாக்காமல் பெண்களெல்லாம் தீப்பெட்டி ஒட்டப் போய்விட்டார்கள். குழந்தைகள் 'ஹைய்ய்ய்...' என்ற இரைச்சல் போட்டுக்கொண்டு தீப்பெட்டி ஆபீஸ் பஸ் வந்துகொண்டிருப்பதைப் பார்த்து ஓடிவிட்டார்கள். கேள்விமேல் கேள்வி கேட்டுக் கொண்டிருந்த பெரியவர்களுக்கு வெட்டிப் பேச்சே பிடிக்காது. காட்டில் வெட்டிப் போட்டிருந்த வேலிக்கருவையைக் கட்டித் தூக்கிவர கயறு தேடப் போனார்கள். கொஞ்சநேரத்தில் ஒரு சுடுகுஞ்சிகூட இல்லாமல்

இவன் தனித்துவிடப்பட்டான்.

எல்லாம் தலைக்குமேல் ஏறி சுமையாய் அழுத்த குறுக்கொடிந்து போய், ரொம்பகாலமாய் ஆட்டுப்படாமல் கிடந்த மதினி வீட்டு ஆட்டு உரலில் உட்கார்ந்தான். தலையில் கைவைத்தபடி மூஞ்சியில் வேர்த்து வடிய தரையை வெறிக்கப் பார்த்தான். மூஞ்சியில் வழியும் அசடைப் புறங்கையில் துடைத்துக்கொண்டான்.

'கொழுந்தனாரே... எய்யா... கப்பலைக் கவித்திட்டீரா... கன்னத்தில் கை வைக்காதிரும்... செல்லக் கொழுந்தனாரே... எய்யா...' என்று எல்லா மதினிமார்களும் கூடிவந்து எக்கண்டம்பேச, அவர்கள் மத்தியில் இருக்கவேண்டியவன், இப்படி மூச்சுத் திணறிப்போய் ஆட்டு உரலில் உட்கார்ந்திருக்கும்படி ஆனது.

நாளைக்கு மீண்டும் ஓடிப்போன செம்பகமாய் நகரப் பெருஞ் சுவர்களுக்குள் மறைந்துபோவான். இருண்ட தார் விரிப்பின் ஓரங்களில் உருவமே மாறிப்போய், பேரிரைச்சலுக்குள் அடையாளம் தெரியாத நபராகி, அவசர அவசரமாய்ப் போய்க்கொண்டிருப்பான் செம்பகம்.

□

2

கானல் நதி

தொழுவத்தில் அநேக காலிஇடங்களை நிரப்புவதற்கு விறகுக் கட்டைகளையும் டவுனுக்குக் கொண்டுபோக வேண்டிய வேலிக் கருவை முண்டுகளையும் அடுக்கியிருந்தார் சென்னம்மாளின் அய்யா.

மிகக்குறைவான மாடுகளுடன் அவள் மேய்ச்சலுக்குப் கிளம்ப வேண்டியிருந்தது. சின்னக்கடகப் பொட்டியைத் தலையில் கவுத்திக் கொண்டு மாடுகளுக்குப் பின்னால் போய்க்கொண்டிருந்தாள் சென்னம்மா. எதற்கும் தோள்பட்டையில் மம்பட்டி தொங்கியது. ஒருகையை மம்பட்டிக் கணையில் போட்டுக்கொண்டு நடந்தாள்.

வெயில் புறப்பட்டு வருகிற நேரத்திற்கு வடகாட்டில் இருந்த உப்போடையில் 'ஹேய்ய்ய்யா... ட்ரிரிரிட்ரி ட்ரிட்ரிய்யா...' என்று மாடுகளை மடக்குகிற அவளது ஆண்குரலில் மாடுகள் தானே திசை திரும்பி ஓடைக்குள் இறங்கியது.

மணல் சாரியாக விரிந்த தரையை அவள் பார்த்துக்கொண்டிருக்க மாடுகள் மணலில் சறுக்கிச் சறுக்கி காய்ந்தகாடு நடந்துகொண்டிருந்தது.

கிழக்காமல் தூர்வானத்திலிருந்து சூரியனின் கதிர்கள் தோன்றி விட்டன. சோர்ந்து கிடந்த காட்டையும் மாடுகளின் தூங்கிய முகத்தையும் வெள்ளை ஒளியாக்கியிருந்தது.

எல்லோருக்கும் முந்தியே காட்டுக்கு வந்திருந்தவர்கள் வெற்று நிலத்தில் சாணாங்கிழங்கு தோண்டிக்கொண்டிருந்தார்கள். கீழத் தெருக்காரர்கள் எலிப்பொந்துகளைப் கண்டறிந்து மண்ணைத் தோண்டினார்கள்.

எதுப்பில் மடைக்கருப்பன் அவதிஅவதியாக மண்ணை, கிளைத்துக்கொண்டிருந்தான். கைக்குக் கிடைக்காத எலிகள் வளைகளுக்குள் தாவித்தாவி மறைந்துகொண்டிருந்தன. அதைப் பின்தொடர்ந்தே அவன் மம்பட்டி விழுந்துகொண்டிருந்தது. பிடிபட்ட எலிகளை ஈயத்தூக்கு வாளியில் போட்டிருந்தான்.

சென்னம்மா வருவதைப் பார்த்ததும் போட்டிக்கு ஆள் வருகிறதே என்று பயந்தான். 'ஏ...ஏத்தோய் எம் பொழப்புலயும் மண்ணள்ளிப் போட வந்திட்டீகளா....த்தா...' என்று பெருமூச்சுவிட்டுக் கத்தினான்.

'ஹேஹேய்ய்யா... என்று மாட்டை கிழக்கில் திருப்பிவிட்டு அவனிடம் வந்தாள். அவனைப் பார்த்ததும் சிரித்துவிட்டாள். 'ஏப்பா... மடக்கருப்பா... எம்புட்டு எலி புடிச்சிருப்பே...' என்றாள்.

வானத்தைப் பூராவும் பிடிப்பது போல் கையை அகல விரித்துக் காட்டினான் அவன்.

'இன்னிக்கி உம்பாடு யோகந்தான்....' என்று அவனைச் சீண்டினாள் சென்னம்மா.

அங்கிருந்து கோபத்துடன் மம்பட்டியை ஓங்கிக்கொண்டு ஓடிவந்தான்.

'அந்தானக்கி மண்டையில் போட்டிருவன்... ஏன்த்தா... அம்புட்டுத் தூரத்துக்கு எளக்காரமா போச்சா...' என்று கத்தினான் மடைக்கருப்பன்.

அவன்கிட்ட நெருங்கியதுமே கடகடவென்று சிரித்துவிட்டாள். அவளை உற்றுப்பார்த்தவன் அசையாமல் நின்றான். அவனுக்கும் அடக்கமுடியாத சிரிப்புத்தான். மம்பட்டிக்கணையில் காலை வைத்துக்கொண்டு விழுந்து விழுந்து சிரித்தான். அவன் கிழட்டுச் சிரிப்பில் தான் எத்தனை ஈரம்! எவ்வளவு முரட்டுத்தனம்.

சென்னம்மா குனிந்து எறும்புக்குழியைத் தோண்டினாள். ஆழாக்கு தானியமணி மண்ணோடு சேர்ந்திருந்தது. அதை ஆவலுடன் மடியில் வாரி அள்ளிக்கொண்டாள்.

'ஏத்தே... வுங்க வீட்டில்தான் ஒலையரிசி கொதிக்கப் போவுது...' என்றான்.

அவன் சொன்னதைக் காதில் வாங்கிக்கொள்ளாமல் தரையைக் கூர்ந்து பார்த்தபடி தள்ளிப்போய்க்கொண்டிருந்தாள். எங்காவது எறும்புக் குழி இருக்குமென்ற நம்பிக்கையில் எட்டமட்டும் போகிறாள் சென்னம்மா.

எங்கும் வெக்கரித்துப்போன பூமியில் கொரண்டிச் செடிகூட பட்டுப் போயிருந்தது. காய்ந்த கரடுகூட அருந்தலாகிவிட்டது. திரும்பத் திரும்ப மாடுகள் வாய்வைத்த இடங்களில் கோரைகூட இல்லை. மாடுகள் ஏமாற்றந்தாங்காமல் கண்ணைக்கட்டும் பசியில் அசந்து கொண்டிருந்தது.

வெயிலின் உக்கிரம் தாங்காமல், ஒண்டுவதற்கு நிழல்தேடி

அலைந்தன. தூர்வானம் தெரிய மரங்கள் வெட்டப்பட்டு பூமியின் பரப்பே விரிந்துகிடந்தது. மேடும் தாவுமான நிலவிளிம்புகளில் ஆட்கள் நடமாடுவது தெரிந்தது. மாடுகள் தண்ணித்தாகத்துடன் மூச்சு விட்டுக்கொண்டிருந்தன. வெகுதூரத்திலிருந்து சென்னம்மா இரைக்க இரைக்க ஓடிவந்தாள். கிழட்டுமாடு சுருண்டுவிட்டது. காய்ந்த சீவம் புல்லின் பரப்பின்மேல் படுத்துக் கிடந்தது. சின்னஞ்சிறு குழந்தையைப்போல் பசு அழுதது. அதன் மூக்கோரத்தில் நீளும் கண்ணீரை அவளால் எப்படித் தாங்கிக்கொள்ள முடியும். அதன் முதுகில் துருத்திக்கொண்டிருந்த அத்தனை எலும்புகளும் இத்து ஓடிந்துவிடும்போல் சுருங்கி விரிந்தது.

தாகத்தால் பசு வருந்தக்கூடாது. வாயில்லா சீவனின் கண்கள் கசியக்கூடாது. அதை அவளால் சகிக்க முடியாது. இந்த நிலையில் அதைப்பார்ப்பதே பாவம். ஒன்றுமறியாத சாதுக்குழந்தையின் முகத்தில் ஈரம் உலர்ந்துவிடக்கூடாது.

பசுவின் பொறுமை யாருக்கு வரும்! மேய்ந்த காடெல்லாம் தண்ணிக்காக அலைந்து திரிந்துதான் சுருண்டுவிட்டது. கொஞ்சம் நீர் இருந்தால் போதும், இத்தனை காலமும் கிழட்டுப்பசு சுருண்டு படுத்ததில்லை. தாயைப்போல் சகித்துக்கொள்ளும். இவ்வளவு காலம் வீட்டில் கட்டிக் கிடந்து சென்னம்மாளோடு வாழ்ந்த போது எதைவேண்டி வாழ்ந்தது? இவ்வளவு காலம் இருந்தும் அதற்கு கேட்கத் தெரிந்ததே கொஞ்சம் குளு நீர்தான்.

இரக்கமற்ற கொடும் வெயிலோடு நாலுதிசையிலும் எங்கு ஓடினாலும் ஈரமண்கூட இல்லை. எங்கும் பொட்டலில் சீமக் கருவேலி முள்ளோடு காத்திருக்கிறது.

மாட்டை எழுப்புவதற்காக எவ்வளவோ முயன்றாள். வாலைப் பிடித்துக் கடித்தாள். தூரத்தில் வெயில்அலையோடு எலிபிடித்துத் திரிகிறவர்களைக் கூவி அழைத்தாள். யாரும் அருகில் வரவில்லை.

கண்ணைப் பொசுக்குகிற வெயிலில் வேகுவேகென்று ஓடினாள். அவள் ஓடிப் போன திக்கில் குத்துச் செடியின் நிழலைக்கூட காணோம். கானல் நீர் அலை அலையாய் ஏமாற்றி அழைத்தது அவளை. சுருண்டு கிடந்த பசுவை நினைக்கவே மூச்சுத் திணறியது. ஊரை நெருங்கிக் கொண்டிருந்தாள் சென்னம்மா.

அவளுக்கு முன்னால் அய்யா ஓட்டமும் நடையுமாக வந்து கொண்டிருந்தார். அவள் தலையில் இருந்த மண்குடத்தில் நீர் தளும்பாமல் வந்துகொண்டிருந்தது. மேய்ந்த மாடுகள் நீர் நிலைகளைத்

தேடிப் போய்விட்டன. கிட்ட வந்துகொண்டிருக்கும் போது அதனிடம் அசைவு இருந்தது. பசு வாலை ஆட்டிக்கொண்டிருந்தது. கொடும் வெயிலில் அதன் நாவில் நீர் வார்த்தாள். அது காதுகளை அசைத்தபடி மண்டிக் குடித்தது.

மெல்ல மெல்ல பொழுது சாய்ந்து கோடைகால மஞ்சள் வானம் சூழ்ந்துகொண்டிருந்தது. காட்டிலிருந்து மாடுகள் வீடு திரும்பிக் கொண்டிருந்தன.

அய்யா கிழட்டு மாட்டை இழுத்துக்கொண்டு முன்னால் செல்ல, மாடுகளுக்குப் பின்னால் சென்னம்மா வந்துகொண்டிருந்தாள். சாயந்தரச் செம்மஞ்சள் ஒளியின் பின்னணி சூழ்ந்திருக்க காட்டுக் கோவில் கற்சிலைபோல கன்னங்கருப்பாக ரெட்டியார் மகள் வீடு திரும்பிக் கொண்டிருந்தாள். கல்தச்சனின் உளிக்கு அமையாத அவள் கருத்த மூக்கின் நுனியில் தெரிகிற அழகின் கதிர்களை, சகலமும் மறந்து சிரிக்கிற அவள் சிரிப்பின் அழகை யாரால் செதுக்கித்தர இயலும்! பாதைவழியே துள்ளிக் குதிக்கிற கன்னுக்குட்டியாக குதித்துக் குதித்து ஓடிக்கொண்டிருந்தாள். மண்குடத்தில் நடைக்குத் தகுந்த தாளம் தட்டிக் கொண்டே நடந்தாள்.

இரவு அடுப்பில் தீ மூட்டத்தின் ஒளிக்கசிவில் அவள் உடம் பெல்லாம் ஜொலித்தது. கொஞ்ச நேரத்தில் ஊரே அடங்கிவிட்டது. காடுகள் எல்லாம் கருப்புத்திரையில் மூடப்பட்டதுபோல் எங்கும் இருட்டு. வீடுகளில் மினுக்கிய விளக்குகளின் முழிப்பைத் தவிர யாரும் கண்விழிப்பாரில்லை. ராத்திரியெல்லாம் உப்பாங்காத்து ஓடியாடி தெருக்களில் விளையாடிக்கொண்டிருக்க அவர்கள் உறங்கிப் போனார்கள்.

இரவெல்லாம் கூளத்தை ஒரே சீரான சத்தத்துடன் கடித்துத் தின்றபடி தலையை உலுப்பியும் கழுத்துச் சங்கிலிகளை ஆட்டி சத்தம் உண்டாக்கியும் சென்னம்மாளைக் கூப்பிடும். மாடுகள் ஒவ்வொன்றும் காடிக்குள்ளிருந்து தலையைத் திருப்பி மூக்கை விடைத்துக்கொண்டு கனைக்கிறது.

அடுப்பாங்கட்டில் கேப்பைக் கூழ் கிண்டிக்கொண்டிருந்தவள் தீச்சுவாலையின் மஞ்சள் ஒளியிலிருந்து, புகைபடிந்த ஜன்னல் வழியே தலையை நீட்டிப் பார்த்தாள். கிழட்டுப்பசு ஜன்னல் பக்கம் திரும்பி ஜன்னல்கம்பி இடுவலில் சொருகியிருந்த கீரை மரத்தை நாக்கால் தடவியது. 'க்கறுக்கறுக்'கென்று கடித்தது அதை. சென்னம்மாளைப் பார்த்து 'முஸ்ஸ்ஸ்...' சென்று பெருமூச்சுவிட்டு

அண்ணாந்து அடித்தொண்டையால் தீனமான குரலில் ஏதோ ரகசியம் கூறவந்தது.

கிழட்டுமாடு மூச்சுவிட்டு மூச்சுவிட்டேதான் அவளை பயமுறுத்தியது. இரவு நேரத்தில் கிழட்டுப்பசுவின் சுடுகிற மூச்சுக்காத்து பட்டதும் அம்மா நினைவு வரும். அம்மா இருந்தவீட்டில் கன்னுக்குட்டியாய் துள்ளிக்கொண்டு ஓடித்திரிந்தது ஒவ்வொன்றும் தொடரும்.

அம்மா போன பிறகு பசுமாடு எவ்வளவோ எலும்பும் தோலுமாகி வயசாகிவிட்டது. வத்துமாடு. அதை வீட்டில் வைத்திருந்து பலனே இல்லை. கிழட்டு மாட்டைச் சந்தைக்கு அனுப்பவும் மனசு வரவில்லை. போனாப் போகிறதென்றால் அது சும்மா இருப்பதில்லை. அதன் பெருமூச்சைக் கேட்கவே முடியவில்லை அவளால். என்னமோ ஏதோ நடக்கப் போகுதென்று பயந்தாள். அய்யாகூட குடைக்கம்புடன் வந்த மாட்டுத்தரகனிடம் விலைபேசிக்கொண்டிருந்தார். அவரோடு சண்டைபோட்டு அழுது 'பர்ர்ர்' என்று மூக்கைச் சிந்தித்தான் அதைத் தடுத்தாள்.

மாடு இங்கேயே செத்துப்போனால் நல்லது. வெளியேறி கண் காணாத இடத்துக்குப்போய் சீரழிய வேண்டாம். அதன் பெருமூச்சில் மரணஒலி சமீபமாய் கேட்டுவருவதை அவளால் உணரமுடியா விட்டாலும் வேறு எதற்காகவோ அது பெருமூச்சுவிடக்கூடும் என்றும் நடுங்கினாள் சென்னம்மா. ராத்திரி உறக்கத்திலும் புலம்பித் தவித்தாள். இரவு மங்கிமறைந்து கொண்டிருக்க ஒத்தைக் கருங்குருவி மரக்கிளை களைவிட்டு தாவித் தாவி மரத்துக்கு மரம் அமரத் துவங்கியது.

நேர்கோடுகளாய் அமைந்த போஸ்ட்மரக் கம்பிகளைப் பின் தொடர்ந்து நெடுகப் பறந்து ஊருக்கு அருகில் வந்துவிட்டது. கம்பியில் உட்கார்ந்ததும் கத்தியது. அதன் குரலுடன்தான் கருக்கல் பொழுதும் புறப்படத் துவங்கியிருந்தது.

ஊரில் யாரும் எழுந்திரிக்காத நேரத்தில் ஊரையே கூப்பிடுகிறது. எதைக் காண்பிக்கவோ கருங்குருவி அழைத்தது. எதனாலோ அவர் களுக்குக் கேட்கவில்லை. அசமந்தம் பிடித்தவர்களாகிவிட்டார்கள் எல்லாரும்.

அதன் குரலைக் கேட்பதற்கும் சிரிப்பதற்கும் சென்னம்மா ஒருத்தி இருந்தாள். அவளும்கூட சிரிக்கவில்லை இப்போது.

ஊருக்குள் இறங்கும் அதன் விசிலொலிகள், பரிதவிப்பான பின்னணித் திரையாகி, திரைக்கு முன்னால் ஒவ்வொருவராய் உறக்கத்தில் எழுந்து நடமாடிக்கொண்டிருந்தார்கள்.

குடங்களில் தண்ணி ஊத்துகிற சத்தமும் கிணத்துக்குள் தூர்வரைக்கும்போய் தரைதட்டுகிற வாளிகளின் அவல ஒலிகளும் ஊரெங்கும் கேட்கிறது. தூர்மண்ணோ தண்ணியைச் சுரண்டி மேலேறி வருகின்றன. பொழுது விடிந்திராத இந்த வேளையில் கிணத்தடியில் பேச்சுக்கே இடமில்லை.

ஒருவர் முகத்தை ஒருவர் உற்றுப்பார்த்துக்கொண்டும் மனசில் கவிந்த துக்கத்தை முகம் பார்த்தே புரிந்துகொண்டும் ஈரம் காய்ந்த முகத்தைத் தூக்க முடியாமல் அவரவர்களுக்கே ஆன முகச்சாயலில் காலை துவங்கியதற்கான அறிகுறியே இல்லாமல் மூச்சுக்கு மூச்சு கஷ்டத்தை உணர்ந்துகொண்டிருந்தார்கள். இதற்காக மூக்கு வலிக்க சினந்துகொள்ள முடியாது. கயறு எட்டாமல் போனதை நினைத்து ஆத்திரப்பட முடியாது. ஒட்டுஒட்டாய் முடிந்த பதினாலு கெஜம் கயத்துக்கு மேலும் துண்டால் முடிய வேண்டியிருந்தது.

என்ன கஷ்டம் நேர்ந்தாலும் கிணத்தின் அடி வரண்டு விடவில்லை. ஈரம் கசிந்துகொண்டே இருந்தது. உயிரை நனைத்துக்கொள்ள அது போதும் அவர்களுக்கு.

சென்னம்மா வீடு மொழுகிக் கோலம் போட்டாள். வீட்டின் உள்ளே காலியாகக் கிடந்த தானிய அறை, இருட்டு மண்டிக்கிடந்த குதிரு, அளவுக்குப் பெரியதான உள்திருணை ஒன்றுவிடாமல் சாண ஈரத்துடன் மனசாரக் குளிரவைப்பது சென்னம்மாளின் அன்றாடம்.

காடு விளையாமல் போனாலும், கானல் ஆறாக ஓடினாலும் சூரியனே தலையில் விழுந்து எரிந்தாலும் பசுஞ்சாணத்தால் வாசல் தெளித்து வீடு மெழுகினால்தான் சம்சாரி மகள் வீட்டில் குடியிருக்க முடியும். சாண ஈரம் மணந்தால்தான் வெக்கரிப்பு இராது. தரைக்குச் சூடு ஏற ஏற சென்னம்மா வாசல்தெளிக்கிறாள் அன்றாடம். சாணம் தெளித்த தரையே அவளுக்கு நம்பிக்கை போன்றது.

ஊர் வெளிச்சத்துக்கு வருவதற்காக தெருவெல்லாம் சாணம் தெளிக்கிற சலம்பல்ஒலி கேட்கத் துவங்கியிருந்தது.

ஊர் ஆலமரத்துப் பச்சைஇலைகளின் மறைவிலிருந்து கருசல் பேடைகள் விசிலடித்துக் கூப்பிட்டுக் கொண்டிருக்கின்றன.

□

3

தணல்

யாராவது கொடுப்பீர்களா?- என்று ஏங்கித் தவிக்கிற மனசுதான் செல்லம்மாளுக்கு இருக்கிறது. அவளுக்கு என்ன முடியும்?

யாரிடம் கிடைக்கும். இப்போதே கிடைத்துவிடுமா?- என்றுதான் மூக்கபிள்ளையும் அவதிப்பட்டுக்கொண்டார். அவரும்தான் என்ன செய்துவிட முடியும்?

இங்கு யாருக்கும் இரக்கம் வருவதில்லை. என்ன நடந்தாலும் இரக்கப்பட யார் இருக்கிறார்கள்? ஆனால் யாருக்காவது இரக்கம் வரும்... வரும் என்றுதான் நினைத்தது. யாரிடமாவது கிடைத்துவிடாதா என்றுதான் பார்த்தது. இப்படி எல்லாம்தான் நம்பிக்கைகள் அவர்களுக்கு.

வெறும் நம்பிக்கைதான். நம்பிக்கையென்று சும்மா மனசில் ஊன்றிக்கொள்ள ஏதாவது வேண்டாமா? அப்படியாவது அசட்டுத் தைரியத்தில் நின்றுவிடலாமே; நடந்துவிடலாமே என்றுதான் செல்லம்மா நினைத்தாள்.

அவளுக்கும் தெரியாமல்தான் நம்பிக்கையின்மைகளும் நிறைந்திருக்கின்றன. இந்த ஊரெல்லாம் ஒளிந்திருக்கின்றன. யார் வீட்டிலெல்லாமோ வேர்விட்டிருக்கின்றன.

கையில் ஏனத்தோடு தெருவுக்கு வந்துவிட்டாள். கைக் குழந்தையையும் இடுப்பில் தூக்கிக்கொண்டாள். முதல் தெருவில் வரிசை பிடித்து, மாடு கட்டிக்கிடக்கும் வீடாய் பார்த்துக் கேட்டுப் பார்த்தாள். குழந்தை 'ராஜா' வைக் காரணம் காட்டினாலும் யாரும் தருவதாக இல்லை. கெஞ்சினால் மிஞ்சுகிறார்கள்.

எல்லா வீட்டிலும் கதவு இருக்கிறது; கதவில் நம்பர் இருக்கிறது. 'இல்லையே...' என்ற பொய்யுமா எழுதியிருக்கிறது? சொத்து சுகத்தைப் பறித்துக்கொண்டது மாதிரி முகத்தைத் திருப்பிக்கொள்கிறார்களே

'தரமாட்டேன்' என்று எல்லாரும் சொல்லிவிட்டால் பிராணமே போய்விடும்.

ராஜா இடுப்பைவிட்டு நழுவுகிறான். வெயில் தாங்காமல் துவண்டு சாய்கிறான். எவ்வளவு நேரம்தான் அந்தப் பக்கமும் இந்தப் பக்கமும் உயிர்ப்பிடியாய் மார்பைப்போட்டு இந்தப் பாடு படுத்துகிறான். பொறுக்க முடியாமல் உதைக்கிறானே. எப்போதும் அவனை ஏமாற்றிக் கொண்டா இருக்க முடியும்?

கையில் இருந்த வெறும் ஏணம்கூட காற்றைக் குடித்து ஏக்க மூச்சுவிட்டுக் கொண்டே ஓலமிடுகிறது. காற்றின் ஓலமோ? இல்லை எல்லாருக்காகவும் சேர்ந்து அழுகிற ஓலமா.

அவருக்கு ஆஸ்துமா முற்றியதிலிருந்து இந்தப் பாடாகிவிட்டது. இன்னும் கொஞ்சகாலம் இரைந்து இரைந்து மூச்சுத்திணறிக் கொண்டே இருந்துவிட்டு அவரும் போய்விடக்கூடும். விவசாயி களுக்கு லங்கோடு தைக்கத் தெரிந்தவன் டெயிலர் சந்தானம்தான்.

தீராத வியாதிக்கு எந்த மருத்துவனைத் தேடி அலைவது? எங்காவது நாகலாபுரம் பஜாரில் டீக்கடை பெஞ்சியில் பழைய பேப்பரைத் திரும்பத்திரும்ப வாசித்துக்கொண்டு கிடப்பார். ஓசிப் பீடிக்காகக் கண்ட கண்ட பிரயாணிகளிடம் கெஞ்சிக் கூத்தாடுவார். அல்லது ஊர்பஞ்சாயத்து போர்டு தலைவருக்கு எடுபிடி வேலை செய்து ஆயிரம் வசவு வாங்கிக் கொண்டு கால் அரைகாசுக்காக மானம் போக நின்றிருப்பார். நாகலாபுரத்தின் மனம் அலாதியானது. எத்தனையோ காரைவீடுகள் பெண்களின் ரகசியத்தால் இருட்டில் உரையாடுவதை பொன்னம்மா மதினிதான் தம்பிகளுக்குச் சொன்னாள்.

அவரைச் சொல்லி என்ன ஆகப்போகிறது. ஊர் ஊராய்த் தையல் மிஷினைச் சுற்றிக்கொண்டு பேர்ப் போக வாழ்ந்த டெயிலர் மாமனின் வாழ்க்கை எப்படி ஒளிந்து போனது...

டெயிலர் சந்தானத்தின் தையல்பாணியே பெரிய நாகலாபுரத்து திணுசில் பெண்களின் விருப்பத்தையெல்லாம் தையலில் இணைத்துக் காட்டுவார். மாவில்பட்டியிலிருந்து பெரிய நாகலாபுரம் பஜாருக்குச் செல்லும் மாட்டுவண்டிகள், வியாழக்கிழமை சந்தைக்கு வரும் கீகாட்டு போக்கிரிகளுக்கு ஏற்ற பெரிய காலர் வைத்து தலைவழியாக போடும் சட்டைகள், கல்லி ஜிப்பா தைப்பதில் மாமன் பேர்போனவர்.

ஏனோ கண் விழித்துப் பார்க்கமுடியாமல் 'ராஜா' கிடந்தான். அவன் உடம்பில் லேசாகக் காற்றேறி இறங்கிக்கொண்டிருந்ததை உணர்ந்தாள் செல்லம்மா. இன்னும் நாலுவீடு போனால்தான்

காரியம் ஆகும். சூரியன் உச்சிக்கு வந்து கொண்டாட்டமாய் சிரித்தான். அவன் சிரிப்பில் எத்தனை இளக்காரம். மாமனின் ஷிங்கர் மிஷின் எண்ணெய் பாட்டு நழுவும் சக்கர ஒலி. கேட்டுக்கேட்டு நாகலா புரத்தின் பழமையான சோகம் வந்துவிட்டது. குரல்கூட நெஞ்சுத் தூரத்தில் உள்வாங்கிவிட்டது. கடைசிவீட்டில் கொஞ்சம் நம்பிக்கையை ஊன்றி நின்றாள். அந்தப் பெரிய வீட்டு வாசலில் நின்று 'அம்மா...' என்று கூப்பிட்டாள்.

சத்தம் வயிற்று உபாதைகளைச் சுமந்துகொண்டு உள்வீட்டைத் தாண்டிப் போனதும் 'யாரதூ...'என்ற கேள்வி பெண் குரலில் கேட்டது. செல்லம்மாவா....

ஏன் செல்லம்மா நேத்தே சொன்னனே...

கேட்டியா?

நாளைக்கு வரலைன்னு நீ தானே சொன்னே...!

திரும்ப ஏன் வந்தே?

எங்க புள்ளைகளுக்கே இல்லாதபோது கூசாமல் வாரயே, கைக் குழந்தைய வேற காண்பிக்கவா கொண்டாந்திருக்கே...

புள்ளைப்பால் இல்லை.

ஓசிக்கு பால் கொடுத்து முடியுமா?

போ போ... பாலும் இல்லை மோரும் இல்லை.

நாளைப்பின்ன வாசல்ல வந்து இப்படி நிக்காதே....

அந்தக் கடைசி நம்பிக்கையைப் படிக்கட்டில் போட்டு உடைத்து விட்டாள் பெரிய வீட்டம்மாள். நிற்கவே விடாமல் விரட்டுகிறாளே! பள்ளிவாசல்பட்டி ஒண்டியம்மாள் காதகிக் கிழவி.

சம்சாரி வீட்டிலுமா இப்படி முந்தியெல்லாம் கேட்குமுன் கொடுப்பார்களே. இப்போது கேட்டதும் பொரித்துக் கொட்டு கிறார்களே. ஆனால் ஒண்டியம்மாள் குமாரத்திகள் கமலாவும், காந்தி அக்காவும் இருந்திருந்தால் பிள்ளைப்பால் கிடைத்திருக்கும்.

வீடெல்லாம் பசுவும் கன்றும் இருந்தாலும் பாத்திரம் நிறையபால் இருந்தாலும் கொடுக்கிறார்களா? பிள்ளைப் பாலுக்குமா விதியற்றுப் போய்விட்டது கோப்பம்மாள் பசுமடம் வைத்த வீட்டில்?

இந்த உயிரை நனைத்துக்கொள்ளவாவது கொஞ்சம் பால் தர மாட்டார்களா? சொல்லிவைத்த மாதிரியே எல்லாரும் மறுத்து விட்டார்களே. வீடுதவறாமல் ஒரே பதிலைச் சொன்னால் ஏன் இப்படி

தணல் ❋ 19

ஆகிவிட்டது? எல்லாமே வீண்தானோ? எங்கும் இப்படித்தான் நடக்கிறதா? யாரை நம்புவது? பிறகு இந்த நம்பிக்கைதான் எதற்கு? ஒருநாள் இந்த ஒண்டியம்மா பாட்டியும் ஒண்டியாகி தவிப்பாள் என சாபமிட்டாள் பிள்ளைக்காரி.

ஊரார் பிள்ளைக்கெல்லாம் மடியைத் திறந்து பால் கொடுத்துவிட்டு காட்டுவேலைக்குப் போன வீரம்மா சின்னாத்தாளின் நினைவு வந்த மாத்திரத்தில் அழுகையும் வந்து விசும்பினாள்.

வீரம்மாச் சின்னாத்தாளின் பிள்ளைகள் எல்லாம் காப்புலிங்கம் பட்டி கிராமத்தில் இருக்கிறார்கள். காடுமேடெல்லாம் ஆடு மேய்த்துக்கொண்டு பனைவிடலிகளுக்கு நடுவில் வாழ்கிறார்கள். அவள் குணம்தானே அவள் பெத்துப்போட்ட பிள்ளைகளுக்கும்!

அவளிடமே பால்குடித்து வளர்ந்ததை எல்லாம் செத்துப்போன அம்மாள் சொல்லி ஏங்குவாள். எல்லோரும் சீக்கிரமாய் எங்கோதான் போய்விடுகிறார்கள்.

பால்வற்றிப் போனால் என்ன? உடம்பில் என்ன சத்து இருக்கிறது? மூணுவேளைச் சோத்துக்கு ஓடி அடைந்தபாடில்லை. கொஞ்சம் ஈரமாவது உடம்பில் கசிகிறதா? ஏன் பிறந்தான்? நாகலாபுரம் பஞ்சத்தில் அசையும் வறுமையில் எத்தனையோ ஜனம் ஊரைவிட்டுப் போனார்கள். ஆனால் போனவர்கள் நாகலாபுரத்தை நினைத்து ஏங்குவார்கள். அந்த ஊர் இருட்டில்தான் சுவரில் இருக்கும் சதுக்கபூதம் சிம்ளி விளக்குமேல் எட்டிப்பார்க்கும் பிள்ளைகளுடன் ஆடிஆடிக் கதைபோடும் சதுக்கபூதம் ஏன் மண்வீடுகளில் ஒட்டிக் கொள்கிறது?

இதற்குமுன் இவனுக்கு அக்காளும்தான் பிறந்தாள். பிறந்தபோதே என்னமாய் அழுதாள். வீடே அழுத குழந்தையாகிவிட்டது. சின்னப்பிள்ளை இருக்கிற வீடுதானே என்று சும்மா விடுகிறார்களா?

'புள்ளையை இப்படியா அழுகப் போடுவா...

இவுளுக்கெல்லாம் புள்ளை எதுக்கு' என்றால் அண்டை வீட்டுக்காரிகளுக்கு சமாதானம் சொல்லிக்கொண்டா இருக்க முடியும்? அன்றிலிருந்தே அழுகைச் சத்தம் வீட்டைவிட்டு நகரவா செய்கிறது? 'செம்பா... என் செம்பா...' என்று மகளைக் கொஞ்சிக் கொண்டே இருந்தார்.

அவள் பிறந்த வருஷம் 'காசா'ப் போட வந்த சிஸியப்பிள்ளை தானப்பனும் அருகில் இருந்தான் வேடப்பட்டி பாட்டியின் பேரன்.

அங்கிருந்து நடந்துவந்து நாகலாபுரம் பஜாரில் காசா போட்டான். வண்டிப்பாதையில் யாருமின்றிக் கேட்கும் தெம்மாங்குகளை முணங்கி நடப்பான் வேடப்பட்டிக்கு.

வடக்கேபோய் சாப்கடை வியாபாரம் செய்த சேர்வார் தாத்தாவின் கூடப்பிறந்த அக்காஊர்தான் வேடபட்டி, காட்டில் பயறு கிழங்கு கருப்பட்டி தோசை விற்று பருத்தி சேகரித்தாள். வேடப்பட்டி அக்கா மகனின் ஒரே பேரன் தானப்பன்பயல்.

தானப்பனைத்தானே 'மருமகப் புள்ளே...ய்யோவ்... மருமகப் புள்ளே...' என்று மகளுக்கு மாப்பிள்ளையை வீட்டோடு வைத்துக் கொண்டு மூச்சுக்குமூச்சு மகளைப் பற்றி கற்பனைசெய்து கொண்டிருந்தார்.

'என்னவோய்... சந்தானம்... மருமகனையும் வீட்டிலே வச்சிட்டீரோ...'

'நல்ல வீட்டு மாப்ளைதான்... உம்மபாடு யோகந் தான்வே...' என்று பள்ளிக்கூடத்திலிருந்து வீட்டுக்குப் போகிற வழியில் கவுண்டபட்டி வாத்தியார் கேலியாய் பேசிவிட்டுப் போனார்.

மனசில் நினைத்ததையெல்லாம் மருமகனுக்குத் தையலில் இணைத்துக் காட்டி தானப்பனுடன் 'தையல் எப்டி மாப்ளே...' என்று திறமையைப் புகழச் சொல்லி சந்தோஷப்பட்டுப் போவார்.

கண்ணுக்குக் கண்ணாய் செம்பா இருந்தாள். காலுக்கு வெள்ளிக் கொலுசு வாங்க ராப்பகலாய் தைத்துச் சம்பாதித்தார்.

'செல்லம்மா...ஏட்டீ... இனி எல்லாமே செம்பாக்கு தாண்டீ... உனக்கிள்ளட்டீ' என்று குழந்தையாய் குதிப்பாரே.

அன்று ராத்திரித்தான் விஷ ஜூரத்தில் வெள்ளைத்துணிக்குள் நடுங்கிக்கொண்டே கிடந்தாள். 'செம்பா... செம்பா...' என்று தலைமாட்டில் உட்கார்ந்துகொண்டே அந்த அகல்விளக்கு மாதிரி பயந்து நடுங்கிக்கொண்டே இருந்தார்.

'அப்பா...அப்பா...' பிள்ளை உசார் இல்லாமல் கத்தினாள். மூச்சுக்கு முன்னூறு தடவை அவளுக்கு அப்பாதான். அப்பாமீது கையைப் போட்டுக்கொண்டு கிடந்தாள். தொய்வுபட்டுப்பட்டு மூச்சு அங்கும் இங்கும் அலைபாய்ந்துகொண்டிருந்தது. ஒரேயொரு முறைதான் கண்ணை விழித்துப் பார்த்தாள். அப்போதும் கடைசியாக 'ப்பா...' என்று சொல்லிவிட்டுத்தான் போனாள். அப்பா மீது போட்ட கையின் விரல்கள்தானே விரிந்து நின்றுவிட்டன. அந்தக்

கையில்தான் நாகலாபுரம் சந்தையில் வாங்கிவந்த கருப்புவளையல் இருந்தது. தானப்பனைக் கூட்டிக்கொண்டு ராத்திரியோடு ராத்திரியாய் செம்பாவை அடக்கம் செய்துவிட்டு வந்து படுத்தவர்தான்.

'மகளே...' என்ற ஏக்கப் பெருமூச்சு உள்வாங்கி நெஞ்சுத் தடத்தில் புகைந்து புகைந்து கூடுவைத்துப் போய்விட்டது.

தானப்பன் வேலையில்லாமல் அலைந்தான். 'மருகப் புள்ளே... இந்த தையல் மிஷினை எடுத்துக்கிட்டு வடக்க போய் பௌச்சிக்கய்யா ராசா...' என்று அவனைக் கட்டாயப்படுத்தி மிஷினையும் கொடுத்து சாத்தூரில் ரயில் ஏற்றிவிட்டுத் திரும்பி வந்தார்.

இப்போது ராஜா பிறக்கவும் போன உயிர் திரும்பிவந்து 'தானப்பா...' என்று தன்னையறியாமல் கூப்பிட்டுக்கொண்டு திரிகிறார்.

எங்காவது தானப்பன் சௌக்யமாய் இருக்க வேண்டும் என்று வேண்டிக்கொள்ளாத நாள் இல்லை.

எப்பொழுதெல்லாமோ பாக்கி விழுந்துபோன தையல் கூலிகளை வசூலிக்கப் போய்வருவார். போன இடத்தில் எவனாவது மனம் இரங்கட்டுமே!

தானப்பன் இருந்தால் கெடுபிடியாக சண்டைபோட்டு வாங்கி வந்துவிடுவான்.

இப்போதும் யாரிடமாவது கேட்டுப்பார்த்துவிட்டு வருவதாகச் சொல்லிவிட்டுப் போகிறார். எவன் அழைக்கப் போகிறான் இவரை. செல்லம்மாள் 'வீட்டுக் கூடத்தில் துணியை விரித்து ராஜாவைப் படுக்க வைத்த போது அள்ளிமுடிந்த தலைமுடி சரிந்து, பிடரிக்கும் கீழே தொங்கியது. அடங்காத முடியை அள்ளி மடக்கிச் சொருகுகிறாள்.

எப்பொழுதெல்லாமோ செல்லம்மாளுக்காக அவர் காட்டுப் பாதைகளிலெல்லாம் ஒவ்வொன்றாய்ப் பறித்துக்கொண்டு வந்த பூக்களைத்தான் மறக்க முடியுமா? எத்தனை காலம் ஆனாலும் காட்டுப்பூ வாசனை மனத்தைவிட்டுப் போய்விடவா செய்யும்? நாகலாபுரத்தைச் சுற்றி எத்தனை பூக்கள் உதிர்ந்தன அன்று.

இப்பொழுதுகூட சந்தானத்துக்கு செல்லம்மாளின் கூந்தல் பிடித்துத்தான் இருந்தது. எது வந்துவிட்டால்தான் என்ன? கையில் இருந்தால், எதுதான் திரும்பவந்துவிடாது. பொய்யாக மனதில் எதையாவது போட்டுவைத்துக்கொண்டால் போகிறது.

செல்லம்மா வெளியே வந்து எட்டிப்பார்த்தபோது தெரு முனையில்

வந்துகொண்டிருந்தான். கையில் சௌரிமுடிகளுடன் கூவிக்கொண்டே வந்தவன்.

இன்னும் நாலைந்து வீடுகளுக்கு அந்தப் பக்கம்தான் அவன் குரல் வந்துகொண்டிருந்தது.

'முடீகள் கட்ரது... சௌரிமுடீகள் கட்ரது...சௌரி..'

வேகமாய் வீட்டுக்குள் திரும்பிவந்தாள். அந்தத் தையல்மிஷின் இருந்து போய்விட்டிருந்த இடத்தில் கிடந்த பழைய டப்பாவை உருட்டினாள். தூசு கிளம்பி வந்தது.

சாயம்போன நூல்கண்டுகளுக்கும் உடைந்த பித்தான், ஊசி களுக்கும் இடையில் அகலமாய் வாயைத் திறந்துகொண்டு பார்த்த கத்தரிக்கோலை எடுத்தாள்.

சூடு இன்னும் ஆறாமல் இருந்த தலையில் கொஞ்சம் தண்ணீரை தெளித்துக் கொண்டு வந்துவிட்டாள்.

□

4

கோப்பம்மாள்

அஞ்சாம் வகுப்பு கோப்பம்மாளுக்கு பச்சைக்கலர் பாவாடைதான் இருக்கிறது. பாவாடைதான் பச்சையென்றால் பெயரைக்கூட பச்சை என்று கூப்பிட்டார்கள். 'பள்ளிக்கூடம் வரும்போது தம்பியத் தூக்கிட்டு வராதே...' என்று அஞ்சாப்பு வாத்தியார் சொன்னார். 'பிள்ளை தூக்கப்போட்டுருவாக சார், எங்கைய்யா பள்ளிக்குடத்துக்கு வுடாது சார்' என்றாள்.

கோப்பம்மாவுக்கு பள்ளியைவிட்டு வெளியேறினால் அனேக வேலைகள் இருந்தன. ஊர்க்கஞ்சி எடுக்கப்போகணும். அதற்கெல்லாம் எப்பொழுதோ பழகிவிட்டாள். வீடுவீடாய் போய் விழுந்த உருப்படிகளை எடுத்துப் பொதியில் சேர்த்தாள். வீட்டில் கழுதைகள் நிற்காது. ஒவ்வொரு கழுதையும் ஒவ்வொரு திக்கில் திரியும். அவற்றை வீடுசேர்க்க வேண்டும். குட்டிக்கழுதை தரியில் நிற்காது. குட்டிக்கழுதை அவளைக் கண்டு ஓடும். மேட்டு நிலத்தில் நின்று பார்க்கும். கிட்ட வராது. கன்னுக்குட்டி என்று பெயர் வைத்திருந்தாள், குட்டிக் கழுதைக்கி. உன் அம்மா வீட்டுக்கு வந்து விட்டது. ஓடையில் நிக்காதே... என்று செல்லம் கொஞ்சினாள். கோப்பம்மாள் கன்னுக்குட்டியிடம் போய் நின்றாள். சின்ன மூஞ்சியில் அழகு வடிந்தது. திடீரென்று ஓடியது. அவளும் விரட்டினாள். வண்ணாக்குடியில் உள்ள கழுதைமேல் எல்லாம் அதிசயங்கள் இருந்தன. குட்டிக் கழுதை துள்ளியது. வண்ணாப்புள்ளை பள்ளிக்கூடம் போவது வண்ணாத்திக்குப் பெருமை.

பள்ளிக்கூடம் போனால் தம்பி அழுவான். குரங்குக் குட்டி மாதிரி சவலைப்பிள்ளை அது. அண்டி தள்ளி வீசும். அவன் கிட்டத்தில் யாரும் ஒட்டவில்லை. தம்பி ஆயிருந்து விடுவான். பள்ளிக்கூடத்தில் முகம் சுழித்து வகுப்பறையே ஓடியது.

வண்ணாத்தியை அடிப்பதை என்று நிறுத்துகிறோமோ அன்றே உலகம் பாழ் என்ற பிரம்புக் கொள்கை வைத்திருந்தார், அஞ்சாப்பு

வாத்தியார், வகுப்பறையைக் கழுவிவிட்டு சுத்தம் செய்யும்படி கட்டளையிட்டார். கோப்பம்மாள் அழுதபடி துப்பரவு செய்தாள். எல்லாப் பிள்ளைகள் மூஞ்சியிலும் சுழிப்பு இருந்தது. அவளுக்கு அவமானமாகப் போய்விட்டது. கோப்பம்மாளைக் கண்டு முகஞ் சுழிக்காதவர் ஒருசிலர் இல்லாமலில்லை. வண்ணாத்திப்பூச்சி என்றான் மாரியப்பன். மாரியப்பனின் மண்டை முன்னும் பின்னும் சப்பளிந்து இருந்தது. பிளசர்-மண்டை என்றார்கள் அவனை. கிள்ளிவைப்பான் பிள்ளைகளை. பிளசர்-மண்டையில் வாத்தியாரின் குட்டுகள் விழும்.

அவன் பள்ளிக்கூடம் வரும்போது ஊதாச் சட்டை போட்டு வந்தான். ஊதா பிளசர் என்றார்கள் அவனை. ஒருவர் மாற்றி ஒருவர் பட்டங்கள் கொடுத்தது பற்றி பெரியவர்கள் கவனிப்பதில்லை.

மாரியப்பன் வீட்டுக்கு அழுக்கு எடுக்கப்போனாள் கோப்பம்மாள். ஊதாச் சட்டைகள் மூன்று இருந்தன மாரியப்பனுக்கு. என்றோ செத்துப்போன அய்யாவுடைய சட்டைகளே அவை. மாரியப்பன் அய்யா விறகு வெட்டி. ஊதாச்சட்டையும் பெல்டும் போட்டிருந்தார். அய்யா இருக்கும்போதே அவன் வீட்டில் மூன்று சட்டைகள் இருந்தன. டவுசர் மட்டும் போட்டிருந்தான் மாரியப்பன். அவனுக்கு ஊதா சட்டைகளை விட்டுவிட்டு அய்யா மண்ணுக்குள் போய்விட்டார்.

மாரியப்பனின் பஞ்சர் ஒட்டிய டவுசர்கள் நிறமிழந்துவிட்டன. பையில் வெல்லக்கட்டி போட்டு வைப்பதால் எலிகள் கொரித்தன. மாரியப்பன் வீட்டில் துட்டு திருடி வெல்லக்கட்டிதான் வாங்குவான். 'அடே மாரியப்பா வெல்லக்கட்டி திங்காதேடா பல்சூத்தையாகி விடும்' என்றாள் அம்மா. 'இன்னிமே திங்க மாட்டம்மா' என்றான் சமத்து. மாரியப்பன் குண்டிப்பக்கம் போஸ்ட்பாக்ஸ் இருந்தது. ஒவ்வொரு கலர்போஸ்ட் பாக்சும் ஒவ்வொரு டவுசர்களில் இருந்தன. மாணவர்கள் போஸ்ட் பாக்ஸில் லெட்டர் போட்டார்கள்.

டெயிலர் பொன்னுச்சாமி மாமா அவன் டவுசருக்கும் சட்டைக்கும் கலர்கலர் பீஸ்களில் தபால்பெட்டிகளை இணைத்தார். ஓசியில் அவனுக்கு மணிப்பர்ஸ் செய்து கொடுத்தார். பள்ளிக்கூடத்திலேயே மாரியப்பனிடம்தான் குட்டி மணிப்பர்ஸ் இருந்தது. அமுக்கு பட்டன் வைத்த மணிப்பர்சு. மணிப்பர்சுக்குள் ரூவா தாள்கள் வைத்திருந் தான். நோட்டுப் புஸ்தகத்தில் நடு நடுவில் ரூவா படம் போட்டான். அதை பிளேடால் வெட்டி ரூவா சேர்த்தான். எல்லாப் பிள்ளைகளும் பார்க்கும் சமயத்தில், போஸ்ட் பாக்ஸைத் திறந்து குட்டி மணிப்பர்ஸை

எடுத்தான். தலைகள் தொங்கின. டேய் டேய்... எனக்குடா எனக்குடா என்று பிள்ளைகள் கைநீட்டிச் சூழ்ந்தன. ஒவ்வொருவருக்கும் ரூவாதாள் கொடுத்துப் பெருமைப்பட்டான். அப்போது மாரியப்பன் கண்கள் சாகஸம் புரிந்தன. பெரிய சீமான் மாதிரி பென்சிலை வைத்து சிரேட் குடித்தான். வண்ணாத்திப்பூச்சி இந்தப்பக்கம் வரமாட்டாள். தம்பியோடு பலகையில் ஒதுங்கி நின்றாள். மாரியப்பன் அவளுக்கு மட்டும் யாருக்கும் தெரியாதபடி ரூவா நோட்டு கொடுத்தான். அவளும் சுற்றி நோட்டம் பார்த்துவிட்டு வாங்கிக் கொண்டாள்.

அஞ்சாப்பு வாத்தியார் பிரம்புப் புஸ்தகத்துடன் வேட்டியைப் பிடித்தபடி உள்ளே நுழைந்தார். வகுப்பறையில் நடப்பதைப் பார்த்த மாத்திரம் தெரிந்துவிடும் அவருக்கு. பள்ளிக்கூடத்தில் மிஷின் வைத்திருந்தார். அந்த மிஷின் டிராயருக்குள் இருந்தது. யார் யார் என்ன சேட்டை செய்தார்களோ அதையெல்லாம் பதிந்துவிடும். வாத்தியார் வரவும் சொல்லிக் கொடுத்துவிடும். வந்ததும், வாரத்தில் முதல்நாள் சீருடை அணியாதவர்களைப் பள்ளியைவிட்டு விரட்டினார். சார்... சார்... மாரியப்பன் டவுசர் போடல சார்... என்றான் கெசவால் ராமசாமி. வாத்தியார் மாரியப்பனை பிரம்புடன் அணைத்துக்கேட்டார்... சார்... சார்... டவுசர் போட்டுருக்கன் சார்... சட்டைக்கு உள்ள இருக்கு சார் என்றான். 'டவுசர் போட்டிருந்தா சட்டய தூக்கிக் காட்டு டே' என்றார் வாத்தியார். ரெண்டு கையாலும் ஊதாச் சட்டையைப் பிடித்துக்கொண்டான். யாரும் சட்டையைத் தூக்கிவிடுவார்கள் என்று பயந்து நடுங்கினான். உடனே பிரம்புச் சட்டம் அமுலானது. மாரியப்பனை வகுப்பறையைவிட்டு விரட்டினார். மேலும் சீருடை இல்லாத கோப்பம்மாவுடன் பிரம்பு பேசியது. மாரியப்பனும் வண்ணாத்திப்பூச்சியும் வகுப்பறையிலிருந்து வெளியேறினார்கள். பள்ளிக்கூடத்துக்கு வெளியில் வெயில். பூட்டிக்கிடந்த வீடுகளைக் கடந்து போனார்கள். தெருமுனையில் வகுப்பறைச் சத்தம் கேட்டது. அவர்கள் மனப்போக்கின் சுதந்திரத்தைப் போல் வெயிலும் மாறியது. கோப்பம்மாள் இடுப்பில் தம்பி இருந்தான். தெருக் கடேசியில் விளையாட்டுப் பள்ளிக்கூடம் நடக்கிறது. நிழல் விளையாட்டு. அங்குதான் ஒன்னாப்பு கோபால் வாத்தியார் இருந்தார்.

அஞ்சாப்பு பிள்ளைகளுக்கு நிழல் விளையாட்டு கிடைக்காது. அஞ்சாப்பு வாத்தியார் ஆங்கிலம், தமிழ்ப்பாடம், கணக்கு, அறிவியல் என்றுதான் பாடங்கள் நடத்துவார். அஞ்சாப்பு வாத்தியார்

விளையாட்டின் எதிரி. பெற்றோர்களும் குதியாளம்போடுவதை எதிர்த்து வந்தார்கள்.

எல்லோரும் கோபால் வாத்தியாரிடம் நிழல் விளையாட்டு கற்றுக்கொண்டவர்கள்தான், கோப்பம்மாளும் விளையாடினாள். தம்பியை இடுப்பில் தூக்கிவைத்துக்கொண்டால் விளையாட்டில் சேர்க்க மாட்டார்கள். ஆகவே வாத்தியாருக்கு அருகில் நின்றாள். குட்டித்தம்பி அக்காளின் அட்டுச்சடையைப் பிடித்து விளையாடு கிறான். அக்கா, முகத்தில் சின்னச் சின்ன பிஞ்சுக்கைகளை அலைத்துச் சிரித்தான்.

விளையாட்டில் சேர்ந்துகொண்ட பிள்ளைகள் குட்டித் தம்பிக்கும் கோப்பம்மாளுக்கும் டூ விட்டார்கள். மாரியப்பன் ஒன்னாப்பு பிள்ளை களோடு விளையாடினான்.

வேம்பு எப்போது பூத்தது, பூத்ததை உதிர்த்தது, பிஞ்சும் பூவுமானது எப்போது என்றெல்லாம் கோவாலு வாத்தியார் பார்த்துக் கொண்டிருந்தார்.

நெ. மேட்டுப்பட்டி பிள்ளைகள் எப்பொழுதெல்லாம் வேம்புடன் விளையாடினார்கள். கோபாலு வாத்தியார் சின்னப்பிள்ளையாக இருந்தபோது அவருக்கு நிழல் விளையாட்டு சொல்லிக்கொடுத்தவர் களைப் பற்றியெல்லாம் தாத்தாவுக்கு முந்திய காலத்து வேம்பு மறக்கவே இல்லை.

நெ. மேட்டுப்பட்டியில் ரொம்ப வயசான வேம்பாகையால் தான் தோன்றிய காலத்தையும் நிழல்விளையாட்டுகள் தோன்றிய காலத்தையும் ஒருவேளை மறந்து போயிருக்கலாம்.

கோப்பம்மாளை யாரும் விளையாட்டில் சேர்த்துக்கொள்ளாத போது வேம்பு அவளைப் பார்த்தது. அவள் பச்சைப்பாவாடை யிலிருந்து தொங்கும் நாடாவை எடுத்துக் கடித்துக்கொண்டிருந்தாள்.

கோபால் வாத்தியாரின் பார்வை மரக்கிளைகளின் ஆராய்ச்சி யிலிருந்து கீழிறங்கி விளையாட்டினூடே பிள்ளைகளை நோட்டம் பார்த்தது. திரும்பவும் விட்ட கிளைதாவி ஏறியது கோபால் வாத்தியாரின் கவனம்.

வேம்புக்கு எத்தனை கிளைகள், எத்தனை இலைகள், எத்தனை பூ, இப்போது எத்தனை பூக்களை உதிர்த்தது, இதற்கு முந்திக் காலத்தில் எவ்வளவு பூக்களை உதிர்த்தது, நேற்றுப் பூத்ததும் இரவில் உதிர்ந்ததும் எத்தனை எத்தனை என்ற கேள்விமேல் கேள்வியாக

பறந்துகொண்டிருந்தார். நிழல்விளையாட்டுகளினூடே வேம்பு அசைந்தது. அதன் நிழல் வெளிச்சக்கோடுகளை உருவாக்கியது. கொஞ்சம் கொஞ்சமாய் நகரும் சூரியனைப் பின்பற்றி நகரும் இலைக் கண்கள். கீழே எதிர்திசை நோக்கி நகரும் வேம்பின் நிழல் விளையாட்டு.

ஒடிசலான கோபால் வாத்தியார் பிள்ளைகளுக்கு நிழல் விளையாட்டின் மீது வரும் ஆர்வத்தைத் தூண்டி வருகிறார் ஒவ்வொரு காலமும்.

வேம்பின் வயோதிகம் யாருக்குத் தெரியும். அதன் நிழல் மேல்படர்ந்த விளையாட்டுகளும் மறைந்துவிடும். மறைவுகாலம் தெரியாமலே மறைத்துவிடும். யார் கண்ணிலும் படாமல் இங்கு யார் இருந்தார்கள் வாழ்ந்தார்கள் எங்கே போனார்கள் என்பதெல்லாம் மறைந்துவிடும்.

நெ. மேட்டுப்பட்டி தெற்குத் தெருவில் தேய்ந்து கிடந்த நீண்டகாலப் புழுதிகூட இந்த வழியே போன காற்றால் அடித்துச் செல்லப்படும். தெருவே கரடு தட்டிப்போன வண்டிப்பாதையாய் கிடக்கும். இந்த வழியில் இப்போது வண்டிகள் போவதில்லை. ஆள் நடமாட்ட மில்லாது போய்விட்டது. இதே வரிசையான வீடுகளில் வண்ணாக் குடிகளும் மாறிவிட்டன. ரேழிக்கதவின் உள்ளே பறந்து கிடக்கும் வீடு. உள்ளே கோப்பம்மாள் குமர் இருந்துகொண்டிருந்தாள். தன் பள்ளிக்காலம் ஓடியபின் தெருவழியே நடப்பதுகூட இல்லை. வண்டிப்பாதை வழியாக ஓரமாய் நடந்துபோய் காட்டில் மேயும் கழுதைகளை பத்தியபடி முள்ளுவிறகுடன் திரும்பி வந்தாள்.

மாரியப்பன் வேணாத வெயிலோடு பண்ணை ஆடுகளுக்குப் பின்னால் காடே கிடையாகக் கிடந்து காய்ந்த வாடக்கரடுகளை ஆடுகள் தின்னும் சத்தத்தைக் கேட்டபடி தொரட்டியை நிலையாக ஊன்றியபடி கல்தூணாகி நிற்பான். ஆடு யார் பொலியில் தின்னாலும் மேஞ்சாலும் கண்ணுக்குத் தெரியாமல் புலம்பிக்கொண்டிருப்பான். பனையேறி சேருமுக நாடாரிடம் குடித்த கள்ளு முட்டி உச்சிவெயிலில் தலைக்கேறும் ரத்தச் சிவப்பாக கண்ணுமுளி பிதுங்கி நிற்கும். கண்ணில் ரத்தம் சொட்ட காத்துவாக்கில் மேற்காமல் திரும்பி நின்றபடி காட்டுக் கூப்பாடும் பாட்டுமாய் காடே தாங்காது. காற்றோடு சேர்ந்து கொண்டு ஊளையிடும்போது மேகாற்றுக்கும் அவனுக்கும் தாறுமாறான சண்டை நடப்பது போல் இருக்கும்.

கட்டாந்தரை மாதிரி செம்பட்டையும் வங்குவங்காய் பயல்

உடம்பெல்லாம் சொரி உப்பரிஞ்சு போய் கிடப்பான் ஓடக்காட்டில்.

ஊதாச்சட்டை வெயிலில் அசைவதைப் பார்த்து சுற்றிச் சுற்றி முள்ளு சேகரிப்பாள் கோப்பம்மாள். அன்று ராத்திரி கோப்பம்மாள் சோறெடுக்க வந்தாள். எல்லோர் வீட்டிலும் வாங்கிக்கொண்டு மாரியப்பன் வீட்டுக்கு வந்தாள். மாரியப்பன் இருட்டில் நின்று கொண்டு 'கோப்பம்மா' என்றான். அவனிடம் வந்தாள். கோப்பம்மாளின் சோத்துப்பானைக்குள் கையைவிட்டு ஒரு கை அள்ளி வாயில் போட்டுக்கொண்டான். நல்லா இருக்கு என்றான்.

கோப்பம்மா உனக்கு... என்று இன்னொரு கவளம் அள்ளி அவளிடம் நீட்டினான். மறுக்காமல் வாங்கி சாப்பிடாமல் பானையில் சேர்த்துக் கொண்டாள்.

அந்த இரவோடு அவள் சோறெடுக்க வரவில்லை. அவள் ஆத்தாதான் அழுக்கெடுக்க வந்தாள். கோப்பம்மாள் இப்போதெல்லாம் வெளியில் வருவது கூட இல்லை. தண்ணிக்கிணத்தில் நின்றபோது கரைவழியாக ஆடுகளோடு புழுதிகிளம்ப போய்க்கொண்டிருந்தான் மாரியப்பன். அவள் இருந்த பக்கம் திரும்பிப் பாராமல் உர்...ரென்று முகத்தை வைத்துக்கொண்டு நடந்தான். அவள் அருகில் சப்தநாடி எல்லாம் அடங்கி நடந்துகொண்டிருந்ததே தெரியாமல் காட்டுக்குப் போனான்.

அவள் இருந்த பக்கம் எட்டிப்பார்க்காத நாளில் கோப்பம்மாளைப் பெண்கேட்டு வந்துவிட்டார்கள், தெற்கே வெகுதொலைவான விருந்தாளிகள். ராத்திரியோடு பெண் அழைத்துப் போக இருந்தது.

கிணத்தங்கரைப்பக்கம் குடத்துடன் போய் காத்திருந்தாள். காட்டிலிருந்து வரவேயில்லை அவன்.

வீட்டுக்கு வந்தபோது வாசலில் கிடந்த அழுக்குப் பொதியில் அது துருத்திக்கொண்டு வெளியில் தெரிந்தது.

இற்று உருக்குலைந்து போன 'ஊதாச்சட்டை'தான். அதை யாருக்கும் தெரியாமல் உருவி எடுத்து உள்ளே கொண்டு போனாள்.

கந்தல் கந்தலாய் சிதிலமடைந்துபோன ஊதாச்சட்டையில் எல்லா இடமும் பொத்தலும் ஒட்டுமாய் இருந்தது.

நெஞ்சுத் தூரத்தில் வெக்கை திரண்டு தீக்கங்குபோல் பழுத்து எரிந்தது.

உப்பரித்து வீசும் ஊதாச்சட்டையை மார்போடு புதைத்துக் கொண்டு கேவிக்கேவி அழுதாள். முகத்தில் ஒற்றிக்கொண்டாள்.

ஆறுதல் அடைய மறுத்த தீக்கணு எரிந்துகொண்டிருந்தது. கோப்பம்மாள் ஊதாச்சட்டையை ஊருக்கு கொண்டு போகவேண்டிய மஞ்சள் பையில் தன் சேலையுடன் எடுத்துவைத்தாள்.

பின்வாசல் கருக்கிருட்டில் இருட்டுப்பூச்சிகள் சத்தத்துடன் இருளைப் பெருக்கியபடி இரைந்துகொண்டிருந்தன. ☐

5

மீண்டும் ஆண்டாளின் தெருக்களில்

தூமணி மாடத்துச் சுற்றும் விளக்கெரியத்
தூபங் கமழத் துயிலணைமேல் கண்வளரும்
மாமன் மகளே மணிக்கதவம் தாள் திறவாய்
மாமீ ரவளை யெழுப்பீரோ உன்மகள் தான்
ஊமையோ வன்றிச் செவிடோ அனந்தலோ
ஏமப் பெருந்துயில் மந்திரப் பட்டாளோ

- ஆண்டாள்

என்னைத் திறந்த சிற்பம் ஒன்று அலபீடு சிற்பக் கூடத்தில் இறந்து கிடந்தது. கைகள் முலைகள் முகம் அறுந்த சிலை ஒன்று கோபத்தில் சுடரும் ஒளி.

அலபீடு சிற்பக்கூடம் முதல் ஆண்டாள் தெருக்கள் வரை நடந்து திரிந்தேன். எல்லாமற்ற அமைதியில் உறங்கும் பயணிகளோடு ஹாஸ்பட் பாசஞ்சரின் தனிமை. இருளில் நகரும் பயணம் ஹம்பிக்கு. புராணிக வீதியிலிருந்து வருகிறேன்.

மௌனத்தின் அடியில் நொறுங்கிய சிருஷ்டிகளின் அதிர்வு. உளியின் பதிவுகள். கரையான் தின்ற ஏடுகளில் உளியின் கோடு. உளியின் தொகுதி ஒன்று கல்லில் பதுங்கிய பூதம். மூல உயிரென மைய இருள்நோக்கி தெறித்த வில்திறம் அதிர அதிர அலையலையாய் நூறாயிரம் கல்மண்டபங்கள். தூண்கள் எல்லாம் பேசாதிருந்த சிலை. கல்லின் பாஷை விரக்தியின் ஊற்று. கல்லில் ஒளிரேகை, இருளில் புகுந்து அடிக்குரலில் குமுறும் புறா ஒன்றின் சோகமென ஊமையான சிலை முகம். புறங்கள் தோறும் அசைகிறது.

கர்ப்பக்கிரஹ இருளில் திரிகள் எரிகின்றன. கிளியஞ் சிட்டி தீபங்கள் கொண்டுவந்த மகளிர் சூழ்ந்துவர அலபீடு கோபுரவாசல், சிற்பிகள் வாழும் புஷ்பவனத் தெரு. கூட்டமாய் உறங்கும் மரங்கள்.

கீழே ஊர்ந்து நகர்கிற நதி.

இடிந்த மாடத்தில் இருந்து சென்ற சிலை விளக்கு. கசியும் மாடம். ஒளிபட்டு இருண்ட மாடம். எண்ணெயும் திரிகள் விழுந்த மசகும் கோடு கோடாய் பதிவுகள். உள்ளே புகை மறைத்த காலம் அடிமனசில். இருளில் நகரும் வெண்பருந்து காலத்தில் மௌனமான மரம் ஒன்றின் சாஸ்வதநிலைபோலும் அவள் மௌனம். எதிர் நின்று எதிர்கொள்ள முடியாத முகம். கண்கள் ஆழத்தில் புதைந்து உள்ளே சஞ்சரித்துக்கொண்டிருந்தன. கருமைக்குள்ளிருந்தவாறே என்னைப் பார்த்தாள் எதிர்பார்ப்பில்லாமல்.

அவளுள் எரியும் கோப விளக்கொன்றின் சுடர் தீவிரமடைந்தது. உயிரைநோக்கி ஆயிரமாய் கதிர்கள் வீசி அழைத்தன. தன்நிலை இழந்து உள்ளே... புகையான நிலை. அங்கே ஆண்டாள் சிறைபட்டு சுவருக்குள் பதுங்கியிருந்தாள். தனிமைப் பெருநிலையில் இந்த அகால இருள் அவளுள் அடைந்து கிடக்குமென்று எதிர்பார்க்க வில்லை. சிறு துவாரம் கிடைத்தால் தப்பி வெளிப்பட்டுவிடலாமென. அடிமை போலும் உலகின் வட்டத்தில் எதிர்கொள்ள ஏதுமற்று அனாதையென அவள் நிலை.

அவளுள் அசந்தர்ப்பமாக மாட்டிக்கொண்டதால் என் வருகை கலவரமாகி விட்டது. வரவேற்று அன்புதர சமிக்ஞையற்று தாறுமாறாய் கோடுகள் வந்தன. இருளின் அடியில் அமர்ந்திருந்த கைதி போலும் என் நிழல் கண்டு மருண்டு இன்னும் தொலைவில் அதிர்ந்து, எனக்கு எட்டாத இடம் புகுந்தாள். உள்ளே இருந்தன பல அறைகள். சுவர் களில் ஓவியங்கள் விநோதவகைக் கோடுகள், பாசுரங்களின் ஆதார ஊற்று சுரந்துகொண்டிருந்தது. மனபிம்பங்களில் அலைந்து திருடனைப் போல் அவள் அறைகளில் தேடினேன். உள்ளே அவள் இல்லை.

அற்புத சிருஷ்டிகளின் இருப்பிடம் கண்டு திகைக்கையில் எதுவும் அவளுள்ளிருந்து வெளிப்படாமல் உள்ளே இருந்தன தூரத்தில் முனகலாகக் கேட்டது அவள்தானா என்று புரியவில்லை.

எதுவுமற்ற வெண்படலத்துக்குள் போய்க்கொண்டிருந்த பாதை. மண்புழுவென இருபக்கமும் அசைந்தது உயிர். ஜீவனொளி போன்றே இவ்வெறுமையில் மின்னும் விந்தைப் பொழுது. விழையாமல் விழையும் வெளி; உயிர். ஆண்டாளின் உயிரிடம் கண்டு அதிசயிக்க, 'வெளி' ரூபம் கரைந்து மெலிந்து கனமற்ற பனித் திவலையாய் என்மேல் விழுந்தாள். அவ்வுயிர் வியக்கத்தக்கவகையில் கூடவே இருந்து இரவு முழுவதும் தழுவி என் ஜடரூபம் மலர்ந்து காலையென

உருமாறியிருந்தது. மௌனமாய் எரிகிற மலர் ஒன்று பனித் திவலைகளால் நிரம்புகிறது.

இருளின் உள்ளே ஆண்டாள் இருந்த வீடு. காவிநிற மாடங்களில் புறாக்கள் இன்னும் மறையவில்லை. ஆண்டாளின் பசுக்கள் எங்கு மறைந்தன. கழுத்து மணி புலம்பியபாதைகளைத் தேடி வருவோம். ஆண்டாள் சென்று மறைந்த திசைகளுக்கு அப்பால் கேட்கும் பாசுரங்கள்.

கிராமத்தின் ஆத்மாவில் ஆண்டாள். அவள் இருந்த மாட வீடு, செங்கல் வைத்து அடுக்கடுக்காக கட்டிவைத்த ஓவியம் போல் இரவில் அவள் வீடு, வசீகரஒளியுடன். நிலவு புகுந்த கருமேகம் பிளந்து ஆதி மகளிர். ஆதிமகளிர் சூழ ஆண்டாள் வருகிறாள். உயிரின் உள்ளே பாசுரம். இசையில் வளரும் உலகங்கள். ஆதிமகளிர் சூழ்ந்த நெருப்பு. குலவையிட்ட பாடல்.

நீல வண்ண பிந்து சூழ்கொண்ட வட்டவெளி. இரவின் நீல நிறம் கிராமத்தை மூடியுள்ளது. மேற்கு மலைத் தொடரும் நீலமாய் எழுந்து உயிரைத் தொடுகிறது. பாசுரங்கள் பாடிவளர்ந்த பிராயகாலம். ஆண்டாளுடன் கூடிவிளையாடிய மார்கழி மாதம். வந்து வந்து மறையும் கண்ணாடி உள்ளே பசுக்கூட்டம்.

ஆண்டாளின் பசுக்கள் எல்லாம் தோட்டத்தில் மேய்கிறது. செடிகளுக்குள் பசுவின் முகம் இலைமறைவில் பசுவின் கண்கள் நீர் கசிந்து மறையும் யாருக்கும் தெரியாமல். பசுவின் முகம் அழியாத காடு. காட்டு ஓடையில் புலம்பும் புல்லாங்குழல். தம்மையறியாது கனியும் அன்பு. மார்கழி பொலிவுற்ற காடு. காடே அவள் மனசு.

வேடன் அம்பில் வில்திறம் அதிர்ந்த கானகத்தே பறவைகள் தொகுதி: ஒலிக்கோடு. பகலில் உறங்கி இரவில் அலறும் மிருகங்கள். மறைந்த நதி.

ஆண்டாளின் தெருக்களில் மீண்டும் வருகிறது. மூளிக் கோபுரங்களின் வௌவாலின் குரல். உள்ளே சாஸ்வதமான உயிர்கள் வழிவழியாய் அடைந்து கிடக்கின்றன.

ஆண்டாள் கோயில் கோபுரவாசலில் சிறுமிகளும் பெண்களும் மறையவில்லை. பிரஹாரம் வேண்டிய பேரமைதியுடன் பூர்வகால ஸர்ப்பம் ஒன்று யுகங்கள் பல கடந்து வருகிறது.

நாகசிற்பத்தின் அருகே புற்றொன்றில் தலைகாட்டி மறையும் ஸர்ப்பம். பால்வார்த்து வருகிறார்கள். வெளிப் பிரஹாரத்துக்கு

அருகில் நாகலிங்கமரம். அதில் வாழும் ஸர்ப்பத்தின் குடும்பம். ஆண்டாள் பால் கொண்டுவந்த காலம். நாகலிங்க மரம் சாட்சியாக ஸர்ப்பத்தின் கோடுகள் கோயில் சுவர்கள் எங்கும்.

கனவின் ஆழத்துள் அழைத்தன ஸர்ப்பத்தின் கோலங்கள். வளைந்து வளைந்து ஆடும் விஷம் சுமந்த ஸர்ப்பங்கள். தேகமெங்கும்படம் விரிகோலம். விசும்பிய வால் மீதமர்ந்து சுருண்டு உள்ளே... வெகு தூரம் இழுத்தது. இருளானபாதை உள்ளே சுற்றிச் சுற்றி இறங்கும். ஆழத்தில் இருள் புரண்டு உள்ளிழுத்தது. ஒரு கணம் மௌனம். நினைவுகளின் சூட்சுமத்திரவம் ஒளிர்ந்து ஸர்ப்பம் ஒன்றின் பார்வை, உணர்வில் உயிரில் கலந்து ஒலிகளற்ற புயலில் உறைந்தது. உள்ளே கரு கருவென சிலைகள்.

ஒளி நடுங்கும் உள்தளத்தில் தழுவும் ஜீவகோடி விதைகள் எழுந்தன. ஸ்பரிசத்தின் ஒளித்திவலைகள் ரகஸியமொன்றின் கருங்கோடுகளில் ஈரமாய்ப் படிகிறது. ஸர்ப்பதின் ஸ்பரிச லயம். எங்கோ மறைந்த ஆண்டாளின் பெண்மையுரு. மாறாத புன்னகை. எங்கும் ஒளி ஊமையான மோனம். மனதின் கருமைபிளந்து உதடுகளின் துடிப்பு அவள்தானா.

காலநீர் புரண்டுவருகிறது. எல்லாவற்றின் மீதும் ஆண்டாள். என்னை இழந்து மெலிந்து ஒளித்திவலைகள். உள்வட்டக் கண்ணாடியில் கூட்டமாய் ஸர்ப்பங்கள்.

ஆழ்ந்த இருளில் மகுடி சுழன்றது. மகுடியின் தீவளையம் ஸர்ப்பத்தில் ஆடியது. சிலைகள் எழுந்து நின்றன. உள்ளே இருளில் நகரும் ஸர்ப்பங்கள்.

பொந்து விட்டு வெளியேறி நகரும் பாதையில் சௌனகமுனியின் ஸர்ப்ப யாகம் நடந்துகொண்டிருந்தது. யாக குண்டத்தில் வீழ்ந்த ஸர்ப்பங்கள் எழுந்த தீயில் ஆடி வெளியேறுகின்றன.

வேதவியாசனின் புற்றில் உயரெழுந்து தவமான ஸர்ப்பம் கமண்டலத்தில் சுற்றி புராணம் கடந்து வருகிறது. கலையைத் தீண்டி அழிவற்ற ஸர்ப்பம் காலகாலமாய் ஆண்டாள்கோயில் பிரஹார இருளில் கருங்கோடுகள் வரைகிறது. கோடுகள் அதிரும் ஆழத்தில் கல்லில் எழுந்த சிற்பக்கூடம். இசைவடிவ ஸர்ப்பம் திசைகளில் எழுந்த மோன நிலை.

காற்றில் கலந்த மழையின் குரலில் ஆதி மகளிர் சென்ற பாதை. நிலம் ஆதியின் யோனி. ஒவ்வொரு அணுவிலும் அவள் அதிர்வு. உள்ளே கருமை புரண்டு சீறும் ஸர்ப்பங்கள்.

மழையில் நனைந்த தெருவில் இருந்துவருகிறார்கள். எங்கள் காவிநிற மாடங்களில் புறாக்கள் இன்னும் மறையவில்லை.

ஆண்டாள் விஸ்வரூபயோகினீ. அவளைப் பார்க்காமலே ஒரு தனித்த சுரம் சிதைந்த ராகம் எங்கள் தெருவில்.

மார்கழி முழுவதும் ஆண்டாள் வளைந்து வளைந்து விளையாடுகிறாள். பெண்கள் வாசல் முழுவதும் கோலமிடுகிறார்கள்.

அவள் கல்மடந்தை, சிலை ஒன்றின் ஆழத்தில் நெஞ்சறுக்கும் பெண்சோகம், கோபுரத்தை அண்ணாந்த பார்வையில் தொண்டைக்குள் வலியை உணரும்போதெல்லாம் எங்கேயோ கோயில் அம்பலத்தில் வயதானவர்கள் பாடிக்கொண்டிருந்த ஆண்டாள் பாசுரங்கள். மூளிக் கலசங்களில் மோதும் சிறகுகளோடும் காதல் தேக்கிய கண்களோடும் எங்கள் காவிநிற மாடங்களில் புறாக்கள் மறையவில்லை.

□

மீண்டும் ஆண்டாளின் தெருக்களில் ❁ 35

6

ஈஸ்வரி அக்காளின் பாட்டு

ஈஸ்வரி அக்காளைப் பிரிந்தபோது வீட்டுமுருங்கைமரம் பிஞ்சும் பூவுமாக இருந்தது.

அவள் பெரியபத்து படித்துக் கொண்டிருந்த சமயத்தில் தாத்தாவின் சம்மதத்தோடு கூட்டிக்கொண்டு போனார்கள். ஈஸ்வரி அக்கா திரும்பி வருவாள் என்று தாத்தா சொன்னார்.

நம்ம ஊரிலேயே ஈஸ்வரி அக்காதான் நென்மேனிக்குப் படிக்கப் போனாள். அங்கு சலூன்கடை போட்டிருந்த குடிமகன் பொன்னுச் சாமிக்கும் அவளுக்கும் வேதக்கோயில் திருவிழாவில் வைத்து காதல் பிறந்துவிட்டது. அவளுக்காக மரச்சிலுவையும் வெள்ளைப் பாசியும் வாங்கிக் கொடுத்தான். உடனே பள்ளிக்கூடம் பூராவும் தெரிந்து விட்டது. ஒரே பேச்சு எல்லாருடை கேலிப்பேச்சையும் வாங்கிக் கட்டிக்கொண்டாள். பதில்பேச முடியாமல் தலைகுனிந்தபடி வீடு திரும்பினாள்.

தாத்தாவும் விடுவதாக இல்லை. வந்ததும் சண்டை. தாத்தாவின் கோபம் தணிவதற்கு ஒரு இரவும் ஒரு முழுப் பகலும் பிடிக்கும். உடனே ராசியாகிவிட்டார்கள். தாத்தாவுக்கு ஈஸ்வரியின் முகத்தில் முழிக்காமல் விடியாது. கிணத்துவெட்டு வேலைக்குப் போகமுடியாது. கிணத்துவெட்டு இளவட்டங்கள் ஈஸ்வரியின் வீட்டு முற்றத்தில் என்னேரமும் சீட்டாடிக்கொண்டிருந்தார்கள். அவளுக்கு ஏற்பட்ட மனச் சடவை அவர்களாலும் பொறுத்துக் கொள்ள முடியாது.

கிணத்துவெட்டு வேலை முடிந்து திரும்புகிற சாயந்திரத்தில் நென்மேனி மிட்டாய்க் கடையிலிருந்து நூல்சேவு வாங்கி வருவார்கள். ஈஸ்வரி எல்லாருக்கும் பங்குவைத்துக் கொடுத்தால் அவர்களுக்குப் பிடிக்கும்.

ஒரு டஜன் ஈய டம்ளர்களும் காப்பிக்குண்டாவும் இருந்தன.

ஈஸ்வரிதான் அவர்களுக்கு சாயா போட்டுக் கொடுத்தாள். எல்லாரும் வெளிமுற்றத்தில் அமர்ந்து ‘சேவை’ நொறுக்கும் போது, ஈஸ்வரி போட்டுக்கொடுத்த குடல் இனிக்கும் சாயாவைப் பரிமாறிக் கொண்டார்கள். பீடிகுடிக்க தனி தெம்புதான். உடனே சீட்டாட கைகள் அமரும். நடுவில் கலைத்துப் போட்ட சீட்டுக்களாகப் பிரிந்து செல்வார்கள். அவர்கள் வீடுகள் எல்லாம் பள்ளத்தெருவில் இருந்தன. ஈஸ்வரியும் தாத்தாவும் இருந்தவீடு தனிவீடு. பெரியவாசல். பூவரசு மரம். பூவரசுமரம் இலைகளைக் கொட்டியது. மஞ்சள் பூ எங்கும் விழுந்து கிடக்கும். கூரை முழுவதும் காய்ந்த இலைச் சருகுகளும் பூக்களும். சாம்பல்படர்ந்த கூரைவீடு.

எல்லா விளையாட்டுகளும் பிறக்கிற நெடுவாசல். பள்ளிப் பிள்ளைகள் எல்லாம் குதியாளம் போடவரும். வீட்டுக்குப் பின்னால் தண்ணிப்பானைகள். இடுப்பு வளைந்த முருங்கை மரம். ஓலை வேய்ந்த நிரைசலுக்குள் ஈஸ்வரி அக்கா தினமும் குளிக்கிற சாயந்திரத்தில் ஊர்முழுவதும் மறையாத மஞ்சள் வெயில்.

ஊருக்குப் புதுக்கண்மாய் வந்தபோது வட்டமான கரையைச்சுற்றி புளியங்கண்ணு வைத்தவள் ஈஸ்வரி அக்காதான். புளியங்கண்ணுக்காக காடெல்லாம் தேடித்திரிந்தாள். சுத்துப்பட்டிகளில் இருந்து புளியங் கண்ணு சம்பாதித்துக் கொண்டு வந்தார் ஈஸ்வரியின் தாத்தா.

ஈஸ்வரி அக்கா கைப்பட ஊன்றிய புளியங்கண்ணுகளே அவ்வளவும். தாத்தாவும் பேத்தியும் சேர்ந்து நீர் ஊற்றி வந்தது. தண்ணீர் இல்லாத பஞ்சத்திலும் தாத்தாவும் அவளுமாய் நடையாய் நடந்து தண்ணீர் எடுத்தார்கள்.

தூரத்தில் இருக்கும் கல்வெட்டாங்குழியில் இருந்து சுமந்து ஊற்றிய தண்ணீரால் எல்லாம் பிழைத்துவிட்டன. கன்னுகள் எல்லாம் பெரிசாகி வளர்ந்து மரமாகிவிட்டன.

பன்னிமேய்க்கும் பள்ளி ஈஸ்வரி. பன்னிக்கூட்டத்தோடு சண்டை போட்டுக்கொண்டு, கோரைக்கிழங்கைத் தோண்டும்போது பன்னி முட்ட வரும். ஓடிப்போய் அதை விரட்டிவிட்டு வந்து தோண்டினால் உர்... உர்.. ரென்று ஊசி மூஞ்சியில் முட்டவரும் பன்னிகள். அவை களோடு அடிபிடி சண்டையுடன் கோரைக் கிழங்கைத் தோண்டி, முந்தியில் சேர்த்துக்கொண்டாள். வள்ளிக்கிழங்கு கிடைப்பதும் உண்டு. அதில் பதுமை செய்வாள் கல்லால் குடைந்து.

விளையாத மண்ணில் பூண்டுபூண்டாய்ப் பதுங்கிக்கிடக்கும் கோரைக் கிழங்கை ப்பன்னிதான் முண்டித்தின்னும்.

அக்கா... எனக்கு ... எனக்கு... என்று ஆளாய்ப் பறந்துவரும் பள்ளிப்பிள்ளைகளுக்கு கோரைக்கிழங்கு கிடைத்தால் போதும். அலந்துபோன கண்களுடன் கோரைக்கிழங்கை அசைபோடும் பிள்ளைகளின் வாயோரம் பால் கசியும்.

தரையைக் குனிந்தால் காடெல்லாம் தும்பைப்பூ. கடுகுமணி அளவு தும்பைப்பூவின் அடியிலும் தேன் இருந்தது. எல்லாருக்கும் எறும்புக் கண்கள்தான். நாசியில் நூறுவகை வாசம் உரசியது. தான் தோன்றிப் பாதைகளில் யாருக்கும் கேட்காத இசையும் சத்தங்களும் நிறைந்திருந்தன. திரியத் திரிய கழுதைகளின் செம்பட்டைமுடி வளர்ந்தது. ஈஸ்வரி அக்காளின் பட்டாளத்தில் ரிப்பனுக்கு அடங்காத பரட்டைகள் வளர்ந்தன. ஓடைக்காட்டில் நிறம்நிறமாய் மணல், காற்று ஊதியது. முள்ளுக்குள் பதுங்கி நடந்தார்கள்.

ராத்திரியே புதுசு. தூங்கினால் எல்லாம் திரும்பவும் மாறிவிடும். ஊரிக்கால் மாடுகளோடும் பன்னிக்கூட்டத்தோடும் கம்மாய்க்குள் இறங்கும் பள்ளிப்பிள்ளைகளுக்கு ஒவ்வொரு நாளும் அடைக்கலம் தரும் புளியமரம். கம்மாய்க்கரையிலிருந்து தனிவாகக் கிளைகளை நீட்டி இறங்கிநிற்கும் மரத்தைத் தொற்றி ஏறிக்கிளைகளுக்குள் மறைந்துகொள்ளும் மாட்டுக்காரப் பிள்ளைகள்.

மரத்திலிருந்து பிறக்கிற புதுக்கதைகளை ராத்திரி தம்பிமார்களுக்கு சொல்லிக்கொண்டே தூங்கிப்போனார்கள்.

தாங்கமுடியாத அனல்காற்று வீசும்போதும் பூமியே பொறுமை யின்றி தணலாய் எரியும்போதும் மாடுகளை அரவணைத்து நிழலுக்குள் அமர்த்தி சாந்தப்படுத்தும் புளியமரம்.

'ஈஸ்வரி அக்கா... நீ ஊன்றிவிட்டுப்போன புளியமரங்களே அவ்வளவும்... கரையை மூடிவிட்டன.'

அன்றொரு நாள் வெள்ளை உடுப்பில் வந்த வேதக்காரர்கள் ஈஸ்வரி அக்காளையும் உடனழைத்துக்கொண்டு கம்மாக்கரை புளியமரங்களுக்கு ஊடாக நடந்துபோனார்கள்.

பள்ளிப்பிள்ளைகள் எல்லாம் அவர்களைத் தொடர்ந்து கல்வெட்டாங்குழி வரை போய்நின்று அவள் போவதையே பார்த்துக் கொண்டிருந்தார்கள்.

'எக்கா... எக்கா...' என்று கூப்பிட்டுக்கொண்டே நின்றார்கள். கண்ணைவிட்டு மறையும் வரை சத்தம் கொடுத்தார்கள். சீக்கிரமே

திரும்பி வருமாறு அவளுக்குப் புரிந்த முகபாவத்துடன் தொண்டைக் கடியில் சொல்லிக்கொண்டார்கள்.

வெள்ளை உடுப்பணிந்தவர்களும் ஈஸ்வரி அக்காளும் மரங்களுக்குள் மறைந்து போகவும், எல்லாரும் உடனே வீடு திரும்பாமல் கல்வெட்டாங்குழியில் மிதந்துவரும் தண்ணீரைப் பார்த்தபடி நின்றார்கள். தண்ணீருக்குள் அக்காளின் முகம் தெரிவதும் அலைவந்து மூடுவதுமாக இருந்தது. எல்லாருடைய முகங்களும் தண்ணீரில் அசைந்துகொண்டிருந்தது. முன்பெல்லாம் இங்கு தண்ணீரில் குளிக்கப் போகக்கூடாது, முனி அடிக்கும் என்று பெரியவர்கள் கண்களை உருட்டி மிரட்டினார்கள்.

தாத்தாவும் அவளுமாகச் சேர்ந்துதான் எல்லாப் பிள்ளைகளுக்கும் கல்வெட்டாங்குழியில் மீன் இருப்பதைத் தெரிவித்தது.

கம்மாய்க்கு வரும் புதுத்தண்ணீரிலிருந்து மீன்பிடிப்பதற்கு படைகிளம்பும். எல்லாம் பெரிய பெரிய வெலாங்குமீன், பன்னிச் செத்தை, சிலேபிக்கெண்டை, கலர்மீன், என்று தூண்டிலில் பட்டுத் துள்ளியடிக்கும்.

ராத்திரிக்கு கரியும்சோறும். ஈஸ்வரிஅக்கா வீட்டு முற்றத்தில் தட்டுப்போன்ற நிலா தூங்கிக்கொண்டிருக்கும்போது கூட்டாஞ்சோறு நடக்கும். சாப்பிட்டதும் விளையாட்டு.

கண்ணை மூடிக்கோ... கண்ணை மூடிக்கோ... கள்ளன் வாரான் ஒளிஞ்சுக்கோ... அலாக்கல்... அலாக்கல்... கள்ளன் போல இருட்டு வந்து எல்லாரையும் கட்டிப்பிடித்துக்கொண்டுவிடும். மேகத்துக்குள் எட்டி எட்டிப் பார்த்தபடி ஒளிந்துகொள்ளும் நிலா. எல்லாப் பிள்ளைகளும் ஓடி ஒளிந்துகொள்ளவும் நிலா வெளிப்பட்டு கீழிறங்கும்.

இருட்டோடு அக்காளையும் கட்டிச்சேர்ந்து தூங்கும் ராத்திரியில் வெளி முற்றத்தில் நட்சத்திரங்களை எண்ணியபடி தாத்தா காவல் இருக்கிறார். நட்சத்திரங்களை எண்ணி முடியாது தாத்தாவும் தூங்கிப் போவார்.

மேலே பார்த்தால் சொந்தமான நட்சத்திரக்கூட்டம், தாத்தாவின் கண்ணுக்குள்ளேயே வந்து விழும் நிலவு. தெருவில் கிடக்கும் பூச்சிகள். எல்லாமும் சத்தம் எழுப்பின. ஒவ்வொரு இரவிலும் ஈஸ்வரி அக்கா நிறைந்து கிடந்தாள். ஊர்முழுக்க வானம்பூராவும் அக்கா. சின்ன சத்தம் கொடுத்தாலும் வந்துவிடுவாள்.

மல்லாந்து படுத்துக்கொண்டு வானத்தைப் பார்த்து யார் கூப்பிட்டாலும் என்ன... வென்று? பதில் குரல் கேட்கும்.

ஏனோ தாத்தா சொன்னபடி ஈஸ்வரிஅக்கா திரும்பி வரவில்லை. ஈஸ்வரிஅக்கா கன்னியாஸ்திரீ ஆயிட்டா. வேதக்கோயில் திருவிழாவுக்கு வருவாள் என்று தாத்தா திரும்பவும் சொன்னார். ஈஸ்வரிஅக்கா திரும்பிவந்து குடிமகன் பொன்னுச்சாமியோடு ஓடிவிட்டதாக சிலர் சொன்னார்கள்.

எங்கோ வடக்கில் தையல் டீச்சர் வேலை பார்ப்பதாக ஊருக்குள் சொல்லித்திரிந்தார்கள்.

வேதக்கோயில் திருவிழா கூட்டத்தில் வெள்ளை உடுப்பணிந்து வரிசையாக அணிவகுத்துச் செல்லும் கன்னியாஸ்திரீகளோடு ஈஸ்வரி அக்காளைக் காணவில்லை.

அவர்கள் பாடிச்சென்ற பாடலில் ஈஸ்வரி அக்காளும் சேர்ந்து பாடிக்கொண்டு செல்வதாக தாத்தா திரும்பவும் சொன்னார்.

'ஏசுநாதர் வருவார்... இன்னுங்கொஞ்சம் தருவார்...' திருவிழா வுக்குப் போன பள்ளிப்பிள்ளைகள் எல்லாம் ஏமாந்து திரும்பினார்கள். கோயில் வாசலில் கேட்ட ஒவ்வொரு பாட்டின் முதல் அடியையும் கோரஸாகப் பாடிக்கொண்டு திரிந்தார்கள்.

ஒவ்வொரு வருஷமும் வேதக்கோயில் திருவிழாவுக்கு ஈஸ்வரி அக்காவருவாள் என்று நம்பினார்கள்.

மாடுமேய்த்துத் திரிந்த இடங்களுக்கெல்லாம் அழைத்துச் செல்லும் ஈஸ்வரி அக்காளின் பாட்டு, பள்ளிப்பிள்ளைகளுக்காக ஈஸ்வரி அக்கா திரும்பிவருவாள். அவர்கள் மாடுமேய்க்கும் இடத்துக்கே திரும்பிவந்துவிடுவாள். பள்ளக்குடியில் இருந்தவர் களின் கஷ்டங்களை எல்லாம் தீரவே தீராமல் பாடும்பாட்டு எப்போதும் கேட்டுக்கொண்டு வரும் சந்தோஷங்களை ஒய்யாரத் தொண்டையில் பாடிக்கொண்டு பிள்ளைகள் மாடுகளோடு வீடு திரும்புகிறார்கள். மேற்கில் மறையாத மஞ்சள்வெயில் சூழ்ந்திருக்க எருமைகளின் மீதேறிப் பாடிக்கொண்டு வருகிறார்கள் பள்ளிப் பிள்ளைகள்.

□

7
ஆதி

நாற்பத்தி எட்டுக்கோடி வார்த்தைகளால் பின்னமுற்ற ஆதக்காளின் கதை. வெட்டி வெட்டி நகர்ந்து செல்லும் வார்த்தைகளுக்கு அப்பால் அகழ் இருள் பிரிந்து வந்தாள் ஆதக்காள். பெயர்களற்ற தீயுருவங்கள் ஒன்றையொன்று மூர்க்கமாகப் புணர்ந்த தீயில் எழுந்த ஒரே ஒரு மரத்தில் இலைகள் ஒடிந்து சருகாகி விழும் ஒலி துணுக்காகக் கேட்கிறது.

பீடிபற்ற வைக்கிறான் ஊமையன். கைக்கூட்டுக்குள் நின்று எரிகிறது தீக்குச்சி. கரைகிற மனதின் வெறித்தபார்வை. ஊமையின் பிஞ்சு மனதில் தடம்பதித்துச் சென்ற செண்பகவல்லி. அவள் சென்று மறைந்த திசையில் பீடிப் புகை வளைந்து வளைந்து பரவுகிறது.

வாடிய பறவை ஒன்று கிளைதாவிக் கிளைதாவி பின் காற்றில் பறக்கிறது.

ஊருக்குமேல் நீல வெளி. அங்கே.

பருந்து மௌனமாய் மிதந்து வெக்கையைக் குடிக்கிறது.

கீழே பருந்தின் நிழல் மங்கி மங்கி சரிந்து செல்லும்.

ஊமைக்குள் மறைந்திருக்கும் சஞ்சலம்.

காட்டுப்பாதையில் எழுந்து நடக்கிறான்.

சூரியன் மேலே

இருள் கீழே

தெம்மாங்கை இழந்த காற்று வீசும் கிராமப்பாதை.

பாட்டியின் தாட்டியமான முலைகள் எட்டிய வெளியில் மறைந்து கொண்டிருந்தது.

வெள்ளரித் தோட்டத்திலே... செண்பகவல்லி சுற்றிச் சுற்றிப் படருகிறாள். காட்டுப் பெண்ணின் அண்ணாந்த முலைகள். உண்ணா

முலையில் வெதுவெதுத்துப் பொங்கும் பால். கருப்புமுலைகள் எரியும் காட்டிலே தெம்மாங்குதான் தோன்றி ஆழங்களில் பிறந்து விடும்.

கருப்புநிற மயிரடர்ந்த உருவங்கள் கையில் தீப்பந்தங்களுடன் ஆடிவரும் புராதன நடனத்தில் தீப்பற்றிய கால்களுடன் ஆடி வருகிறார்கள். அவன் முகம் பட்டு விந்தை உருவங்கள் தோன்றி மறையும். நெருப்பைச் சூழ்ந்த ஆதி மகளிர். குரவையிட்ட பாடல்.

கள்வெறி கனக்கும் கண்களுடன் பாளை சீவும் அருவாள்கள் மின்னியது. பனைகளுக்கு ஊடே போகும் வண்டிப்பாதை. கள்ளு நுரை பொங்கும். கலயங்கள் புலம்பும். காய்ந்தவோலை சரசரக்கும். ஆதக்காள் ரெண்டு கலயம் பால் குடித்து பிஞ்சிகளுக்கு வார்க்கிறாள். அந்த முலையில் பால் வற்றியதே இல்லை.

வளைந்து வளைந்து போகும் வண்டிப்பாதை. ஊழிப் பெருவெளி மீது பாதை வெட்டிக்கொண்டே நகரும் கருப்பு வமிசம். கூண்டு வண்டிகள் வரிசை. காளைகள் தலையாட்டுகின்றன. கழுத்துமணி புலம்பி நகரும் வண்டிப்பாதை. ஊமையன் தெம்மாங்கு பாடுகிறான்.

பனைகள் ஆடும் தேரிமணலில் வாடி அமைத்து வாழ்ந்த ஆப்பநாடு. நெஞ்சில் கருப்பு வடுக்கள் விழுந்து காய்த்துப்போன இருளன். கற்பக விருட்சம் பாளையில் கள் சுரந்தது. பனையேறும் கூட்டம். சுற்றிலும் கருப்பு வமிசத்தார் சபையில் இருக்க பனைஓலை குருத்தை முடிந்து தாலியாகக் கட்டி கல்யாணம் நடந்தது. இருளன் கட்டிய தாலியோடு ஆதக்காளின் வமிசம்.

ஒரு மரத்தில் ஒரு பூ விழுந்து புலம்பி அழும். அழுத பூ விரிந்த காட்டில் ஆதக்காளின் பேத்தி அம்சல்லி பாட்டியின் அண்ணாந்த முலைகளைக் காட்டித் திரிந்தாள். கல்லோடையில் மலையோடு புணர்ந்த இரவு வால்நட்சத்திரம் எரிந்து மறைந்தது.

அக்கினிச் சட்டிகள் தீ மூண்டு எரிகிறது. கூண்டு வண்டிகள் வைப்பாற்று மணலில் உரசிச் செல்கிறது. ஆழத்தில் விழுந்த மரத்தில் ஒருபூ விரிந்து கொம்பூதியபடி கருப்பு வம்சம் சுற்றிச்சுற்றி வந்து மறையும்.

அம்சவல்லிக்கு அறுத்துக்கட்டிய தாலியோடு பல புருஷனை மணந்து வெளியேறினாள். பனைகளின் கூந்தல் அறுந்து விழுந்தது. அறுந்த பனைமேல் இருளில் நகரும் பெண்பறவை அமர்ந்து கூவும். நிலங்களில் ஒடுங்கிய பூர்வகால ஸர்ப்பம் ஒன்று வானம் முழுவதும் எழுந்து மறைந்தது. வால்சுருங்கி பல தலைமுறை கண்ட

குக்குட ஸர்ப்பம் பறந்து திரியும் சமவெளி எரிந்துகொண்டு இருக்கிறது.

விருவோடிய நிலங்களைக் கடந்து நடந்தார்கள். காய்ந்த சருகில் மிதித்து காடோ செடியாக அலையும், கருப்புஇனம், சாராயம் காய்ச்சித் திரியும். ஊரைச்சுற்றிலும் உடங்காடு. பிறந்த பிஞ்சிகளுக்கு சாராயத்தைத் தொட்டு சேனைவைத்து பிள்ளைகளை வளர்க்கும் காட்டுக்கூட்டம். சேவல் சண்டைக்கு மையம்பரியும் சடைப் பூரானை விழுங்கும் காட்டுச் சேவல் வகை யாரையும் உள்ளே விடாது.

ஊர் எல்லையில் காப்புலிச்சி அம்மன்கோயில் வருஷம் ஒரு கொடை. சாராயத்தையும் சேவலைக் காவு கொடுத்தும் அம்மனுக்குப் படையல், துடியான தேவிக்கு ஆட்டுத் தலையை அறுத்து வைக்கும் கிராமம். அம்மன்கோயில் சூடம் எரிகிறது இன்னும். சேவல் தலைகள் இருபத்தி ஒன்று அறுந்துகிடக்கும் சடங்கு நிலம்.

ஆதக்காளின் கிழிந்த காதுகளோடு மேற்கே நகர்ந்த கூட்டம் கழுத்தை ஒட்டிக்கட்டிய தாலியில் காட்டு மரிக்கொளுந்தை சுற்றி பிராயத்தில் தாலிகட்டி காதுகளைக் கிழித்துக்கொள்ளும். சீக்கிரமே பிஞ்சுகளை ஈன்ற பச்சை உடம்பில் வெதுவெதுத்துப் பொங்கி அமிர்தத்தை உறிஞ்சி வளரும் பிஞ்சுகள். தங்க கடுக்கண் பூண்ட போர்சேவல் காவலிருக்கும் நெல்களத்தில் கால்நீட்டி வெற்றிலை இடிக்கிறாள் பம்பையும் கொம்பிக்கிழவியும்.

பட்டைகள் உரிந்த கருப்புமரம் வானத்தை அண்ணாந்து தாயாதிகளைத் தேடி அழும். கிளைகளை நீட்டி வானத்தைப் பிசைந்து வாதையுறும். கிளைகளில் இலைகளும் கனிகளும் தோன்றும். பிஞ்சும் பூவுமான பருவத்தில் சூல் கொண்ட மரம் காலத்துடன் அசைந்து மொடு மொடுக்கும்.

களிமுற்றிப் புயல்கொள்ளும் சுழிகள் கொண்டு செல்லும் வேறு வேறு திசைகளில் பிரிந்து போனார்கள். ஆனால் கருங்கோழியிட்ட சண்டை சேவல் முட்டையைப் பார்த்து சிவந்து நீண்டு இருப்பதை எடுத்து உப்புப்பானையில் சேகரித்து, கூடவே கொண்டுபோனார்கள்.

கால்நடைகளோடு இரவு-பகலாக நடந்த கூட்டம் கள்ளிக் காட்டில் குடிபோட்டு ஆடு மேய்த்துத் திரிந்தது. சேவலுடன் திரியும் அம்மணச் சிறுவர்கள். முன்னோர்களைப் பற்றி கதைகள்போட்டு அழித்தார்கள். மண்ணுக்குள் அடைக்கலமானார்கள். எல்லாம் அடங்கிய மண்ணைப் பிசைந்து வலி எடுத்தகைகளில் பிள்ளையை ஏந்திவந்தாள் சண்முக வடிவு. மண்ணைக் கிண்டி மாளாமல் கொழு முனையில் விழுந்து செத்தான் சூரியபாண்டி. அடுத்த தலைமுறைக்கு

அவன் நாமகரணமிட்டார்கள். சூரியபாண்டியின் பேரன் ஊமையன் பிறந்தான். வாய்பேசாத ஊமைக்கும் செண்பகவல்லிக்கும் பிஞ்சும் பூவுமாக மனசு விளைந்தது. சூரியபாண்டி பேத்தி செண்பகவல்லி. ஆதக்காளின் குணரூபமாக இருந்தாள். பச்சை மனசில் வைத்த விதை வளர்ந்தது. வெளிர்சிவப்பான முட்டைகளை ஊதியூதி குறி சொன்னாள்.

கைம்பெண்ணான சண்முகவடிவுக்கு ஒத்தைக்கு ஒத்தையான ஊமைப்பிள்ளை. கூடப்பிறந்த அண்ணனாய் இருந்தும் நல்ல ஸ்திதியில் வாழ்ந்த சுப்பையாத்தேவன் தங்கையை ஏறெடுத்துப் பார்க்கவில்லை. தங்கச்சிக்காரி கைவளர்ப்பில் கருங்கீரி கொன்றைச் சாவலை யாரும் தொட முடியாது.

செண்பகவல்லி பெரியபள்ளிக்கூடம் போகிறாள். இரவு விளக்கில் அமர்ந்து சத்தம்போட்டு மனப்பாடம் செய்கிறாள். ஊமையன் அம்மாவுடன் காட்டுக்குப் போனான். தகப்பன் இல்லாத பிள்ளைக்கு தாயார் தானே எல்லாம். காடே அவன் மனசு. அந்தக்காட்டில் வளர்ந்த செடியாகத் தான் செண்பகவல்லி சிறு பூவிட்டு வளர்ந்தாள்.

செண்பகவல்லி ருதுவாகி சடங்கு நடந்த வைபவத்தில் மாப்பிள்ளை தோரணையில் வேஷ்டி சட்டை போட்டு கண்மையினால் மீசையும் பொட்டும் வைத்து செல்லக் கொழுந்தனாருக்கு தலப்பாக்கட்டி அலங்கரித்தார்கள். முகத்தில் பவுடர் பூசி அப்பினார்கள். கன்னத்தைக் கிள்ளி வாராரைய்யா... மாப்பிள்ளை வழி விடம்மா செண்பகமே... என்று மாப்பிள்ளை அழைத்து செண்பகவல்லிக்கு மாலை போட்டான். எட்டுவயது மூத்த பெண்ணுக்கு முறைமாப்பிள்ளை சடங்கு வைபவத்தில் மாப்பிள்ளையாக அமர்ந்திருக்கிறார்.

சுற்றிலும் பெண்கள் கேலி பேசுகிறார்கள். மாப்பிள்ளையின் கன்னத்தில் இடிக்கிறார்கள். குனிந்த தலை நிமிராத செண்பகவல்லி முகத்தைத் தூக்கி நிறுத்தி... 'ஆத்தா... ரொம்பத்தான் வெக்கப்படுதியா... மாப்பிள்ளை கோச்சுக்கப் போவுது... மாப்பிள்ளைகிட்ட கையக் கொடும்மா செம்புவல்லி' என்றார்கள். கருப்பு வம்சத்தில் எல்லாரும் சபையிலிருந்து ஆசீர்வதித்த கல்யாணம் அது.

இருளன் கோயிலுக்கு பெண்ணும் மாப்பிள்ளையும் நடந்து போனார்கள். பெண்கள் சூழ்ந்துவர கோயில் வாசலில் செம்பு வல்லிக்காக வேண்டிக்கொண்டான். இரவில் கோயிலிலிருந்து புறப்பட்ட கனியான் கூத்தில் மாலையோடு பொண்ணு மாப்பிள்ளையும் பவனி வந்தார்கள். மாலை மாற்றிக்கொண்டார்கள்.

குலவைச் சத்தம் கேட்டது. செண்பகவல்லி போட்ட மாலையை யார் சொல்லியும் களத்திக் கொடுக்காமல் மாலையைக் கட்டிப் பிடித்துக்கொண்டு தூங்கிவிட்டான்.

மகன் தூங்குகிற சாயலைப்பார்த்து சண்முகவடிவு பெருமூச்சு விட்டாள். செத்துப்போன புருஷனை நினைத்து அழுதாள் சத்தமே இல்லாமல். மகனுக்கு அருகில் ஆவி சேர்ந்து படுத்துக்கொண்டாள். இரவு முழுவதும் மகுடம் அடிக்கும் சத்தம் கேட்டுக்கொண்டிருந்தது. கூத்து ஓயவில்லை.

ஊமையின் பிஞ்சு மனசில் செண்பகவல்லி தடம் பதித்து நடமாடினாள். காட்டுமரங்களும் செடிகளும் பறவைகளும் வசீகரித்தன. ஆதி என்கிற காட்டுமலர் குடியிருந்தது. வரிக்கு வரி மாறாத தும்பை மலர் வெளுத்த பாலாய் சேதி சொன்னது. கல்லோடைகளில் பாறை உருவங்கள் எழுந்தன. ஊர்மறைந்த மலைப்பரம்பில் இடுப்புவரை புதைந்த சிலை பொழுதெல்லாம் சிரித்தது. சிலையை சுற்றிச் சுற்றிவந்தான். காலம் அரித்துப் பொந்தான புளியமரத்தின் அடித்தூரில் எழுந்த சிலை. புளியம்பூ உதிர்ந்து ஆதியின் தலையில் விழுந்தது. புளியம்பூவினுள் செங்கோடுகள் புலியை ஞாபகப் படுத்தும். ஒவ்வொரு நாளும் மரத்தோடு எழுந்தது. அவன் கண்ட ஆதி முகத்தில் செண்பகவல்லியின் மடங்கிய மூக்கும் தாடையும். பச்சை சாறுகசிந்து இதழில் பிரிந்த புன்னகை. அவனிடம் பேச வந்தது. பிரமைபிடித்த ஊமை அதனோடு கலந்து போனான்.

ஒவ்வொரு பொழுதும் மரம் விந்தையாக அசைந்து கிளைநீட்டி அழைத்து உச்சிதங்கள் தரும். மர உச்சியில் கால்வைத்து அமர்ந்த பழங்கழுகு அவனைப் பார்த்தது. வாயை அண்ணாந்து இமைவிரித்த செல்வன் மனசில் சிறகுவிரித்து மிதக்கும். ரெக்கை அகன்று மிதந்த பறவையைப் பின்தொடர்ந்து காட்டின் எல்லையில்லா மரகதத்தில் நடந்து திரிந்தான்.

அவன் மனசில் ஒவ்வொரு நாளும் புதிய விந்தைகள் சென்று அயரவைத்தது. வாய்திறவாத மௌனமான காட்டின் பெருந்துயரடைந்து புலம்பினான். எங்குசென்றாலும் ஆழ்ந்த மௌனத்தில் உறைந்த காடு அவனைச் சூழ்ந்திருந்தது.

பொழுது விழும் நேரம் பெரிய பள்ளிக்கூட வாசலில் செண்பக வல்லிக்காகக் காத்திருந்தான். பள்ளியில் இருந்த வேப்பமரத்தில் தேன்கூட்டை வியப்பாக ஆராய்ந்து கொண்டிருந்தான் ஊமை.

அவள் வரவும் அன்று பகலில் கொண்டுவந்ததையெல்லாம்

கண்களால் விரித்து அபிநயத்தில் விளக்கினான். அவனைக் கண்ட பள்ளிப் பெண்கள் சிரித்தார்கள். வேடிக்கையாக எல்லாரும் சூழ்ந்து கூச்சலிட்டார்கள்.

அவளோ ஊமையின் பார்வையில் படிந்த ஒவ்வொன்றையும் ஊடுருவிப் பார்த்தாள். ஒரே தட்டில் அவனோடு சாப்பிடப் பிடிக்கும். ஆசையாக பார்த்துக்கொண்டிருந்தாள் அவன் சாப்பிடுவதை. செண்பகவல்லி பெரியபத்து படித்துக்கொண்டு இருந்த சமயத்தில் கண்ணாடி வாத்தியாருக்கும் அவளுக்கும் கல்யாணம் நடந்தது. பனங்குறுத்து முடிந்த பூர்வீக தாலியைத்தான் அவரும் கட்டினார்.

பந்தல் காலில் கட்டியிருந்த வாழைமரத்தைப் பிடித்து ஆட்கள் மேல் தள்ளி விட்டான் ஊமை.

'அடஎடுபட்ட புள்ளே... ஆள்மேலயா தள்ளிவுடுதே... புடிங்க அவன... புடிச்சு கெட்டுங்க அவனெ... ஆத்தா செம்புவல்லி... உன் கொளுந்தனவிட்டு போயிராதத்தா... அவன் எங்க மேலே எரிஞ்சு வுளுதான்... வாத்தியாரோட கொழுந்தனையும் கெட்டிக்கத்தா மகராசி...' என்று பெண்கள் சிரிப்பாய் பேசிக்கொண்டார்கள். செண்பகவல்லி வெட்கப்பட்டு தலையை குனிந்துகொண்டாள். வாத்தியார் மாப்பிள்ளை கண்ணாடி வழியாக அவனைப்பார்த்தார்.

வாழைமரத்தோடு கட்டிச் சேர்ந்து கொட்டக் கொட்ட முழித்தான். எல்லாரும் அவனைச் சீண்டி அழவைத்தார்கள். யாருடனும் பேச மறுத்தான். செம்புலி... செம்புலி என்று அவன் மனசு சொன்னது.

எல்லார் முன்னிலையிலும் பிரியமுடியாத துக்கத்துடன் செண்பக வல்லி அவனைப்பார்த்துத் தலையை குனிந்து நின்றாள். அவனிடம் சொல்ல விரும்பியதென்ன, ஊமையாகப் பிரிந்து சென்றாள்.

தாயின் முதுகுக்குப் பின்னால் ஒளிந்துகொண்டு எட்டிப் பார்த்தான்.

அவனோட செம்புலி...க்காக அவன் கட்டியிருந்த காட்டுக் கோயில் உள்ளே... கர்ப்பக்கிரகத்தில் சுடர் எரிந்துகொண்டிருந்தது. கருமெழுகு மின்னும் குழந்தை முகத்தில் ஆதி. பச்சைநிற இதழ் பிரியாமல் சிரிக்கிறான் ஊமை.

அவனைவிட்டு வெகுதூரம் தாண்டிப்போயிருந்தாள் செண்பக வல்லி.

□

8

கிட்ணம்மாளின் கதை

எல்லாமும் முழுசாக இறந்துவிட்டதென்று சொல்ல முடியாது. எவ்வளவோ மாறிவிட்ட பின்னும் கிட்ணம்மாள் இருந்து கொண்டிருந்தாள். காட்டு வெள்ளாமை நடக்கிற காலந்தட்டியும் கிராமத்தில் இருக்கிற வீட்டில் தீபம் பொருத்திய பின் கம்போ, புல்லோ எதையாவது இடித்து சாமத்தில் உலை வைத்துப் பானைகளில் கஞ்சி கொதிக்கிற போது கிட்ணம்மாளுக்கு நினைவுகளில் தங்கி விட்டவர்கள் மீது கொஞ்சமாவது வாஞ்சை ஒட்டியிருக்கும் போது எரிகிற தீயிலிருந்து பல நிழல்கள் அசைந்து மறையும்.

தன்பிள்ளை வீரசின்னு மருந்தைக் குடித்து தற்கொலை செய்து கொண்டான் என்று காதில் விழுந்த சேதி எரிகிற தீயுடன் பற்றுகிறது. அப்போதிருந்த் கிட்ணம்மாளும் இறந்துவிட்டாள். இப்போதவள் நடைப்பிணம் போல் உயிரை ஒட்டவைத்து அதற்குள் எத்தனையோ நிழல்களைப் பதுக்கி இருந்துகொண்டிருப்பாள்.

ஒவ்வொருவராய் தீயில் எழுந்து அசைகிறார்கள். கிராமத்தைவிட்டு வெளியேறிப்போன நிழல்கள் சில. உள்ளூரில் கடைசிவரை இருந்து மாய்ந்து போனவர்கள். தொலைதூர விருந்தாடிகள். அவளுக்கு நினைவிருக்கும், எத்தனையோ தாயாதிகள் அவளைவிட்டு மறைந்தார்கள். அவளை மறந்துபோனவர்களும் தொலைவில் இருந்தார்கள். கிராமத்தின் முதல் ஞாபகங்களாய் விரியும் துயரங்கள் கொண்ட மனிதர்கள் திரும்பத் திரும்ப சஞ்சலமடைவார்கள். அப்படி விதித்திருந்தது அவர்களுக்கு. ஒவ்வொரு ஊரிலும் கிட்ணம்மாள் இருந்திருப்பாள். அவளிடம் காணவேண்டியதென்னவென்று தெரியாமல் மறைந்திருக்கும். ஏனோ, கிட்ணம்மாள் என்ற பேருடைய பெண் சஞ்சலப்பட்டே சாகவேண்டிய விதியிருக்கும் போலும்.

இடித்த புல்லை உப்புச்சேர்த்து கொதிக்கிற பானையில் பக்குவமாய்ப் பொங்கவிட்டு பாகாய் இளைக்கிறாள். வெண்ணை சேர்ப்பது

போல் நிதானம் எடுத்துக் கிண்டி இறக்குகிறாள். கைம்பெண்ணின் கைப்பக்குவத்தில் எத்தனையோ புதிய தராதரங்கள் வந்துவிட்ட பின்னும் புல்லு உணவாகிறது. மறைந்த தானியங்களில் சிலவேணும் எஞ்சி நிற்கிறபோது உலைக்கு சிலரேணும் தீராமல் ஏற்றிய தீ. அதனோடு கிராமத்தில் விளக்கு மினுங்கி எரிந்தது.

அந்த விளக்கு எப்போதும் புகையும். சுவரொட்டிய இருட்டில் அதன் சிறு தூண்டலான ஒளியில் தன் புருஷன் ஞாபகம் நின்று எரிகிறது. அவள் புருஷன் காசிக்குடும்பன் கிணத்துவெட்டில் கல் விழுந்து முடமாகி பின் எத்தனையோ வைத்தியத்திற்கும் பச்சிலைக்கும் ஆறாத இடி வர்மத்தில் பட்டு மதுரை ஆஸ்பத்திரியில் அனாதையாகச் செத்துப் போனான்.

காசிக்குடும்பன் தோண்டிக்கொடுத்த கிணறுகளால் சுத்துப்பட்டி சம்சாரிகள் பயிர் வளர்த்தார்கள். விவசாயம் மும்முரமாக நடந்த காலம். ஆளாளுக்கு சம்சாரிகள் கிணறுகளை ஆழப்படுத்தினார்கள். அடி ஊற்றைக் கண்டுபிடிக்க காசிக்குடும்பனையே நம்பினார்கள். காசிக்குடும்பன் அடித்து வைத்த தோட்டா எந்த இடத்தில் பிளவுபட வேண்டுமோ அங்கு பாறைகள் பிளந்து உருண்டன.

பாறைகளுக்கு அடியில் சூரியனின் முகம் படா ஊற்றில் காசிக் குடும்பனின் விரல்கள் தொட்டுச் சென்றன.

இத்தனை தூரம் கிளம்பிய பள்ளக்குடி இளவட்டங்கள் பத்து இருபது பேர்களுக்கு மேல் கொத்தன் காசிக்குடும்பனோடு புறப்பட்டு போன கடைசி நாள். ஊனமடைந்த புருஷனைத் தூக்கிக்கொண்டு வந்து சேர்ந்த பள்ளத்தெரு இளவட்டங்கள் கொத்தன் இல்லாமல் கிளம்பிப் போனார்கள். எத்தனையோ வேலிதாண்டி நிலங்கள் வறண்டு கிடந்தன. காட்டின் அடிவாரம்வரை பாறையைப் பிளக்க வேண்டி யிருந்தது. காடோ செடியான பாதைகளில் காசிக்குடும்பன் கிணறுகள் தோண்டப் புறப்பட்டான். ஊழிப் பெருவழியில் ஊற்றைத் தேடி அலைந்துகொண்டிருக்கும் கருப்புவம்சத்தில் காசிக்குடும்பன் இருளடைந்தபாறைகளில் பாதைவெட்டிக்கொண்டே சென்றான்.

தலைமுறை தலைமுறையாகக் கல்லுச் சுமந்துவந்தாள் கிட்ணம்மாள், வீட்டு முருங்கைமரம் பிஞ்சும் பூவுமாக இருந்தபோது கிணத்து வெட்டு முடித்து இரவு வீடு திரும்பிய பின் பெட்ரோமாக்ஸ் வெளிச்சத்தில் அவர்கள் கல்யாணம் நடந்தது. வெளக்கு மேல் சிறு விட்டி பறந்து பாடியது. சுற்றிலும் கருப்பு வம்சம் சூழ நடுவில் இரைகிற விளக்கு. அமைதியாக எரியும் நிலவு முன்பிருந்த

காலங்களில் சென்று மயங்கி தத்தளித்து, கிராமத்தை இருளாக்கிய இரவு கொத்தனுக்கு மனைவியானாள் சித்தாள். அதற்கு முன்பே பல இரவுகள் அவர்கள் சேர்ந்து வாழ்ந்த போது சுவரொட்டி விளக்கு மினுக்கி மினுக்கி கிட்ணம்மாள் மூக்குத்திபோல் இருட்டில் தெரிந்தது. அந்தக் கருகும் வெளிச்சத்தில் சின்ன அளவு மனசில் தோன்றிய விந்தைகளும் கனவுகளும் கருவுற்ற சிசுவின் வளர்ச்சியில் இரவெல்லாம் உணர்ந்த சிசுவின் குரலை மனசால் சலனித்து காசிக்குடும்பனுக்கு சொன்னாள். இரவெல்லாம் முன்பே ஒருவர்மேல் ஒருவர் ஈண்டிக்கிடந்தார்கள் . கிணத்து வேலை பார்த்த அலுப்புடன் உறங்கி விடியவே எழுந்து போனார்கள். கிணறு தோண்டத் தோண்ட பாறைகளின் ஆழத்தில் நீரைத் தேடும் தாகத்துடன் கருப்புநிறக் கூட்டம் அசைந்துகொண்டிருந்தது. பாறையின் ஆழங்களில் வெடித்துப் புரண்ட நீரூற்றில் முன்னோர்கள் பற்றிய நினைவு தோன்றியது. கலங்கலாகிப் பின் தெளிவடைந்த நீரில் இதுவரை எந்த உயிரின் கைபடாத போது அவர்கள் பேராவலுடன் நீர் அருந்தினார்கள். இருள் படிந்து குளிரும் ஊற்றினடியில் கால்கள் முடமான காசிக் குடும்பன் செத்துப்போனான்.

முற்கால எரிமலைகள் வெடித்துப் புரண்டு வெளிப்பட்ட கருப்பு வம்சம் தங்கள் தாயாதிகளான பாறைப் படிவுகளில் ஒவ்வொருவராக மாண்டு போவார்கள் என்று பாறைகளில் எழுதப்பட்டிருக்கும்.

தகப்பன் வெட்டிய இடத்திலிருந்து மகன் தொடர்ந்து வெட்டி வெட்டி நகரும் பாறைகள். அடியூற்றைத் தாங்கி தாய்ப்பாறை யிலிருந்து வெடித்துப் புரண்டு வெளிப்பட்ட வீரசின்னு காசிக் குடும்பன் எடுத்த அதே சம்மட்டி தோட்டா வெடிமருந்துடன் புறப்பட்டுப் போனான்.

'எம்புள்ளை பாத்துக்கிருவான் கிட்ணம்மா...வீரசின்னு இருக்கான் பாரு... சிறு வயசுன்னு பாக்கியா தாயி... வெட்ட வெட்ட தளுக்கிற ரத்தம் தாயி... எம்புள்ளை உன்னக் காப்பாத்தும்... இதுக்காக மனசு விடலாமா ... பாக்குரவுக சிரிச்சுப்போட மாட்டாக... தைரியமாக இரு கிட்ணம்மா உன்னால முடிஞ்சத செய்யி... நாளாசரியா குணமாகி வாரென்... போரன் கிட்ணம்மா...'

காசிக்குடும்பன் கடைசிவார்த்தைகளோடு சாத்தூரில் ரயில் ஏறியவன்தான். திரும்பி வராது போகும் ரயிலில் காசிக்குடும்பன் கிளம்பி போனார். மதுரை பெரியாஸ்பத்திரியில் பிணத்தை எடுத்து அடக்கம் செய்துவிட்டதாகத் தெரிந்தது.

அய்யா செத்த அன்றே சம்பட்டியைக் கிணத்து மேட்டில் விட்டுவிட்டு ஓடிப்போனான். எத்தனையோ ஊர்களில் அலைவதாகச் சொன்னார்கள்.

பிறகு என்றுமே அவன் தாயாரை வந்து பார்க்கவில்லை. கோயில்பட்டி சந்திரவிலாஸ் ஹோட்டலில் தண்ணிவண்டி இழுப்பதாகச் சொன்னபோது ஆள் அனுப்பி அவனைக் கூட்டிவர ஏற்பாடு செய்தாள். இனிமே என்ன இருக்கு. அய்யாவே போன பிறகு... அம்மாவ நிர்மூளியா எப்படி வச்சு பாப்பேன்... என்று தாக்கல் சொன்னதும் ஒப்பாரி வைத்து அழுதாள்.

அவனுக்குப் பணம் தருவதாக ஏமாற்றிக் கூட்டிக் கொண்டுபோய் புத்தி சுவாதீனம் இல்லாத புள்ளையை அவனுக்கு கெட்டி வைத்து கெடுத்தார்களாம். மனசு உடைந்து மிளகுசெடி மருந்தைக் குடித்து கோயில்பட்டி பெரியாஸ்பத்திரியில் பிணத்தை அறுத்துப் பார்த்து அவனை போலீஸே அடக்கம் செய்துவிட்டதாகச் சொன்னார்கள்.

வீரசின்னு பம்பாய் தாராவியில் ஈஎஸ்ஐ கம்பெனியில் கொத்தனாராக வேலைபார்ப்பதாகவும் தன் தகப்பனைப் போல் கொத்தனாகிவிட்டான் என்று பம்பாயில் இருந்துவந்த நாயக்கர் வீட்டுப் பையன் சொன்னதைக் கேட்டு அவள் மனசு அடங்காமல் அழுதாள். எல்லாம் அவள் கண்களுக்குப் படாத சேதிகளாக இருந்தன. வீரசின்னு எப்படியும் திரும்பிவருவான் என்று நம்பினாள். அவன் ஆஸ்பத்திரியில் சாகவில்லை என்று நம்பினாள். அவன் திரும்பி வருகிற வரை உயிர்வைத்திருக்க எண்ணினாள்.

வீரசின்னு பச்சப்புள்ள தொலைவட்டில் கிடந்து என்ன கஷ்டப் படுகிறானோ.... என்று கிட்ணம்மாள் தவித்தாள். அவன் செத்து விட்டான் என்று மற்றவர் சொன்னதை நம்ப மறுத்தாள். ஏனோ, அவளை தைரியப்படுத்த யாராவது அவனைப் பற்றி தகவல் சொல்லிக் கொண்டிருந்தார்கள்.

வளர்ந்த மரங்களும் மந்தையைவிட்டு மறைந்து போயிருந்தது. ஏனோ, மலைப்பாறை சோகமடைந்து ஊரையொட்டி அப்படியே நினைவுகளில் பதிந்து போகிறது. அதன் எல்லாச் சுற்றிலும் ஆடுமாடுகள் மேய்கின்றன. வெள்ளாடுகள் பாறை மீது செங்குத்தாக ஏறிச் செல்கின்றன. பாறை இத்தனை உயரத்தில் நெடுங்காலம் ஊரைச் சேர்ந்தவரோடு இணைக்கப்பட்டுவிடுவது வெளியேறியவர் களுக்கு அப்படி ஒரு கண் இருந்தது.

ஊருக்கு வருகிற ஒவ்வொரு சமயத்திலும் கிட்ணம்மாள் பாறைச்

சுவர்களில் தட்டிவைத்த எருவட்டிமேல் விழுந்த விரல்தடம் வெளியேறிப்போன தன் மகனின் விரல்அழுத்தம் போல் காய்ந்து கொண்டிருந்தது.

கிட்டம்மாள் வீடுமுழுவதும் காய்ந்த வரட்டிகளை அடுக்கி வைத்துக்கொண்டிருந்தாள். கணவனில்லாத பெண்ணின் மனப் போக்கில் அலாதியான துயரங்கள் காய்ந்து வருகின்றன. அவள் வரட்டிகளைச் சேகரித்து வருகிறாள். காசிக்குடும்பன் இருந்த இடத்தில் வரட்டிகளை அடுக்கி வைத்தாள்.

பற்றி எரிந்து போன சாம்பல் குவிசலில் எத்தனையோ முதியவர்கள் அணைந்து போயிருந்தார்கள். கிட்ணம்மாளுக்கு அப்படி மனசுக் குள்ளாகவே நீத்தி ஆறிய சாம்பல் குவிசல்கள் இருந்தன.

வரட்டியில் பதிந்த ஐந்து விரலும் இப்பொழுது பதிந்தது போல் அவள் கடந்தகாலப் பதிவுகளை அழுத்தமாகப் பதித்திருந்தது.

எல்லாக் காலங்களுக்குமாக வரட்டி தேவையிருந்தது. மந்தை மாடுகளுக்குப் பின்னால் சாணிக்கூடையுடன் கிட்ணம்மா வருவாள். குனிந்து சாணம் எடுத்துக் கூடை நிறைய அள்ளிக் கொண்டு போவாள். தான் கண்டுபிடித்த சின்ன இடத்தில் சாணத்தை சேகரித்து இரவு வரட்டி தட்டுகிறாள். ஊர் அடங்கிய நேரம் அவள் பாறையின் சுவர்களில் வரட்டிகளைப் பதிக்கிறாள். அந்த மங்கலான வெளிச்சம் போதும் அவளுக்கு. ஒவ்வொருவருக்குமான வரட்டி.

ஈரச்சாணத்தில் பதிகிற அவள் விரல்கள் துயரமடைந்து நடுங்கு கின்றன. பாறையில் தட்டிய வரட்டிகள் பாறையாய் இறுகிக் காய்கின்றன. பனியிலும் வெயிலிலும் காய்கின்றன. இருளான போது ஊரின் எல்லைப்புறத்தில் நடமாடித் திரிகிறாள். இரவில் எழுந்து நடமாடும் ஒரே ஜீவன் அவளாகத்தான் இருக்கும். தனிமையும் சஞ்சலமும் கூடிக் கருக்கும் இருளில் தன்போக்கில் அலையும் கிட்ணம்மா புலம்பும் ஓடைகளிலும் சிற்றாறுகளிலும் எத்தனையோ துயரமான கிளைகளில் மிதித்து நடக்கிறாள். அவளோடு சேர்ந்து உருவான கிராமக்கதைகளில் அந்த ஓடைகளும் ஆறுகளும் கலப்பற்ற புராதன எல்லைகளை விரித்துக்கொண்டே ஓடுகின்றன.

□

9

உலர்ந்த காற்று

தபால்காரன் கொண்டுவந்த டிமாண்ட் நோட்டீஸைத் திரும்பி அனுப்பாமல் கண்தெரியாத கிழவியிடம் ஒப்படைத்தார்கள். வண்டி மசகை, கிழவியின் இடதுகைப் பெருவிரலில் தேய்த்து ரேகை வாங்கிக்கொண்டான் தபால்காரன். கையெழுத்துப் போடத் தெரியாதவரிடம் ரெண்டு சாட்சி கையொப்பம் பெற்றவுடன் சாஸ்திர வேதத்தின்படி பூபூபூபூ... வென்று காற்றை ஊதிக்கொண்டு பூதம் பாட்டி மேல் ஏறியது. பூதங்களை தபால்காரன் சட்டப்படி ஸ்டாண்ட் போட்டு நிறுத்திய சைக்கிளைத் தள்ளிக்கொண்டு கிராமத்தைவிட்டு வெளியேறினான்.

பாட்டி இடதுகைப் பெருவிரலை திருணையில் தேய்த்துக் கொண்டாள். பனிரண்டு வருஷங்களுக்கு முன்னால் கோனார் வாங்கியிருந்த கடனுக்கான பூதம் அது. பூதம் கிழவியிடம் பேசியது. அச்சடித்த வார்த்தைகளால் திட்டியது. உன்னை எச்சரிக்கிறேன். என்னிடம் பணிந்துவிடு. இனி நான் உன்னுடன் இருப்பேன். என்னை கவனி, என்றது பூதம்.

பூதத்தின் கெடுபிடியான வார்த்தைகளைக் கேட்டு பாட்டிக்கு மேலும் சங்கடமாக இருந்தது. அதை விரல்களால் தொட்டுப் பார்த்தாள். பூதம் சிரித்தது. அதைப் பழங்கால வீட்டில் தலைகீழாகத் தொங்க விட்டாள். அதற்கு சோறு தண்ணீர் கொடுக்க வேண்டிய கடமை வந்தவிட்டது.

பூதத்தை ஏவிய அதிகாரிகள் படையெடுத்து வந்தார்கள். குட்டிச் சாத்தானைப் போல் இங்கிலீசும் தமிழுமாக திட்டினார்கள். டிமாண்டு நோட்டீஸில் உள் அச்சடித்த வார்த்தைகளைக் கக்கினார்கள். வீட்டுக்குள் தொங்கிய பூதம் கைதட்டிச் சிரித்தது. வந்த அதிகாரி அய்யாவை திருணையில் இருக்கும்படி சொன்னாள். மேலும் கோபமடைந்த அதிகாரிக்குள்ளிருந்த குட்டிச்சாத்தான் குதித்தது.

திருணையிலிருந்து தட்டுத்தடுமாறி படியில் இறங்கிநின்றாள் பாட்டி. அவளைச் சுற்றிலும் படுத்திருந்த வெள்ளாட்டுக் குட்டிகள் திருணையிலிருந்து குதியாளத்துடன் வாசலில் குதித்து சாத்தானை முட்டிக் கொண்டு ஓடின.

ஆடுகளுக்காக திருணை விட்டத்தில் கயறில் கட்டியிருந்த ஆமணக்குக்குலை சாத்தானைப் பாத்து ஆடியது. சாத்தானின் கோபத்துக்கு ஆளாக முடியுமா என்றது. சாத்தானின் மந்திரத்தால் கட்டுண்ட ஆமணக்குக்குலை ஆடாமல் அசையாமல் பணிந்தது. காற்று வந்ததும் சிரித்துக்கொண்டு ஆடியது. பாட்டி தூணைப் பிடித்துக்கொண்டு நின்றாள். சத்தம் வருகிற திசையில் தலை திருப்பினாள். சாத்தானிடம் மண்டியிட்டு வேண்டினாள்.

'கண் தெரியாத கபோதி அய்யா... நாங்க பணத்துக்கு எங்க போவம் அய்யா.... ஈவுசாவு பாத்து போங்க அய்யா.... எப்படியும் குடுத்திருதோம் அய்யா....'

சாத்தான் போன பின்னும் பாட்டி சுவரைப் பிடித்துக் காற்றுவாக்கில் பேசிக்கொண்டிருந்தாள். ஆழ்ந்த இருளில் சுழன்றது பாட்டியின் குரல். மூக்கைச் சிந்தி தூணில் துடைத்துக்கொண்டாள். செங்கல்லால் அடுக்கியிருந்த கோனார்வீட்டு ஓடுகளுக்குமேல் வெள்ளாட்டுக் குட்டிகள் கணைத்தன.

கோனார் விட்டுச்சென்ற சில ஆடுகளே பாட்டிக்குத் துணையாக இருந்தன. அவர் கொடுத்த கைத்தடி பாட்டிக்கு வழித் துணை. அவளை முட்டி மோதி குதியாளம் போடும் ஆடுகள் இல்லாமல் இனி பாட்டியால் உயிர் வைத்து இருக்கவும் முடியாது.

ஒவ்வொரு வீட்டு வாசலுக்கும் போய் எட்டிப்பார்த்த ஆட்டுக் குட்டிகளுடன் பிள்ளைகளும் சேர்ந்து ஓடிவந்தன பாட்டியிடம். ஆட்டுக் குட்டிக்கும் சிறு பிள்ளைக்கும் நிறம் தெரியாத பாசத்துடன் பாட்டி இருந்தாள்.

கடனைத் திருப்பிக் கேட்கவந்த பூதம் தலைகீழாகத் தொங்கியபடி பிள்ளைகளுக்குக் கதைபோட ஆரம்பித்தது. 'விஜயாபுரி ராஜியத்தில் மகாராணிக்கு வைப்பாளனாக இருந்த அம்பட்டன் ஏழுகுதிரை பூட்டிய வண்டியில் வரும் அரசகுமாரர்களுக்கு முகச்சுத்தம் செய்யும் போது அரசகுமாரன் தூங்கிவிடுவானாம்...' என்று ஆரம்பித்தது கதை.

பாட்டியும் காலைநீட்டி உட்கார்ந்திருந்தாள். அவள்மேல் படுத்துப் புரண்ட பிள்ளைகள் பாட்டிதான் கதைபோடுகிறாள் என்று

நினைத்து பயபக்தியோடு ஊம் கொட்டின. தெருப்பிள்ளைகளோடு உறவில்லாமல் பாட்டியால் இருக்க முடியுதா. பூதத்தைப் பார்த்தும் பாட்டி அழுதாள். எனக்கொரு சாவு வரமாட்டிங்கே... அவரப்போயி பாத்திரணும்... சாவு வல்லியே... நான் என்ன செய்யட்டும்.... என்றாள் பாட்டி.

'அப்பிதி எல்லாம் சொல்லாத பாத்தி... எங்கவீட்டுக்கு வாபாத்தி நான் சோது போதுதேன் பாத்தி' என்றாள் பக்கத்து வீட்டு சின்னப்பாப்பா. பாட்டியின் உடம்பில் ஆதுரத்துடன் சாய்ந்து கொண்டாள்.

பாட்டி சின்னப்பாப்பாவின் தலையைத் தொட்டு ஆசீர்வதித்தாள். அப்போது தெருவில் கத்திக்கொண்டுவந்த ஆடுகளின் குரல் கேட்டது. குதிரைப்படைபோல் தடதடவென்று ஆடுகள் ஓடிவந்தன. எல்லாம் பாட்டியை நோக்கி ஓடிவரும் ஆடுகள். ஊர்க்காட்டில் தானே மேய்ந்து திரியும். கழுத்தில் கட்டிய சிறுமணி கிணுகிணுக்க பாட்டியிடம் வந்து சேரும் ஆடுகள்.

சின்னப்பாப்பாவின் 'பர்ர்ர்ர்'ரென்று சளி அடைத்த மூக்கைச் சிந்திசேலையில் துடைத்துக்கொண்டாள் பாட்டி. 'ஆத்தா நீ பாசக்காரியா இருக்கியே. பாட்டி செத்துப் போகமாட்டேன்.... உங்க அம்மாகிட்டபோயி பாட்டிக்கு நீத்தண்ணி வாங்கிட்டுவா... பாட்டிக்கு கெரக்கமா வருது போடா...'

பாட்டி இந்நேரம் தனிமையில் இருக்க விரும்பினாள். கடனைத் தீர்க்காமல் செத்துப்போகக் கூடாது... செத்தும் கருமாயப்படணுமா. கோனார் விட்டுச் சென்ற ஆடுகள் எல்லாம் பாட்டியை ஒண்டிக்கிடக்க, வெள்ளாட்டங்குட்டியை கைகளால் வருடினாள். எட்டயபுரம் சந்தைக்கு அனுப்புவதென்று தீர்மானித்தாள். ஆடுகள் கத்தத்து வங்கின மே.. பே... வென்று.

அப்போது கோனாரின் நரைமீசையும் தெருமுனையில் மறைந்து போன ஆடுகளின் செருமலும் பாட்டியின் அந்தராத்மாவில் விழுந்தது. பாட்டியின் திரைவிழுந்த கண்களுக்கு ஞாபகங்கள் இருந்தன. பேர்போன மீசை கோனாரின் மீசை. அதைக்கண்டே பாட்டிக்கு நம்பிக்கை தாட்டியம் எல்லாம். நரைமீசையைத் திருகியபடி கைக் கம்பை தரையில் ஊன்றாமல் கம்பளிப்போர்வையைத் தோளில் போட்டுக்கொண்டு கோனார்களுக்கே ஆன ஆழ்ந்த தனிமையில் ஆடுகளுக்குப் பின்னால் திரிந்த கோனாரின் நிழல், அசைந்து சென்றது.

கோனார் இருந்த காலத்திலேயே தரிசான பூமியில் சூரியனின் நிழல்

விழுந்தது. பயிர் வளர்க்க வாங்கிய கடனைத் திருப்பித்தரமுடியாமல் நம்பிக்கையான விதைகளெல்லாம் பூமி பிளந்துகொண்டு விரிவுக்குள் போனது. அருகோடிய நிலத்தைப் பார்த்து நின்றார் கோனார். விருவுகளில் பொங்கிய உப்புநிறத்தை மாற்ற முடியாது. வரிவரியான கோடுகள் உடைய ஸர்ப்பம் வானத்தில் எழுந்துவிட்டது. வைசூரி வந்த ஆட்டின் வீச்சம் தெருமுழுவதும். அவற்றின் செருமல் சளி கோடுகோடாய் வடிந்துகொண்டிருந்தது. காட்டுப்பாதையில் இறந்து விழுந்தன.. நடக்க ஏலாத ஆடுகள். அவற்றின் மரண இருளில் நடந்து போனார். ஆடுகள் எல்லாம் தரியில் கிடந்தன. நீல நாக்கு நோயில் செத்த ஆடுகளைப் புதைப்பதற்கு சுக்காங்காட்டில் குழி தோண்டியது ஊர். பல ஊர்களும் வாட்டமாகிவிட்டது. அந்தக் காலத்தில் போலையாடுகளைக் கப்பலில் கொண்டு வந்த பரங்கிகள் நீலநாக்கு நோயைக் கப்பலிலிருந்து இறக்கிவிட்டிருந்தார்கள். கீதாரிதிகள் முகத்தில் பழைய உயிரோட்டமில்லை இன்று.

பாட்டிக்கு கண்தெரியாமல் எல்லாம் மறைந்துபோனதென்று கோனார் நினைத்தார். ஊரைச் சுற்றிய நிலங்களில் இருந்துவந்த உலர்ந்த காற்று பாட்டியிடம் பல சேதிகளைச் சொன்னது. பாட்டியின் இருண்ட கண்ணுக்குள் நூறுவகை பயிர் பச்சைகளின் கதை இருந்தது. தினை வளர்த்தாள். தானியங்களும் பயறு வகைகளும் என்று பட்டம் பட்டமாய் விளைந்து அறுத்துப் பயிர் வளர்த்த கதைதான் அது. காற்றில் கலந்து வந்த பயிர் வாடையை இப்போது பாட்டியால் உணர முடியாமல் போனது.

பேராசைக்கார கோனாரின் ஆசையைப் பற்றி பாட்டிக்குப் பெருமூச்சுதான். பத்து மொய் ஆடு வளர்த்து, தெருவை அடைத்துக் கொண்டு, ஆள் வில்க இடமில்லாமல் போகவேண்டும் என்று கிழவன் ஏங்கியிருந்தான். ஆடுகள் வைசூரியால் செத்து மந்தையே மறைந்த ஏக்கம் தீரவில்லை.

ஏ... கெழவா... போகும்போது என்னத்த கொண்டுபோகப் போரெ... உனக்கு இம்புட்டு பேராசையா... என்றாள். கோனார் விசும்பி விசும்பி ஆடுகளை நினைத்து அழுதார். 'அட எளவே மனசாரிக்கோ மிஞ்சினது வளந்திடும்...' என்றாள் பாட்டி.

கோனார் வெத்தலையை உரலில் தட்டிக்கொண்டிருந்தார். கோனாருக்கு அப்போது என்றுமில்லாத அயர்ச்சி ஏற்பட்டது 'ஆத்தா... கொஞ்சம் போயிலைத்தடைய இப்படி கொண்டா ஒரு வடிய்யா வருது...' இடித்த உரல் சரிய வெத்திலை கோனாரின் மடியிலிருந்து

குப்புற விழுந்ததும் கோனார் காலமாயிட்டார்.

அவர் மாதிரி சாவு வரவேண்டும். சாவு வீட்டு வாசல்வரை வந்து கூப்பிடும் தட்டியும் கோனார் வெத்தலை உரலை இடித்துக் கொண்டிருந்தார். பாட்டி எழுந்து முந்தியில் முடிந்து வைத்த போயிலையைத் தட்டுத்தடுமாறி எடுத்துக் கொடுத்ததும் கோனாருக்கு சாவு வந்தது. நல்ல சாவென்று ஊர் மெச்சியது.

கோனார் விட்டுச் சென்ற கடனை அடைத்துவிட்டால் நிம்மதியாகப் போகலாம் என்று பாட்டி நினைத்தாள்.

பழங்கால வீட்டுக்குள் தொங்கிய பூதம் கீழிறங்கி ஆட்டுயாவாரி மாதிரி குடைக்கம்புடன் தெருவில் சத்தம் காட்டித் திரிந்தபோது பாட்டியின் காதில் விழுந்தது.

'ஏப்பா... தனிக்கோடி... இந்த மரிகளைப் பூராம் கொண்டு போயிரப்பா... அந்த கம்பேனிக்காரன் இன்னும் வாரானப்பா... தனிக்கோடி... போயி கெரயம் ஆக்கிக்கொண்டா... எனக்கு நேரம் வந்திருச்சப்பா... தனிக்கோடி'

'பெரியாத்தா... அப்படியெல்லாம் பேசாதிக... உங்க வாயில இருந்து வரப்படாது...' பூதம் சிரித்தது. ஆட்டுயாவாரி தனிக்கோடி நாடாரைப்போல் தெருலில் நின்று பேசியது. திரும்பவும் பாட்டியிடம் வந்து காரியம்கலந்த பிரியத்துடன் பாட்டியின் கால்மாட்டில் அமர்ந்தது.

'தனிக்கோடி.... கம்பேனிக்காரன் வந்திருவானப்பா... என்னக் கேக்கானே என் ஆவி கொதிக்குதப்பா... தனிக்கோடி... கோனாரு பெழச்சு பெழச்சு இந்த லெச்சணத்திலெ இருக்கு... பச்சத்தண்ணி எரங்க மாட்டிங்கே தனிக்கோடி... எங்கண்ணும் அவிஞ்சு போச்சே....'

ஆட்டுவியாபாரி தனிக்கோடி ஆட்டு மரிகளைப் பார்த்து மகிழ்ந்தான். வீடுகள் பூட்டிக்கிடந்த தெருவில் நடந்து வந்தான். ஆள் அரவமே இல்லாத நேரம். சின்னப்பிள்ளைகள் கூட்டமாக வந்து பார்த்துக்கொண்டிருந்தன.

சின்னப்பிள்ளைகளுக்கு விளையாட்டு காட்டினான். பூதத்தின் வித்தைகள் சாகஸம் போங்கள். சின்னப்பிள்ளைகள் உடனே ஏமாறிவிடும். எல்லாப்பிள்ளைகளும் கைதட்டிச் சிரித்தார்கள்.

ஆட்டுமரிகளைப் பார்த்து விலை நிதானித்தது பூதம். குடைக் காம்பை தரையிலூன்றி விரல்களைக் கைப்பிடியில் அழுத்தி யோசித்தது.

கையைவிட்டு நழுவிச்சென்ற கைத்தடியைத் தேடித் தட்டளிந்த பாட்டி புலம்பினாள். சின்னப்பாப்பாதான் பாட்டியின் தடியை எடுத்துக்கொடுத்தாள்.

தெருமுனையிலிருந்து ஓடிவந்த ஆடுகளின் குளம்பொலி பாட்டியின் பக்கத்தில் வந்தது. திருணையில் குதிக்கும் வளர்ப்பு ஆடுகள் எல்லாம் பாட்டியை இடித்துக்கொண்டன.

ஏனோ, இன்று பகல் முழுவதும் ஒருவகை வெளிச்சம். வெட்ட வெளியான இடத்திலிருந்து வரும் உலர்ந்தகாற்று பாட்டியின் உடலில் விழுந்து சென்றது. பாட்டியின் இருண்ட கண்ணில் என்றுமில்லாத கலக்கம். மூக்கில் வடிந்த கண்ணீரை சேலை முந்தியில் துடைத்து மூக்கைச் சிந்தினாள்.

பிள்ளைகள் பாட்டியோடு சேர்ந்துநின்றன. தனிக்கோடி இழுத்துச் செல்கிறான். ஊரின் எல்லைக்கு அப்பாலிருந்து ஆடுகளின் செருமல்.

பூதத்தின் சிரிப்பொலி காடுகளில் அதிர்ந்தது. ஆட்டின் மணியோசை மட்டும் உலர்ந்த காற்றில் மிதந்து கரைந்தது.

எத்தனையோ காலத்துக்கு ஆட்டுமணி கிணிகிணுக்கும் ஒலிகளை சுருட்டிவந்த காற்று பாட்டி படுத்திருந்த ஓட்டுவீட்டு தாழ்வாரத் திருணையில் துயரமாக வீசியது. ஆனாலும் கண்பத்தாத பாட்டியின் கருவிழி ஆழத்தில் உலர்ந்த எலும்புகளின் சமவெளி எரிந்து கொண்டிருந்தது. வெள்ளெருக்கான பகல்களில் எத்தனையோ காட்டு மனங்கொள்ளும் இருப்பைக் கொண்ட உலர்ந்த காற்றில் பாட்டி தன் காலமெல்லாம் நடமாடுகிறாள்.

தாழ்வான திருணையில் ஆட்டுப்பிலுக்கை மூத்திர வாடை அரக்கு வெள்ளை ரோமங்கள் உதிர்ந்த மண் தரையுடன் முகம் வைத்து முந்திச் சேலையை சும்மாடு கூட்டிப் படுத்திருக்கிறாள். தெருநெடுக ஓட்டு வீடுகளின் உள்கூடங்களில் எதைஎதையோ சுருட்டி அதிர்ந்த காற்றில் பதிந்த பாட்டி தரையை உரசி நடந்துவருகிறாள்.

□

10

சூல்

களிமண் பூமி. மண்வீடுகள். கிராமத்துக்குள் தலைமுறை தலைமுறையாய்ப் படர்ந்து வரும் பசுங் கொடிகள். வெட்ட வெட்டத் தளிர்க்கும் ரத்தவழி உறவு. ஒன்னுக்குள் ஒன்னு கொடுத்து வாங்கி ஊரைச் சுற்றிப் படர்ந்திருக்கும் வாழ்க்கை.

நம்ம பெரியவர்கள் அமைத்த தெருக்கள் வழியே வம்சாவளிகள். அச்சு அசலான மனிதர்கள். மண்ணுருவங்கள்.

நூறு வருஷங்களுக்குப் பிந்திப்போன, நம்ம கீகாட்டு கிராமம் திசை மிரண்டு கிடக்கிறது.

வீடுகளின் கூரையில் மௌனம் இன்னும் உறைந்து கிடக்கிறது. இந்தக் கிராமத்துக்கே ஆன மௌனம் இறுகலானது.

ஏர்கள் மெலிந்து மங்கும் முனங்கல். இன்னும் இன்னும் காடுகளுக்குள் எலும்பு துருத்திப் போகும் மாடுகள்... கொட்டைகள் நெறிபட கலப்பை திணற.

சம்சாரி வலுவுடன் மண்ணைமுட்டி நெம்புகிறான். காற்று வறண்டு உலத்துகிறது. நெஞ்சு காய்ந்தசெடி மழைக்கு அண்ணாந்து ஏங்கும்.

அடங்கா ஆசை எரிய சூரியன் விருவுகளுக்குள் மூச்சுவிடுகிறான். வெக்கையான காற்று படபடத்து நிழல்களை அசைக்கும்.

காட்டுக்குள் அம்மன்கோயில். பெரிய கிழவி... சம்சாரிகளைக் காத்து வருகிறாள்.

சாம்பல் மூடியிருக்கும் பனிக்காலம். கிராமத்தின் முகங்களில் மார்கழி வாசம். மரம் செடி கொடி எங்கும் பனி அமர்ந்திருக்கிறது. களங்கப்படாமல் வருசா வருசம் வரும் மார்கழி மாசம். நிறை சூலி போல் காடு. சோளம், கம்பு கதிர் வாங்கி பனியில் குளிர்ந்திருக்கும் காடு. பிந்திய கருதுகள் பனிவாடைக்குப் பால் கட்டி வளரும்.

காட்டுக் காவல்காரன் சீனித்தேவன். காடு விடிய எழுந்தான்.

வானம் பால்போல பனியாகி இறங்கிவருகிறது. கருக்கல் நெருங்கும் நேரம். மார்கழி மாசப் படைகுருவி கூட்டம் கூட்டமாக சோளக் கொண்டையில் அமர்ந்து கத்துகிறது. பல் நெடிய காலம் படைகுருவிகளைப் பார்த்து வருகிறான். அவற்றின் குரலில் பனிப்புகை கக்கும் குதூகலம்.

சீனித்தேவன் காட்டை உத்து உத்துப் பார்த்தான். அசையா மோனத்தில் பயிர்கள் வளர்வது அவன் கண்களுக்குத் தெரியும். இனி கதிர்வெட்டும் காலம்வரை படைகுருவிகளுக்கு காடுதான் வாசம்.

உயரத்திலிருந்து வெள்ளி வெளிச்சம் குளுந்து ஒளிரும் சோள மணிகளில். பனியில் வெடவெடத்து வரும் மேகாத்து. சோளக் கொண்டை அசைகிறது.

விட்டு விட்டு கரிச்சாண் கூப்பிடும் கருகருத்த இருள் மெல்ல மெல்ல ஒதுங்கித் தோன்றி வரும் வெம்பரப்பு.

ஊர்க்கிணத்தில் அசங்காமல் கிடந்த தண்ணீரில் சலனங்கள். கிணத்தடியில் பெண்டு பிள்ளைகளின் சலம்பல். குடங்கள் நிறைக்கும் வாளிச்சத்தம்.

கம்மாக்கரை வழியாக உடம்பை முழுதும் மூடியபடி துணிப் பொட்டணத்துடன் வந்துகொண்டிருந்தாள் சூலி.

வர்றது ஆரு, அழவம்மாளா...

கிணத்தடிப் பெண்கள் எட்டிப் பார்க்க, அவர்களிடம் அகப்பட்டுக் கொண்டாள் அழகம்மாள்... கையைப் பிடித்து எல்லாரும் மருகினார்கள்.

தலையை நிமுத்தி 'ஏத்தா, எம்புட்டு உருக்காஞ்சு போய்ட்டியே.'

வந்தவள் ஊர்முகத்தில் தேடினாள். எல்லாரும் திரும்பவும் அவளோடு இருந்தார்கள். ராசமக்காளிடம் ஒன்றும் சொல்லாமல் நின்றாள் அழகம்மாள்.

வரும் சீனியய்யாவைப் பார்த்து தைரியத்துடன் முகங் கொடுத்தாள்.

யாத்தா...அழவம்மா வாடா. சீனியய்யா காவக்கம்போடு மகளிடம் வந்து நின்றார்.

பெரிய்யாவை கையெடுத்துக் கும்பிட்டாள்.

மகராசி நல்லாரும்மா... பெரிய்யாவும் அழகம்மாளும் தெருவில் நடந்தார்கள்.

பெரிய்யா நல்லாருக்கீரா தங்கச்சி வந்தாளா... பெரியாத்தா இருக்காளா...காடு கரையெல்லாம் எப்படியிருக்கு பெரிய்யா. சோளம் வெட்டியாச்சா...

பெரிய்யா உற்றுப் பார்த்தார்.

'ஏன் பெரிய்யா அப்படிப் பாக்குற'

'புருசன் வரலியாம்மா'

அழகம்மாள் தரையைப் பார்த்தாள். மேடும் தாவுமான தெரு சாம்பல் பாரித்துக் கிடந்தது. குப்பக்கோழி செட்டையடித்துக் கொண்டு கத்தியது. அவள் பக்கமா அதன் சிகப்பு மூஞ்சி திரும்பிப் பார்த்தது.

பெரிய்யா வீடுவரை விட்டுத் திரும்பினார். வீட்டில் ஆத்தா இல்லை.

வந்ததும் வராததுமாய் குப்புறப்படுத்துவிட்டாள். இந்நேரத்தில் ஆத்தா எங்க போனா...

புல்லுக்கட்டும் ஆடுமாய் ஆத்தா வரும் சத்தம். திறந்து கிடந்த வீட்டைப் பார்த்து வருகிறாள்.

அழகம்மாள் முகத்தை மூடிக்கிடந்தாள். ஆத்தா கிட்டத்தில் போய்த் தொட்டுப்பார்த்தாள். நெருப்பாய்ச் சுட்டது.

ஆத்தா அவளை உசுப்பினாள். உடம்பு கட்டையாக இறுகியது. அவளைத் தூக்கி உட்காரவைத்தாள். அழுகை உடைந்து அழகம்மா ஆத்தாமாரை கட்டிக்கொண்டாள்.

பந்தமில்லாத அந்நியத்தில் அதும் கீகாட்டில் பெண்ணைக் கொடுத்துவிட்டு இருந்தாள் ஆத்தா. வாயும் வயிறுமாக புள்ள உருக்குலைஞ்சி வந்துருக்கு.

அழகம்மாள் கிட்டத்தில்போய்த் தொட்டுத் தடவி கழுத்தைப் பார்த்தாள். மூளியா இருக்கு புள்ள.

அடி பாதகத்தீ... என் வகுத்துல நஞ்ச ஊத்திட்டியே பாவி மகளே... நான் என்ன செய்யட்டும். எம் புள்ளைக்கு இப்படி ஆகுமா... எம்புள்ள அறுத்துட்டு வந்திட்டாளே... ஆத்தா தெருவெல்லாம் கேட்கும்படி ஒப்பாரி வைத்துக்கொண்டிருந்தாள். அழுதழுது தடம் விழுந்த சேலையில் முகம் புதைத்தாள் ஆத்தா.

அழகம்மா திரும்பிவிட்டாள். அவள் திரும்பி வருவதற்கு எத்தனையோ காரணங்கள் இருந்தன. தாய்வீட்டு இருளில் தகப்பன்

இல்லாத புள்ளை. களிம்பு ஏறிய சின்னக் குத்துவிளக்கு. ஒண்டியாய் எரியும் பிறந்த மண்வீடு. சாணம் மெழுகிய தரையில் ஊர்ந்த எறும்புகள் சில வரிசையாக கூட்டுக்குப் போகிறது. தரையை வெறித்த கண்களுடன் உக்கிப்போனாள் ஆத்தா.

என்ன... என்ன அழவம்மாளுக்கு என்ன... என்று கூடியது தெரு. சொந்த முகங்கள் கலங்கின, சிநேகிதமான பொம்பளைகள் அழுதார்கள். ஆத்தாளைக் கெட்டிக்கொண்டு வீரம்மா சின்னாத்தா அழுதாள். சொந்த உயிர்பட்ட சூடு, வலித்து அழுதாள். மெல்ல மெல்ல மடிந்து கொண்டிருந்தாள் அழவம்மா. பாழ் விழுந்து மூடிய முகத்தைப் பார்த்து ஊரே கலங்கி நின்றது.

திருணையில் பெரியவர்கள் சொந்த மகளுக்கு நேர்ந்த கொடுமைக்கு பொறுமையிழந்து குமுறினார்கள். சீனித்தேவன் காவக்கம்பைத் தரையில் தட்டியபடி தூணில் சாய்ந்திருந்தார்.

தகப்பன் இல்லா புள்ளைக்கு இந்தக் கெதி நேர்ந்ததென்று கலங்கினார்கள்.

ஊர்ப் பெரியவர்களும் தாட்டியமான முதியவர்களும் தீர்மானமாக அழகம்மாவைக் கூப்பிட்டு விசாரித்தார்கள். அப்போதும் வார்த்தை பேசாமல் ஊமையாக நின்றாள். பெரியவர்கள் கண்டிசனா கேட்டதும், சீனியய்யாவின் தோளைக் கெட்டிக்கொண்டு அழுதது புள்ளை. சீனியய்யா நெஞ்சு சின்னப் புள்ளையாட்டம் விசும்பியது. எல்லாரும் சத்தம் கொடுத்து பெரியாளின் அழுகையை நிப்பாட்டினார்கள்.

இந்த வருஷம் காடு நிறைசூலியாக நிற்கிறது. வரும் வெள்ளிக் கிழமை என்று கதிர்வெட்ட நாள் குறித்திருந்தது. களங்கமில்லாத பெரிய கிழவி கோயிலுக்கு பொங்கல்வைத்துக் காட்டில் இறங்கணும்.

சுத்துப்பட்டிக்கு ஆள் அனுப்பி பந்துக்களைக் கலந்து முடிவுக்குவர வேண்டியிருந்தது.

கிராமத்தில் நிறைசூலி உயிர் கொதித்தால் கேடுகாலம் வருமென்று ஐதீகம்.

அவர்கள் ஐதீகப்படியும் சாஸ்திரப்படியும் அவள் சுகப்பட்டு பேறு காலத்துக்குக் கிராமம் கூடி முடிவாக, காட்டு அம்மனுக்கு சூடம் பொருத்திவிட்டு வர ஆள் அனுப்பியது. பல நாள் பூசைக்கும் ஏற்பாடு ஆனது.

பொழுது விழுந்து இரவு வந்தது. சூல்கொண்ட காடு இருளோடு சூழ்ந்து அவர்களைப் பார்த்துக்கொண்டிருந்தது.

விளைந்து பூக்காய்த்து யாரும் நெருங்க முடியாத கற்பூரமாய் எரியும் கம்மங்கருதுகள். கிராமத்தின் அனாதையான துயரங்கள் எரிகின்றன. மேகாத்தில் இருளோடு அசையும் கம்மங்கருதுகள். சீனித் தேவனின் கம்புச்சத்தம் விட்டுவிட்டுக் கேட்கிறது இருளில்.

□

11

பச்சைப்பூத் தெரு

தற்செயலானதுதான், மதுரை பழைய புஸ்தகக் கடையில் வந்து விழுந்த 'பச்சைப்பூத் தெரு' என்று பெயரிடப்பட்ட பழைய டைரி கண்டு பிடிக்கப்பட்டது. மிகவும் அழுக்குப் படிந்து பக்கங்களின் முனைகள் கிழிந்த டைரி. கருப்பானது. மேலுறை இத்து பலகாலம் கக்கத்தில் வைத்துத் திரிந்தது. விரல்கள்பட்டு அழிந்த எழுத்துகள். பலரும் சந்திக்க மறந்தது. கண்களுக்குப்படாது மறையும். திரும்ப வரும். கிழிக்கப்படும், திரும்பவும் எழுதப்படும். உள்ளே ஒடிந்த தாள்கள். கவனமாகப் புரட்டினேன். ஒவ்வொரு ஒடிந்த வார்த்தைகளும் பச்சைப்பூத்தெருவுடன் தைக்கப்பட்டிருந்தன. கந்துகந்தலாகும் வார்த்தைக்குள் குமிழும் எரிகொம்புகள். காலம் ஊடுருவி, பழுப் படைந்து, பச்சையும் கருப்பும்கலந்த மையில் அலைக்கழிந்த யாத்ரீகனின் கிறுக்கல். பச்சைப்பூத் தெருவுக்கு வந்த யாத்ரீகன் ஒருவன் இதைத் தவறவிட்டிருக்க வேண்டும். திரும்பத் திரும்ப அந்த ஊர்சுற்றி ஜி. நாகராஜனைப் பச்சைப்பூத்தெருவில் சந்தித்திருக்கிறான். யாத்ரீகனோடும் ரிக்ஷாக்காரனோடும் ஜான்ஸிராணி பார்க்கில் ஜி. நாகராஜன். இருவரோடும் ஒரே சமயத்தில், கஞ்சா சிமிழை சுற்றிவிட்டு வாழ்க்கை விசாரத்தில் எங்கெங்கோ சுழன்று கடந்து போனான் ஜி.என். யாத்ரீகர்கள் சிலர் பச்சைப்பூத் தெருவில் இறந்திருக்கிறார்கள். அவன் சொந்த நாட்டுக்குத் திரும்பாமலே வழி தவறியிருக்க வேண்டும் அல்லது ஜி. என். சந்தித்த பிளாட்பார உலகில் மறைந்து போயிருக்கலாம். கடைசி அத்யாயத்தை அவன் இறக்கும் தறுவாயில் எழுதி எழுதி இறுதியடையாமல் பச்சைப்பூத் தெரு தாசியிடம் விட்டுச் செல்கிறான். அதுவே அவன் வெளியிட்ட மரண வாக்குமூலம். மேலும் சில விடுபட்ட அத்யாயங்கள் வந்துபோகும் பிற தாசிகளுக்காக... விடப்பட்டன. ஒவ்வொருவராய் வந்து சென்று திரும்பவந்து எழுதி எழுதாமல் பிறகு எப்பொழுதோ எழுதிச் செல்ல

தேவதாசி இலைகள் பழுத்து உதிரும் பக்கம் பக்கமாய்... மக்கிய இலைக்குவியல்... அவன் மரணத் தறுவாயில் உதடுகளில் இலை படர்ந்த விநாடியைத் தொடர்ந்து அவன் வாழ்ந்துகொண்டிருந்த மரணத்திற்குள்... விநாடி விநாடியாகக் கடந்த நனவிலியில் செல்லும் மஞ்சள் பாம்பின் சுருணையாக சாவு தெரிந்த போது பிரக்ஞை வெளிர் மஞ்சளாய் நின்றது. மதுரைத் தாசிகள் இருந்த பச்சைப்பூத் தெருவைக் கடந்துவந்த ஜி. நாகராஜன் துடித்துவந்த சமீபத்தில் அவனைப் போன்ற சகயாத்ரீகன், அருகில் தோற்றம்கொள்ள... இவனுக்கும் அவனுக்கும் இடையில் பச்சைப்பூத் தெரு கூண்டுபோல் நீண்டு வளைந்து சென்றது. தெரு உருவங்கள் வாகனங்கள் சுவர்கள் வீடுகள் எல்லாம் வெளிரிக் கரைந்துவிடுகிறது. எல்லாமே மயக்கத்தில் அலையலையாக பித்தப்பூக்கள் உதிர்ந்து வருவதைப் பார்த்துக் கொண்டே... ஜி.என்... ஜி.என்... என நிசப்தத்தில் அசைந்த பச்சைப்பூத் தெரு தாசியின் உதடுகள்... சப்தம் நீண்டு நீருக்குள் குளக்.... கென்று குமிழாக பச்சைப்பூத் தெருவில் ஒரு வினாடியைப் பதினெட்டாக ஊடுருவிப் பிளந்து அகாலமாய் அவன் கிடந்ததை நீருக்குள் எதிர் நின்ற வேறொரு மனிதன் ஜி.என்... பார்த்துக் கொண்டிருந்ததை அவன் இறந்த விழிகள் பார்த்துக்கொண்டிருந்தன. டெத் கண்டிஷனில் அவன் கையில் நீர்த்தாமரை இதழ் இதழாகப் பிரிந்து அவன் பிடியிலிருந்து டைரி நழுவி அவன் கையே தண்டாக வளைந்தது.

டைரி நீருக்குள் மூழ்குவதை நீந்தியே சென்று ஜி.என். எடுத்து வந்ததைப் பிற்சேர்க்கையாக வழிப்போக்கன் ஒருவன் எழுதிச் சென்றிருந்தான். கடைசியாக மேலும் சில பக்கங்கள். பைத்தியம் பிடித்த பச்சைப்பூத் தெருவில் ஜி.என்—அவனை இழுத்துக் கொண்டு சுற்றிச் சுற்றிக் காட்டி நான்குபக்க கோபுரங்கள்; அதன் மீது பதிந்த சிற்பங்கள் புராணங்கள் அசுரர்கள் அரசர்கள் பிச்சாடனர்கள் அடிமைகள் அவர்கள் இவர்கள் எவரெவரோக்கள் பச்சைப்பூ உடைந்து உருளும் நீரில் அமிழ்ந்து வெவ்வேறு ரூபங்களாய் சரித்திர புராணக் கேலிச் சித்திரங்கள் பைத்திய ஓட்டத்தில் விகாரங்களாய் கோட்டான்களாய் சாத்தான்களாய் பச்சைப்பூத் தெரு அமிழ்ந்து அசைவதை அவன் கிறுக்கி வைத்திருந்தான். ஜி.என். என்ற யாத்ரீகன் -வந்த யாத்ரீகனை விடவில்லை. அவன் விட்டுச்சென்ற டைரியில் விபரீதமான குறிப்புகள். ஒன்றுக்குமேல் ஒன்று எதிரெதிராய் அடுக்கப்பட்டிருந்தன. ஜி.என். கைவசமிருந்த அவன் டைரியை அவன் யார் எங்கிருந்து வருகிறான் அவன் சொந்தநாட்டுக்கு வீட்டுக்கு

ஏன் திரும்பாமல் சுற்றிச் சுற்றினான். என்ன கண்டான் எதைத் தெரிந்துகொண்டான் அவன் வேர் எங்கிருக்கிறது அவன் வால் எங்கிருக்கிறது கலாச்சாரம் கல்மண் எந்த அமீபா அது எங்கிருந்து சுற்றுகிறது அவன் தன்னைத் தொடுவதற்காக நினைவுகளை துறப்பதற்காக கல்லைப் பிடித்து கால்களை நிறுத்தி நடந்து கொண்டிருந்த மரணக்கிணற்றில் மோட்டார் சைக்கிள் விட்டுக் கொண்டிருந்த சர்க்கஸ் கோமாளி அவன். மோட்டார் டர்ர்ர்ர்... டர்ர்ர்ர்.... டர்ர்ர்... ரென்று மரணக்கிணற்றின் சுவர்களில் சுழன்று சுழன்று சுழல்கிறது. எழுத எழுத மரணக்கிணற்றில் விழுந்து சுற்றிக் கடந்து ஜி.என். பிளாட்பாரத் தூணில் சாய்ந்துகொண்டு அவன் விட்டுச்சென்ற டைரியுடன்... எழுதப்படாத கதைகளுடன்... பச்சைப்பூத் தெருக் குறிப்புகளை நாவலாக எழுதிக்கொண்டு அனுபவங்களை விட்டுவிட்டு வேறு வகையில் ஏதாவது தாசிகளைப் பற்றி எழுதித் தோற்றுக்கொண்டிருந்தான். அந்தப் பச்சைப்பூத் தெருவில் யார்யாரோ வருகிறார்கள் போகிறார்கள் வருகிற போகிற புழுதியில் நாய்களின் ஊளை படிந்துள்ளது. ஒன்றுமேல் ஒன்று எக்குப் போட்டு விளையாடித் தொலைவில் மறையும். தகர வாகனங்கள் செம்மண்ணை அள்ளித் தெளித்துக்கொண்டு சக்கரங்கள் தூசுகளை வீசிச் செல்லும், எங்கும் மஞ்சள்நிற வெய்யில் பதிந்து இறங்குகிறது. போஸ்ட் மரத்தூணில் சாய்ந்து மயக்கமடைந்து கிடந்த ஜி.என். விலகிச் செல்லும் கால்கள். ஓடிக்களைத்த கால்கள் யாருமில்லாத பச்சைப்பூத்தெருவில் ஓடிக்கொண்டிருந்தன.

வெய்யிலில் தெரு நெளிகிறது. அவன் மயக்கத்தில் அசைந்து கொண்டிருக்கிறான்... அலைந்து அடிபட்டு முகம் நெளிந்து வீங்கிய முகத்துடன் அந்த மஞ்சள்நாய் திரும்பிவந்து ஜி.என். கைகளில் ஈரமான மூக்கினால் ஒட்டி வெகுவேகமாக ஓடி தொலைவில் ஊளையிட்டது. ஜி.என்னுக்குப் பழக்கபட்ட ரிக்காட் டான்ஸ்காரி சவுடிசந்திரா அவனை ரிக்ஷாவில் தூக்கிப்போட்டு பச்சைப்பூத் தெருவுக்குக் கொண்டுபோனாள். வீடு முழுவதும் அரக்கு ரிக்காடுகள். போஸ்டர்களும் ஒட்டப்பட்டிருந்தது. அவன் மயக்கம் தெளிந்த போது.... சவுடி சவுடி... என்று அவளை அருகில் வைத்துக்கொண்டு அதை இதை வம்பளக்கிறான். ஜி.என். மீண்டும் எழுதத் தொடங்குகிறான். திரும்பக் குடிப்பதற்கும் அழிவதற்கும் திறந்து—கிடந்த ரணங்கள். உட்கார்ந்த இடத்தையெல்லாம் கடிக்கும் பூச்சிகள். திரும்பவும் கொஞ்சம் குடித்துவிட்டு பச்சைப்பூத் தெருவில் சுற்றிக் கொண்டிருந்தான் ஜி.என். பழைய அரக்கு ரிக்காடுகள் சுற்றுகின்றன.

கிராமஃபோன் ஊசிகள். கீழே விழும் ஊசிகள். தொலைந்த கிராமஃபோன் ஊசிகள். தெருத்தெருவாகத் தேடுகிறார்கள். ஒவ்வொரு கிராமஃபேன் ஊசியிலும் அவரவர் அடையாளம் இருப்பதாகத் தேடுகிறார்கள். இரவுப்பாடல்கள் வந்துபோன மேடைகளுக்கு அடியில் குனிந்து தேடுகிறார்கள். சிறுவன் தீப்பெட்டிக்குள் தொலைந்த ஊசிகள். அரக்கு ரிக்காடில் இருந்த கொலம்பியா புலியும் குழாய் நாயும் சிரிக்கிறது. ஒவ்வொரு பாட்டுக்கும் பின்னணியில் வாயசைத்துக் கண்ணாடிமுன் ஆடி ஒத்திகைப் பார்க்கிறாள் சவுடி. உடனே அடுத்த ரெக்காடு. ஊர் ஊராய்ச் சுற்றும் அவளுடன் பச்சைப்பூத் தெரு ஆடுகிறது. ஆடிக் களைத்த கால் மாற்றி ஆடும் நடனங்கள், அரக்கு சுற்றுகிறது. அடுத்த ஊசிமாற்றி ஆடுகிறார்கள். சவுடி அரக்கு சுற்றி சுற்றி... இரவு முழுவதும் ஆடுகிறாள். முகங்களில் அரிதாரம் நாற பச்சைப்பூத் தெருவில் வேடமிட்டு ஆடுகிறாள் சவுடி... பீடிவேனில் அரக்கு சுற்றுகிறது. பீடியினா பீடி... எம்.கே.டி. பீடி... போட்டோ பீடி போட்டோ பீடி... ஊக்கினால் அவள் சதையைக் கிழித்து ரூபாய்த்தாள் குத்துகிறார் பீடிமுதலாளி. கிராமங்கள் கிறுகிறுவென்று அரக்கில் சுற்றுகின்றன. அடுத்த கட்டத்திற்கான ஆடை மாற்றித் திரும்பும் கண்ணாடி. ஒப்பனைஅறை ஓட்டைகளில் கண்கள் ஊசியாய் அவள் சதையைக் கிழிக்கின்றன. பெரியவர் பொக்கை வாய் ஆ... வென்று திறந்து ரசிக்கிறது. ரூபாய்த் தாள்களும் ஊக்குக் கிழித்த வடுக்களுடன் சவுடி மல்லாந்து கைகால்கள் வளைந்து கிடக்கிறாள். அவள் வீடு முழுவதும் நீச்சல் உடையில் அவள் சினிமா ஸ்டாராய் சிரிக்கிறாள். அரக்கு ரிக்காடுகள் குவிந்து தேய்ந்து ஒடிந்து கிடக்கின்றன. ஜி.என் தேய்ந்த அரக்குகளைத் தலைக்கு வைத்துப் படுத்திருக்கிறான். திரும்பவும் விட்ட இடத்திலிருந்து எழுதிக் கொண்டு... அரக்கு சுற்றுகிறது... மேடைகளில் தொலைந்த ஊசிகள் தேய்ந்த ஊசிகளைக் கொண்டு ஜி.என்... கிராமஃபோன் பெட்டியைச் சுற்றுகின்றான்... காலம் கால்மாற்றி ஆடுகிறது. கூட்டம் கூட்டமாய் நிழல் நிழலாய் உருவிழந்த நிழல்களாய்... வளைந்து கிளை விரித்த மரநிழல் வளைந்த பச்சைப்பூத் தெருவில் நிழல்கள் சுற்றிச் சுழல்கின்றன... குரங்கொன்று ஆடுகிறது... கழுத்தில் கட்டிய மணிச் சத்தம் ஒலிக்கிறது. வா பெண்ணே... குதம்பாய்... வந்தாய் பெண்ணே... ஆடு பெண்ணே... பச்சைப்பூத் தெருவில் ஆடிக் கால் வளைந்து கை விரித்து மரமானாள். நூறு கைகளாய் வளைந்து நெளிந்து ஆடுகிறாள்... சவுடி மார்க்கெட் இழந்து வேசையானாள். சித்ரவதை செய்து இழுத்துச் செல்லும்போது போலீஸை ஜி.என். அடிக்

கிறான். இரண்டுக்கு மேற்பட்ட லத்திகள் வீசி அப்படியே வேனுக்குள் ஜி.என்னை மறைக்க... எஸ்கின் ஆஸ்பத்திரி செல்வார்டில் பிளட் கேன்ஷர்... முற்றிய தெருவில் பிளாட்பாரத் தூணில் சாய்ந்து நடுங்கும் விரல்களுக்கிடையில் பீடியில் கஞ்சாதூளைக் கட்டி புகை சுழன்றபடி நகரம் நெளிந்த தகரமாய் ஓட்டை விழுகிறது. யாத்ரீகன் நாவலை அடித்துத் திருத்திய பச்சைப்பூத்தெருவில் மயங்கிக் கிடக்கிறான் ஜி.என். தெரிந்த முகங்களாய் வந்து தப்பியோடு கின்றன. ஜி.என். கோமாவில் செல்வார்டில் கடந்த கடைசி நிமிஷங்கள். அவனுடன் இருந்த டைரி... முடிக்கப்படாத நாவலின் சில அத்யாயங்கள்... நினைவிழந்த நிலையில் ஜி.என்... மெல்ல செல்வார்டின் வெள்ளை நிறப் படுக்கையைவிட்டு எழுந்து தொலைவில் அந்தப் பச்சைப் பூத்தெரு டைரியின் கடைசி வரிகளை யாரோ எழுதியிருக்க வேண்டும். 28ஆம் பக்கம் பார்க்க என்றது கடைசி வாக்கியம்.

II

இதற்கு மேலும் கடையில் வைத்து டைரியைப் புரட்டுவதை ஆட்சேபித்தார் கடைக்காரர். எவ்வளவு கேட்கிறீர்கள் இதற்கு என்றேன். சரிசரி கொடுப்பதைக் கொடுங்கள், சேர வேண்டிய ஆளிடம் சேர்த்துவிட்டேன் என்றார் தாடி. எனக்கு தூக்கிவாரிப்போட்டது. கடைக்காரர் முகத்தைப் பார்க்க பயமாக இருந்தது. மறுவார்த்தை பேசாமல் பத்து ரூபாய் கொடுத்துவிட்டு இடத்தைக் காலி செய்தேன். என்கூட வந்தவர் பழைய புஸ்தகப் பைத்தியம். பழைய புஸ்தகக் கடையைச் சுற்றி வருவார். அவர் இந்தக் குப்பைக்கா பத்துரூபாய் என்றார். உஸ்! சத்தம்போட்டுப் பேசவேண்டாம். நாலு பேருக்குத் தெரிந்தால் என்னாவது. என் பேச்சை மாற்றினேன். இப்போதெல்லாம் பழைய புஸ்தகக் கடையில்தான் வியக்கவைக்கும் அதிசயங்கள் நடக்கின்றன. உங்களை முதன் முதலில் பார்த்ததுகூட நியூ சினிமாவுக்கு அடுத்த சந்திலிருந்த பழைய புஸ்தகக் கடையில்தான். மதுரையே ஒரு அதிசயம்தான் என்றேன். அவர் என் பேச்சை இடைமறித்து அப்படியா... டைரியை இப்படிக் கொடுங்கள் பார்ப்போம் என்றார் நக்கலாக. பவித்திரமாக டைரியை அவரிடம் நீட்டினேன். பக்கங்களை வேக வேகமாக விழுங்கிவிட்டு ம்... ஆராய்ச்சிக்குரிய விஷயம்தான். என்னிடமும் இப்படிப் பல டைரிகள் இருக்கின்றன. இந்த யாத்ரீகன் விட்டுசென்ற டைரியோ வேறு வகையானதுதான். ஆனால் இதிலுள்ள மொழி தாறுமாறானது.

இதை ஒரு பைத்தியம் எழுதியிருந்தால் பரவாயில்லை. மதுரையில் ஏற்கெனவே பல பைத்தியம் பிடித்த யாத்ரீகர்கள் திரிந்ததாக கேள்விப்பட்டேன். மனநோய் ஆராய்ச்சியாளர்கள் கண்டால் இதை விடமாட்டார்கள். சிக்மெண்ட் ஃபிராய்டைவிட பெரிய ஆசாமிதான் போலும். இதற்கெல்லாம் என்ன அர்த்தம். இதை ஏன் திருப்பித் திருப்பிப் புரட்டிப்பார்க்கிறீர்கள். தலைகீழாக எழுதி யிருக்கிறான் அந்த யாத்ரீகன்... திண்டுக்கல் ரோட்டிலிருந்த பழைய புஸ்தகக் கடையின் ஒரு பகுதிக்குள் நுழைந்து மறைந்தார் பழைய புஸ்தக வேதாளம்.

என் வழி நடந்தேன். நடந்த தெருக்களில் திரும்பத் திரும்ப நடந்து சென்றேன். வடக்குமாசி வீதியில் ஜி.என். என்னைக் கடந்துபோய்க் கொண்டிருந்தான். வேறு சந்து வழியே மறைந்தேன். டவுண் ஹால் ரோட்டில் நுழைந்த போது காலேஜ் ஹவுஸ் வாசலில் பேப்பரை விரித்தபடி ஜி.என். நின்றுகொண்டிருந்தான். சிகரெட் புகை சுற்றிச் சுழன்றது. டவுண்ஹால் ரோட்டில் நடந்தபடி டைரியைப் புரட்டிச் சென்றேன். பக்கங்கள் தனித்தனியே வந்தன பாரசீக எல்லைகளைக் கடந்து. நிர்மூலமாக்கப்பட்ட கொரில்லா உடம்புகள். குண்டு துளைத்த வார்த்தைகள். அழிக்கபட்ட இடங்கள். பொந்து விழுந்த இடங்களைச் சுட்டிக்காட்ட முடியும். சவரக்கத்தி நடைகள் கிழிந்துகிடந்தன. பழைய மனிதனின் மூர்க்கமான உருவங்கள் எழுந்து நின்றன. அரூபமாய் ஒடுக்கப்பட்ட படைப்பு ரகஸியங்களின் வறண்ட பாதையில் வெளிப்பட்ட கொரில்லாக்கள். யாசர் அராபட்டிடம் பயிற்சிபெற்ற போராளிகளின் குறிப்புகள் அடங்கிய சில தாள்கள். லெவிஸ் டெப்ரேயின் வாசகங்கள். அடுத்த பக்கம் அல்ஜீரியக் காடுகளில்... அலைந்து திரிந்த கால்களின் ஆல்பம். பக்கம்பக்கமாய் நடந்து நடந்து கல்லிலும் புதர்களிலும் கால்கள் மறைகின்றன.

அல்ஜீரியக் காடுகளில் புதைத்துவைக்கப்பட்ட பொலிவியன் டைரியைத் தோண்டி எடுத்து மார்புகளில் சேர்த்து தைத்துக்கொண்டு நெஞ்சில் நெருகிப் பாய்ந்த ஈயரவைகளின் ஓசையில் பொலிவியன் டைரியின் பக்கங்கள் ஒவ்வொன்றாய்க் கிழிக்கப்பட்டு ஒவ்வொரு போராளியின் மார்புடன் சேர்த்து நுரையீரலில் தைக்கப்பட்டு உட்குமிழும் சுவாசத்தில் ஓடிக்கொண்டிருந்தன கால்கள். பக்கங்கள் புரண்டு ஓடுகிறான் யாத்ரீகன்... பொலிவியக் குறிப்புகள் நுரையீர லுடன் சேர்த்து மார்பெலும்புகளுடன் இணைக்கப்பட்ட யாத்ரீகன்... வெளியேறிச் செல்கிறான். சேயின் வெட்டப்பட்ட கைகள்

தென் துருவத்திலிருந்து நீண்டு அவனை மார்புடன் தழுவி முத்த மிடுகிறது. சரக்குக் கப்பலில் பழக்குவியலுக்குள் பதுங்கிவருகிறான் யாத்ரீகன். ஏங்கிவந்த அழுகையைத் தென்கிழக்குக் காற்று துடைத்துச் செல்லும். அவன் செங்கடல் மார்க்மாக சூயஸ் கால்வாயைக் கடந்து எண்ணெய்க் கப்பலுக்கு மாறி இந்திய மாலுமிகளுடன் சீட்டாடியபடி சில ரூபாய்கள் ஜெயித்து பம்பாய் வந்து நிற்கிறான். இண்டியாகேட் வாசலில் கடல் அசைகிறது. வெண்புகை மூடிய தொடுவானில் தோணிகள் அசைந்து மறைகின்றன.

III

டைரியின் முதல் பக்கத்தைத் திறந்தேன்; பலவகையான மையில் எழுதப்பட்ட தலைப்புகள் அடித்துத் திருத்தப்பட்டவை. எந்த மொழி என்று காண முடியாமல் குழம்பியிருந்தது. சில பக்கங்கள் ஆங்கிலத்தில்... லத்தீனில் பாரசீகக் கதைகளில் வரும் பழம் பாடல்களின் மெட்டு. இசை எண்கள். துருக்கி நாடோடிப் பாடகன் இப்ராஹிம்... குர்து மக்களிடம் புழங்கிய சாம்பல் கத்திகள். பலதாள் களில் எழுத்துதான் ஆங்கிலமென்றுபட்டது. ஏதோ ஆதி குடிகளுடன் சேர்ந்து திரிந்த அவர்களின் இயற்கை மொழி உச்சரிப்புகள் ஆங்கில எழுத்தாக மாறியிருந்தன. உலகின் அடிவாரங்களில் மறைந்து திரியும் கணங்களின் அடையாளங்கள். கல்பதிவுகள். மந்திரங்கள்.. அந்த மஞ்சள் நாயொன்று சுருண்டுபடுத்திருந்தது. கணக்குழுவின் தலைவன் எலும்பு மாலை அணிந்து நரபலிக்காடுகளில் ஓடித்திரிந்த தடங்களின் மந்திரவெட்டுகள் அவன் பாதங்களின் மஞ்சள் அடையாளங்கள் நீருக்கடியில் இன்னும் பதிந்த தடங்களாய் மஞ்சள் பதிந்து அதிலிருந்து சில மீன்கள் அவன் பாதங்களை உரசும் கோடுகளில் சடங்குகளின் ஒலிகள் நீருக்குள் சுருண்ட நகங்களுடன் பார்த்துக்கொண்டிருந்தன... சூரியனின் முகம்படாத பச்சைப்பூத்தெருவில் மீன்கள் ஒவ்வொன்றாய் செதில்களை அசைத்தபடி மின்னிக்கொண்டு அடி ஆழங்களில் புதைந்த கற்பாறைகளின் பிளவுகளுக்குள் சென்று தேவதாசி அறைக்குள் கணக்குழுவின் தலைவன் மந்திரக்குழல் வாசித்தபடி இசைக்கணிகைமேல் சுருணை சுருணையாக மஞ்சள்கோலங்கள் சுற்றிச்சுற்றி மாந்திரீக ஒலியலைகளை எழுப்பிக்கொண்டிருந்ததை எல்லா மீன்களும் கூட்டமாய்ச் சென்று மாந்திரீக சுருணைகளில் மயங்கி தங்கள் அழகிய பொன்நிற வாலை அசைத்தசைத்து நாட்டிய மாடுகின்றன.... வெண்கொம்புகள் பார்க்க கன்றுகளின் கொம்பு களைப்போல் மயக்கமூட்டுவதாக இருக்கிறது. பச்சைப்பூத் தெருப்

பெண்களின் உதடுகள் கலவியிலிருக்கும் மயக்கத்தை ஊட்டும். உதடுகள் கவ்விய மந்திரக்குழலில் தாசியின் மரணத்திற்கான இசை... ஒரே கார்வையில் நீருக்குள் ததும்பித்ததும்பி மீன்குஞ்சுகள் அனந்தத்தில் தத்தளிக்க அவள் தொடர்ந்து அவற்றின் அனந்த நிலையை உலகின் ஜீவகோடி ரகஸியங்களில் ஊதிக்கொண்டிருக் கிறாள்... கடல் பாதைகளிலிருந்து மெல்லமெல்ல மேலெழுந்த பக்கங்களைப் புரட்டிக்கொண்டிருந்தேன்... தன் உயிரையே பணயம் வைத்துப் பதியப்பட்ட பச்சைப்பூத்தெருக் கிறுக்கல்களை நான் திரும்பத்திரும்ப வாசித்துக்கொண்டிருக்கிறேன். அந்தப் பக்கங்களை விட்டு விடுபட என்னால் முடியவில்லை. இவற்றை எந்த இலக்கியத்திலேனும் படித்ததாக ஞாபகமில்லை. என்னையே ஆரம்பநிலைக்குள் கொண்டுசெல்ல பச்சைப்பூத் தெருவுக்குள் சிக்கவைத்தது. மந்திர வார்த்தைகள் திரும்பிவந்தன. கடக்க முடியவில்லை பச்சைப்பூத் தெருவை. கட்டுண்ட நிலையில் வெகுகால வாழ் வெய்தினேன். அடுத்த பக்கம்தானே புரண்டு அபூர்வமாகச் சில மொழிகளின் கலவை. ஏதேதோ சங்கேதக் குறிகள். வரைபடங்கள். சித்திர எழுத்துகள். தோல் ஏடுகளில் கண்டுபிடித்த சொல். மிருகங்களின் குரல் வளைவுகள் பாம்பு நெளிவுகளின் கோடுகள். நட்சத்திர வருகை. பட்சிகளின் சாஸ்திரங்கள். தவளைக்கோடுகளில் மறைந்த பறவைகள். தலைகீழாக அடுக்கி வைக்கப்பட்ட பச்சைப்பூத் தெருக் கனவுகள். சில இரவின் தோற்றத்தில்வரும் பழம்பாதைகள். சாம்பல் படிவுகள். இசைத்தாசிகளின் கடல் மந்திரங்கள். மந்திர வடிவுகளில் வரையப்பட்ட சோகங்கள். பெரிய பெரிய பாதங்களுள்ள பெண்கள் அங்கு வதிகிறார்கள். உதடு கிழிந்த ஆதி வாசிகள். நாட்டுக்கட்டை சுடு கருவிகள். மாறான் மலை பிசாசுகள், புலிக் குகையின் கட்டம்கட்டமான கோடுகளில் வரும் பச்சைப்பூத்தெரு வீடுகளின் இருட்டு. பச்சையும் கருப்பும் கக்கும் மலைகள். குன்றுகளின் பழுப்பு ஒளிகள். உயரம் தாங்கிய வட்டப்பாறையின் அலாதிகளில் திரியும் தாசிகளின் பாடல்கள். பறவைகளின் இறகுகள் மிதந்து சரியும் தத்தளிப்பான அசைவுகள் வெளிப்பட்ட கணிகை மக்கள்...

இந்திய சிற்பங்கள் ஒரு பக்கமும் அவற்றை நையாண்டி செய்யும் குறிப்புகள் மறுபக்கமும். ஹம்பி என்பதே ஒரு சிதிலம் என்ற பெயரால் சுட்டப்பட்டிருக்க வேண்டும். டூரிஸ்ட்களையும் கேலிச் சித்திரமாக வரைந்த குறிப்புகள். இதை எப்படி தமிழில் மொழி மாற்றம் செய்வதென்பது சிக்கலாகவே இருந்தது. அவன் எந்த

நூற்றாண்டைச் சேர்ந்தவன். முதலில் இந்த டைரியே அவனுடையது தானா. அதை யாரோ கண்டெடுத்திருக்கக்கூடும். பல கைகள் மாறி மாறி சில பக்கங்கள் கிழிக்கப்பட்டபின் சேர்க்கப்பட்ட சரித்திர மௌனங்களாய் விடப்பட்ட பச்சைப்பூத் தெருவில் கடந்துவரும் குறிப்புகள். இதுவே பயண நெடுங்காவியங்களில் முதல் டைரியாக இருக்க வேண்டும். எதுவும் செப்பனிடப்படவில்லை. ஒழுங்கு படுத்தப்படவில்லை. செய்நேர்த்தியால் செத்துப்போன ஆபரணங்கள் பூண்ட சிற்பங்களின் புற நுட்பங்களைப் பக்கம்பக்கமாக நையாண்டி செய்யப்பட்டிருந்தது. முதலில் இதுவே ஒரு நகல் செய்யப்பட்ட டைரியோ. மூலப்பிரதி வெவ்வேறு பச்சைப்பூத் தெருக்களில் வெவ்வேறு தாசி மரபில் கிடக்க வேண்டும். அவற்றின் மீது பல பறவைகள் வந்து எச்சமிட்டுச் சென்றிருக்கும். அவற்றைத் தேடுவது சாமானியமான காரியமில்லை. மூலப்பிரதி அழிந்து மலைகளில் உருண்டிருக்கும். மிருக எலும்புக்கூடு ஒன்றின் சாயைகள் தென்பட்டன. காணாமல்போன கணிகையின் குறிப்புகளைக் காடு மென்று தின்றிருக்கும். அவளை யானை அடித்துப்போட்டிருக்கும். அவள் டைரி இது அல்ல. செப்பிடு வித்தைக்காரர்கள் மதுரை புது மண்டபத்தில் வைத்து கஞ்சா தூளைக் கசக்கி ஏற்றிய சரடுகளாகவும் இருக்கிறது. பழைய புஸ்தகக் கடை தாடியின் சிரிப்பு பயமாக இருந்தது. எழுதிய யாத்ரீகன் அவராகவும் இருக்கலாம். பல காலம் இடைச்செருகல்களில் முட்டுக் கொடுத்து நிறுத்திவைக்கப்பட்ட எத்தனையோ புராணங்களும் இதிகாசங்களும் இருப்பதைப் போலவா. ஒரே குழப்பமாக இருக்கிறது. திரும்பவும் புரட்ட ஆரம்பித்தேன். சந்தேகங்களை உதறி எழுந்தன சித்திரகார்டுகள். ஒரு கார்டுக்குப் பின்னால் எடுக்க எடுக்க தேவதாசியின் கார்டுகள்... இடைச்செருகலைப் பிரித்து போட்டு எண்ணினேன். ஜோக்கரை முன்வைத்து சித்திரக் கார்டுகளை மாற்றி அடுக்கினேன். வேறு கதையாக மாறியது. தேய்ந்து பாசியடைந்த நாணயங்களாகக் குவிந்த நூற்றாண்டுகள் உருண்ட பச்சைப்பூத் தெருவை உருவாக்கினேன். ஏற்கெனவே இருந்த சொற்தொடர்கள் இடம்மாறி அமர்ந்தன.

காலத்தின் வரிசைக்கிரமமான அடுக்குகள் முன்னும் பின்னுமாய் மாறி மாறி எது முன்பின் என மங்கிய பச்சைப்பூத்தெருவில் ஒவ்வொருவரும் அடையாளமாக வைத்துத் தங்கள் நாடோடிப் பாதைகளைக் கண்டனர். யாத்ரீகனின் டைரியைப் புரட்டிப் புரட்டி சூழ்ந்துகொண்ட தாசிகளின் வார்த்தைகளின் விளையாட்டு ஆரம்பமானது. தீவிரமாக நிர்மாணிக்கப்பட்ட எதார்த்தம் உறைந்த

மனிதர்களும் நகரங்களும் வளைந்து நெளிந்தன. மனித ஆரம்பத்தை தேடிச்சென்ற தாசிகளின் டைரி வழிதிறந்து பேசுகிறது. கண்ணைக் கட்டி தாவரக் கிளியிடம் விடப்பட்ட ஒவ்வொருவரின் கண் கட்டுகளை அவிழ்க்குமுன் சொல்லும் வித்தை. தேவதாசியை உயிர்ப்பிக்கும் வரலாறு இருக்கவே செய்தது. யாத்ரீகன் வருகிறான்.

அனாதைகளின் அனாதையாக விரட்டப்பட்ட பச்சைப்பூத் தெரு தாசிகள்... யாருக்கும் சொந்தமில்லாதவர்கள். நாடுகடத்தப்பட்ட குடிஉரிமைகள் பறிக்கப்பட்டு நிர்மூலமாக்கப்பட்ட இசைத்தாசிகளின் கடைசி மனிதனாய் யாத்ரீகன் வருகிறான். அவனது பயணப்பை எட்டாம் ஹென்றியின் போர்க்களத்தில் ஓட்டை விழுந்தது. பீரங்கிப் புகையினால் துவட்டி எடுக்கப்பட்டு சாம்பலாகிச் சுருண்டுவிடும். மாற்று உடுப்பு, தேசீய நாய்வில்லைகள், ரொட்டித் துண்டுகள், அழகிய வட்ட பிஸ்கோத்துகள் உலர்ந்த கனிகள் ஏதுமில்லை அவனிடம். அவன் கொண்டுசெல்வதெல்லாம் பச்சைப்பூத் தெருதான், அதிசயமான கூழாங்கற்கள். போர்க்களத்தில் மாண்டு கிடந்த வீரர்களின் பித்தான்கள் இரும்பு மூக்குகள் மீன் செதில் காக்காய் சிப்பி, படகுத் துண்டு கிறுக்கிய தாள்கள்தான் பச்சைப்பூத் தெரு.

குற்றங்களின் பாதையில் பைத்தியமாய்த் திரிந்தோர்களை அணைத்து உறங்கினான். கருப்பு உடையணிந்த காவலர்கள் அவனை மஞ்சள் மதில்கள் அடியில் இரும்பு வளையங்களில் கட்டிப்பிணைத்துச் சித்திரவதை செய்தார்கள்.

மஞ்சள் நிறமான வலுவான மதில்களை உடைய அவன் இதயம் சுற்றுக் கோட்டையாக மாறியிருந்தது. உள்ளே கூட்டம் கூட்டமாய் நிழல்கள் அலைந்துகொண்டிருந்தன. ஒவ்வொருவராய்த் திரும்பவும் மஞ்சள்மதில் வழியாக கருமையடைந்த சிறைகளின் ஜன்னல்கள் திறந்து கிரிமினல் குற்றவாளிகள் நகர்ந்து செல்கிறார்கள். இமை மூடிகளைத் திறந்து நகரின் நெரிசலுக்குள் போய்க்கொண்டிருந்தான். தகர வாகனங்கள் கார்கள் நிறுத்தி வைக்கப்பட்ட ஸ்டேடியத்தில் ஒவ்வொரு தகரத்தையும் இரும்பு உளியால் கிழித்துக்கொண்டே சாவதானமாக நகர்ந்து சென்றான். ட்ராப்பிக்கை நிறுத்தி சில கண்ணாடிகளை உடைத்துவிட்டு ஓடுகிறான். வாகனங்கள் அதிர்ச்சி அடைந்து ஓடுகின்றன. சாவு வேகத்தில் ஓடுகின்றன. ஹேஹ் ஹேஹ் ஹேஹ்... என்று சிரித்தபடி அலறிக்கொண்டு ஓடும் வெள்ளத்தின் குறுக்கே உளியை நீட்டிக் கிழித்துக்கொண்டே

சில இடங்களைக் கடந்து தகரங்களைக் கந்துகந்தலாய் உடைத்து விட்டுத் தப்பியோடுகிறான். அவனை உயிர்ப்பிக்கும் வரலாறுகளில் இருந்து யாத்ரீகன் வருகிறான். கைவிடப்பட்ட மனித நிலை குறித்து எழுந்து வருகிறான்.

சூறாவளிகள் தோன்றும் பாலைவனத்தில் நெடுந்தூரம் குரல் கேட்கும்.... அகதி ஒருவன் அலைகிறான் பாலைவனத்தில் சூரியன் ஆடி ஆடி நகரும் பாலைவெளியை நோக்கி அவன் வந்து கொண்டிருப்பதாக.... பாலைவன எல்லைகளில் அவன் எழுதிச் சென்ற குறிப்புகள் காணப்பட்டன. அவையாவும் மணல்வாரிக் காற்றில் அழிந்து அழிந்து தோன்றுவதாக... ஒட்டகம் அவன் காலைக் கடித்த புண்ணின் வாதையில் பாலைவனத்தை அவன் கடந்து சென்றதாக.... பெரிய பெரிய பாதங்களுடன் அவன் மணல் விரல்கள் பதிந்து நடந்து சென்றதாக... ஒவ்வொரு மணலையும் தெரிந்து அவற்றின் வறண்ட புயலில் அவனும் சேர்ந்து அலைவதாக.... டைரியின் மணல் பற்றிய குறிப்புகளை அப்படியே விட்டுவிடுகிறேன் மறுபடியும் பக்கம் எண் 1 இலிருந்து ஆரம்பிக்க வேண்டும்.

நான் திரும்பவும் 1932இல் அந்த டைரியைத் தொலைத்தேன் பச்சைப்பூத்தெருவில். அதை நானே பிறகு 1943இல் பச்சைப்பூத் தெருவில் கண்டெடுத்தேன். 1988இல் தவறவிட்டேன். திரும்ப அதை எங்கும் பார்க்கவில்லை. 1992 மார்ச் 18ஆம் தேதி அதைப் போல என் நினைவில் உள்ளவற்றை இங்கே குறித்து வைத்திருக் கிறேன். பல பகுதிகள் செப்பிடு வித்தைக்காரர்கள் புதுமண்டபத்தில் பேசிக்கொண்டிருந்த சரடு. சில இலக்கியவாதிகளிடம் இருந்த புஸ்தகங்களைத் திருடியெடுத்த குறிப்புகள் சில. சிறுபத்திரிகையில் ஒருவரும் பிரசுரிக்க தேர்வு செய்யாததால், யதார்த்தமாக இல்லையே சார்... என்று படித்துப் பார்த்த தமிழ் வாசகர்களும் சொல்லி விட்டதால்... என் தொகுதியோடு சேர்க்கிறேன் இதை.

□

12

தச்சன் மகள்

எந்தக் கேள்விக்கும் வெடுக்கென்று பதில் சொல்லிவிடுகிறாள் வெங்கிட்டம்மாள். பழுப்புவளையல் அணிந்த கையால் மற்ற மாணவிகளுக்கு குட்டுவிடச் சொன்னாள் டீச்சர். அதனால் ஏற்படுகிற சீற்றங்களை மாணவிகளிடமிருந்து சந்திக்க நேர்கிறது.

மூன்றாவது டெஸ்க் வாயாடிகள் சொன்ன மாதிரி அவள் பெரீய்ய பாடப்புஸ்தகம் மாரித்தான். 'முந்திரிக்கொட்டை.'

ஆனால் வெங்கிட்டம்மாளுக்கும்கூடத்தான் சில கேள்விகளுக்கு பதிலே தெரியாது. அது பாடப்புஸ்தகங்களைத் தாண்டிய கேள்வி களாகத்தான் இருக்க முடியும்.

அவளுக்கு மற்ற கேள்விகளும் சங்கதிகளும் பிடிப்பதே இல்லை. அவளுக்குத் தெரியாததெல்லாம் பிடிக்காது. அதற்கெல்லாம் பதில் தெரிந்துகொண்டிருப்பதாக பாசாங்கு செய்தாள். அதை யாரும் நம்பவில்லை என்றாலும் தொடர்ந்து சொன்னதையே சொன்னாள்.

மைனாக்குஞ்சு மாதிரி வாயை வாயைத் திறந்தால் அவள் கெட்டிக்காரத்தனம் போய்விடாதா. யாரும் விரும்பாமல் வலியப் பேசுவதும் அவர்களிடம் வாங்கிக் கட்டிக்கொள்வதும் எப்போதும் தொண்டைக்கடியில் வெட்கத்தையும் துக்கத்தையும் வைத்துக்கொண்டு வெளியிட முடியாமல் சிரமப்படுவதும்தான் அவளுக்கு வழக்கமாகி விட்டது. அவளும்தான் எத்தனை தடவை அந்த ஒரே பொய்யைத் திரும்பத்திரும்ப சொல்லிக்கொண்டிருக்க முடியும். யாருக்கு இஷ்டம் வரும். எல்லோரும் வெங்கிட்டம்மாளை வெறுத்தார்கள். அவள் பாடப்புஸ்தகங்களைக் கரைத்துக் குடித்தாலும் வகுப்புக்கு வெளியில் டூ விட்டார்கள்.

அய்யா இருந்தால் இதையெல்லாம் பார்த்துக்கொண்டு சும்மா இருப்பாரா. வெங்கிட்டம்மா வாயில் பொய் வருமா.

இந்த ஆத்தாளுக்குத்தான் எப்போதும் மகள் மீது கவனமே இல்லை. ஆண் துணையில்லாமல் வசிக்கிறதும் என்ன... கஷ்டமானது. ஆத்தாளுக்கு விடிந்தால் காடு அடைந்தால் வீடு என்றாகிவிட்டது.

தச்சனின் மனைவியாக பேர்ப்போக வாழ்ந்த காலமும் கண்ணுக்கு எட்டுகிற தூரம் போல கிட்டத் தெரிகிறது. நடந்துவிட்டதெல்லாமும் தான் ஏமாற்றுகின்றன.

ஊரெல்லாம் தச்சு வேலை செய்து ஆலமரத்தில் பட்டறை போட்டு தாட்டியமாக வாழ்ந்த சந்தனஆசாரி சும்மா போய்விடவில்லை. தச்சனை உரித்து வைத்த மாதிரி கருப்புமகள் வெங்கிட்டம்மாளை ஆத்தாளுக்குத் துணையாக விட்டுச் சென்றார்.

இந்த வீடான வீட்டை வைத்துக்கொண்டு படிக்கப் போடுகிறாளாம் மகளை... 'பெரிய்ய கலெக்டர் உத்யோகத்துக்கு' என்றார்கள்.

தச்சன் வீட்டைப் பற்றி அவர்கள் பேசினார்கள். ஊரில் பன்னிக்கும் குட்டிகளுக்கும் நல்ல குடிசைகள் இருந்தன. பேர்போன தச்சன் சந்தன ஆசாரி வீடு க்ஷீணதசையடைந்து கொண்டிருந்தது. சாபத்தில் விழுந்த வீடு என்றார்கள். நான்கு சுவர்களுக்குப் பதில் மூன்று சுவர்கள் இருந்தன. முற்காலத்தில் கட்டிய தச்சன்வீடு நாழி ஓடு போட்டது. மிஞ்சிய சில ஓடுகளே தங்கியிருந்தன. ஆயிரத்துக்கும் மேற்பட்ட நாழி ஓடுகள் விழுந்து மறைந்தன. சில நாழி ஓடுகள் காரை பெயர்ந்து விழும் சத்தம் துணுக்காகக் கேட்டது. வெங்கிட்டம்மாளுக்கு கண்ணெதிரில் சிதறி விழுந்தன. துகளாகி காலடி மண்ணாகித் தேய்ந்து கொண்டிருந்தன. தெருவில் நடக்கும்போது ஓட்டுத் துணுக்குகள் கிடப்பதைப் பார்த்தாள். பள்ளிசெல்லும் வழியில் வீட்டுச் சுவர்கள் அவளோடு சேர்ந்து வந்தன.

தன் வீடு இடிந்து போயிருந்தாலும் வீட்டோடு அதிசயப்பட்டாள். அய்யாவின் கொத்துவாச்சும் இளைப்பு உளியும் மேலும் சில துருப்பிடித்த சாமான்களும் இருந்தன. பள்ளிக்கூடம்விட்டு வீட்டுக்கு போய் அய்யா அவளுக்காக விட்டுச் சென்ற ராஜியத்தில் விந்தையான விளையாட்டுகள் இருந்தன.

'அடீ வெங்கிட்டம்மா... ஏண்டி தாவணி போடு போடுன்னு எத்தனைவாட்டி சொல்ல தாவணி போடாம ஏண்டி பள்ளிக்குடம் வார' என்றாள் கண்ணம்மா டீச்சர். அவளால் மாணவிகளுக்கு உடனுக் குடன் தண்டனை வழங்காமல் இருக்கமுடியாது. இரண்டு பிரம்புகள் சேர்த்துவைத்து வெங்கிட்டம்மாளின் உள்ளங்கையில் நாலு அடி சேர்ந்தாற்போல கொடுத்து பெஞ்சிமேல் ஏறும்படி கட்டளை இட்டாள்.

வெங்கிட்டம்மாள் எல்லாப் பிள்ளைகளையும் சங்கோஜத்தோடு பார்த்துக்கொண்டு பெஞ்சியில் ஏறி நின்றாள்.

இப்போதுதான் வெங்கிட்டம்மாளின் கிழிந்த பாவாடையும் அதன் கிழிசல்களும்—நிறமே கண்டுபிடிக்க முடியாத மேல்சட்டையும்—அதில்தான் அந்த சன்னல்களும் கிழிசல்களும் இருக்கின்றன. எல்லார் கண்ணுக்கும் தெளிவாகத் தெரிகிறது. பிள்ளைகள் பர்ர்ர்ர்... என்று பிளசர் சத்தத்தில் வாயைத் திறக்காமல் சிரித்தார்கள்.

எந்தக் கேள்விக்கும் முந்திக்கொண்டு பதில் சொல்லும் வெங்கிட்டம்மாள் தலையைக் குனிந்துகொண்டு நின்றாள்.

கண்ணம்மா டீச்சர் எல்லாப்பிள்ளைகளிடமும் கேள்விகளாய்க் கேட்டாள். சரித்திரப் பாடப்புஸ்தகத்தில் ஹர்ஷரது சாம்ராஜிய எல்லைகளைக் கேட்டாள். பாடலிபுத்திரத்தைத் தலைநகராகக் கொண்ட நாடு, அசோகரின் கல்வெட்டுகள் எங்கே இருக்கின்றன, பௌத்த மதத்தைப் பரப்புவதற்கு இலங்கை சென்ற ராஜகுமாரனும் ராஜகுமாரியும் யார்? யார்?... டீச்சர் கேட்ட எல்லாக் கேள்வி களுக்கும் வெங்கிட்டம்மாளிடம் பதில் இருந்தது. டீச்சர்தான் அவளை சட்டைசெய்யவில்லை.

வெங்கிட்டம்மாளுக்கு பதில் சொல்ல வேண்டும் என்று ஆசைதான். ஆனால் பெஞ்சிமேல் நிறுத்திவிட்டாளே டீச்சர். எல்லாரும் ஊசிக்கண்ணால் வெங்கிட்டம்மாளைப் பார்த்துக் கொண்டார்கள்.

வெங்கிட்டம்மாளுக்குச் சொல்ல முடியாத அழுகையும் பயமும் வந்துவிட்டது. அழுகை வரவும் கொஞ்சம் கொஞ்சமாக முகமே மாறிக்கொண்டு வருகிறது. பெஞ்சிக்கும் உயரமாக இருக்கும் எழுதும் டெஸ்க்கில் விரித்துவைத்த சரித்திர நோட்டில் பக்கங்கள் ஒவ்வொன்றாய்க் கிளம்புகின்றன. காற்று சத்தம்போட்டு பக்கங்களைப் புரட்டுகிறது.

வெங்கிட்டம்மாள் கண்ணீராக உதிர்த்தாள். சத்தமில்லாமல் வாயைக் கோணிக்கொண்டு அழுதாள், அந்த சரித்திர நோட்டில் ஒவ்வொரு பக்கத்திலும் குண்டு குண்டாய் எழுதியிருந்தாள். ஒவ்வொரு பக்கத்திலும் கண்ணீர் துளித் துளியாக உதிர்ந்து விழுந்தபோது பக்கத்துப் பிள்ளைக்கு நோட்டில் கண்ணீர்த் துளிவிழும் சத்தம் கேட்டிருக்க வேண்டும். கண்ணீரால் எழுத்தெல்லாம் கொஞ்சம் கொஞ்சமாக நனைந்தன. கரைந்து படிந்தன. சில எழுத்துக்கள் உண்மையாகவே அழிந்துகொண்டிருந்தன.

வகுப்பு முடிந்ததும் வீட்டுக்குப்போக மனமில்லாமல் நடந்தாள். எல்லாப் பிள்ளைக்கும் கடைசியாகத் தான் மட்டும் தனியாகப் போனாள். இருட்டிவிட்டதால் வேலிச்செடிகள் வளைந்து அசைந்து கொண்டிருந்தன. இருட்டுப்பூச்சிகள் உடனே வந்து இருளைக் கக்கத் துவங்கிவிட்டன.

வேறு யாராவது கேட்டிருந்தால் அந்தப் பொய்யைச் சொல்லி யிருப்பாள். 'சீக்கிரமா எங்காத்தா எனக்குப் புதூ தாவணி வாங்கித்தரப் போரா... நெசமாத்தான் சொல்றேன் இவளே... நீவேணா பாரேன்...' மின்னும் அழகில் பொய் சொல்லித் தப்பித்திருந்தாள் முன்பு.

யாரும் கேட்காதபோது அவளாகவே ஒரு பேச்சு பேசுவாள் 'எங்க வீட்டுக்குப் புதூ ஜன்னல் கதவு எல்லாம் வரப்போவுது...' என்றாள்.

எல்லாவற்றுக்கும் சேர்த்து தண்டனை கிடைத்துவிட்ட அவமானம். இந்தப் பிள்ளைகளும் கண்ணம்மா டீச்சரும் பிடிக்கவில்லை.

சின்னப் பள்ளிக்கூடத்தில் அஞ்சாப்பு படிக்கும் போதெல்லாம் இப்படி இல்லையே. ஊதாவில் பாவாடை மட்டும்தான் இருந்தது. சட்டைகூட போட்டுக்கொள்ளாமல் பள்ளிக்கூடம் போனால் அந்த வாத்தியார் அடிக்கமாட்டார்.

பள்ளிக்கூடம் போகாத மேலவீட்டுக் கந்தன் இன்னும் டவுசர் தான் போட்டுக்கொண்டிருக்கிறான். சின்னப்பள்ளிக்கூடத்தைத் தாண்டி பெரிய பள்ளிக்கூடம் வரவும் 'சட்டை போடாமல் வரக்கூடாது' என்றார்கள். அன்று ஆறாப்பில் பேர்சேர்க்கப்போன போது ஆத்தாளுக்கு இருந்த அந்த ஒரே ஒரு மஞ்சள் ரவுக்கையை மேலில் இருந்ததைக் களட்டி 'மக்கா... இதப் போட்டுக்கடீ... ஆத்தா உனக்கு சீக்கிரமா... புதூசட்டை வாங்கித்தாரண்டீ...' என்று அவளே அந்த ரவுக்கையைப் போட்டுவிட்டாள்.

அன்றிலிருந்து ஆத்தா ரவுக்கை போட்டுக்கொள்ளாமல்தான் இருந்தாள். அதைப் பற்றியெல்லாம் அவள் கவலைப்படுவதில்லை.

இந்த வடக்குத் தெருப் பிள்ளைகள்தான் அடிக்கடி புதுச் சட்டை களும் கலர்க்கலர் பித்தானும் வைத்த சட்டையும் போட்டு வருகிறது.

ஆத்தாள் போட்டுவிட்ட மஞ்சள் ரவுக்கை தொள தொளவென்று துணிபொம்மைக்குச் சட்டை போட்டமாதிரி இருக்கிறது.

முந்தி எல்லாப் பிள்ளைகளும் 'ரவுக்கை... ரவுக்கை மஞ்சள் ரவுக்கை. மஞ்சள் பாட்டி' என்று கேலிசெய்தார்கள். அப்புறம் அதையெல்லாம் அவர்கள் மறந்துபோனார்கள். மழை எல்லாம்

வந்து ஓய்ந்ததுபோல எல்லாக் கேலிப் பேச்சும் ஓய்ந்துபோனது.

ஆறாம் வகுப்பில் எத்தனையோ பரீச்சைகள் வந்தன. லீவு வந்தது. அரைப்பரீச்சை லீவு முடிந்தது. பள்ளிக்கூடம் திறந்தார்கள். அப்புறம் முழுப்பரீச்சை வரப்போவதாகச் சொல்லிக்கொண்டு எல்லாரும் பயந்து கொண்டே படித்தார்கள். இந்தச் சமயங்களில்தான் எல்லாமே மாறுவது கண்ணில் படுவதில்லை. யாரிடமும் சொல்லிக்கொள்ளாமல் வெங்கிட்டம்மாள் கூடத்தான் மாறிக்கொண்டு வந்திருக்கிறாள்.

இந்த மஞ்சள் ரவுக்கைகூட மாறிவிட்டது. அது ஆத்தாளிடம் இருக்கும்போது அடிக்க வருகிற மஞ்சளாக இருந்தது. இப்போதுதான் அது இருந்த கலரைவிட்டு இன்னொரு கலருக்கு மாறிவிட்டது.

அது எத்தனைதான் மாறிவிட்டாலும் கடவுள் நாயக்கர் வீட்டிலிருந்து ஆத்தா வாங்கிவந்த ஓசி ரவுக்கையைப் பார்த்ததும் ஆத்தாளுடன் பேசக்கூட மறுத்துவிட்டாள் வெங்கிட்டம்மாள். ஓசிவாங்கிய பழைய ரவுக்கையால் குடுத்தவர்கள் வீட்டுக்கு தரித்திரம் வரும் என்று பாடத்தில் இல்லாத பழமொழி பகர்ந்தாள் வெங்கிட்டம்மாள்.

ஊரைவிட்டு ஓடிப்போன தையல்கார அண்ணாச்சிதான் இந்த மஞ்சள் ரவுக்கையைத் தைத்தாராம். எல்லாக் காலத்திற்கும் ஆத்தாள் ரவுக்கை மட்டும் தையல் விடாமல் இருக்கிறதே. இம்மிகூட தையல் விடாமல் இருந்தது.

வெங்கிட்டம்மாள் வீடுபோய்ச் சேர்ந்தபோது ஆத்தாள் எதிர்த்த வீட்டு உரலில் கம்பு குத்திக்கொண்டிருந்தாள். சாயந்திரம் போய்விட்டு ராத்திரியாக வந்தது.

மங்கலான வெளிச்சத்தில் ஆத்தாள் உரலில் குத்துகிற சத்தமும் நெஞ்சிலிருந்து சக்தி திணறுகிற சத்தமும் கேட்டது. மூக்கையும் வாயையும் உடைத்துக்கொண்டு அடிவயிற்றிலிருந்து ஆத்தாளுக்கு பலம் வந்துகொண்டிருந்தது.

ஓடிப்போய் ஆத்தாளுக்கு உதவ நினைத்தாள். இன்று ஏனோ எடுத்ததற்கெல்லாம் எரிந்து எரிந்துவிழுகிறாள். ஏத்தா... ஏத்தா... என்னத்தாநீ நீதானே... முந்தி சட்டையெடுத்துத் தாரேன்னே... சட்டதான் எடுத்துத் தள்ள.... தாவுணியாச்சும் எடுத்துத் தாயேன்....

‘என்னடீ... சொன்ன... ஓங்கப்பன் வச்சிட்டுப்போன வரிசைக்கு தாவுணியாடி கேக்கு... பெரீய்ய மனுசி கெட்டெ...’ என்று சீறினாள் ஆத்தா. கோபத்தோடு உரலை ஓங்கிஓங்கிக் குத்தினாள். உரல் நகர்ந்து

நகர்ந்து சென்றது.

'ஏத்தா... ஏத்தா... டீச்சர் அடிக்காத்தா... எல்லாரும் சிரிக்கா த்தா... தாவணி வாங்கிக் குடுத்தா...' என்று சொன்னதையே சொல்லிக் கொண்டு நின்றாள். வெங்கிட்டம்மாள் சொல்வதை காதில் வாங்கிக் கொள்ளாமல் சண்டைக்காரி மாதிரி முகத்ததை திருப்பிக்கொண்டாள் ஆத்தா.

அவள் கம்பு குத்திப் போடும்சத்தம் மட்டும் பெரிதாகக் கேட்டுக் கொண்டிருந்தது.

திரும்பவும் ஆத்தாள் உணவு தயார்ப்பண்ண அடுப்பு வேலையில் இறங்கவும் 'ஏத்தா... ஏத்தா...' ஆத்தாளுக்கு மோசமான கோபமும் ஆத்திரமும் வந்து கையிலிருந்த அகப்பைக் கம்பால் அடித்தாள். வெங்கிட்டம்மாளின் கால்களிலும் முதுகு-உச்சந்தலை படாத இடமெல்லாம் வெறிகொண்டவளாக அடித்துவிட்டாள். அகப்பையும் முறிந்துவிட்டது.

வெங்கிட்டம்மாள் வாயைப் பொத்திக்கொண்டு எய்யா... எய்யா... என்று மூடி வைத்து அழுதாள். சத்தம் வெளியில் கேட்டுவிடாமல் அழுதாள். ஆத்தாளைச் சொல்லி அழுகை வந்து விடாமல் அய்யாவைச் சொல்லி அழுதாள். இதற்குமுன் ஆத்தாள் ஒரு போதும் அடித்ததே இல்லை.

வெங்கிட்டம்மாள் கேவிக்கேவி அழுதுகொண்டு உட்கார்ந்திருந்தாள். சத்தமும் மறைந்துவிட்டது. நிலா வெளிச்சம் உச்சிக்கு வந்தாலும் நிலாவை வீட்டுக்குள் உட்கார்ந்துகொண்டே பார்த்தாள். நிலா அவளை அன்புடன் அழைத்தது. மெதுவாக வீட்டைவிட்டு வெளியேறி நிலா நிற்கும் ஓடைப்பக்கம் போனாள் வெங்கிட்டம்மாள். ஓடை மணலில் உட்கார்ந்து தனியாகப் பேசிக்கொண்டே பெரிய தும்பிக்கை உள்ள யானைப்படம் வரைந்தாள். காட்டில் ஆள் எவருமே இல்லை. மெதுவாக எழுந்து மணலில் நடந்தாள். அவள் மூச்சுவிடும் சத்தம் கேட்டது. மணலில் வரைந்த யானையின் தும்பிக்கை நீண்டு அவளைப் பிடிக்க வந்துகொண்டிருந்தது. உடனே பயம் வந்து நடுங்கினாள். பக்கத்தில் வெள்ளையாக எரியும் நிலா அவளுடன் பேசிக்கொண்டே வீடுவரை வந்துவிட்டது. வீட்டுக்குள் வந்து வீட்டில் அடுக்குப்பானையையும் அந்த ரெங்கூன் பெட்டியையும் இடம் காட்டியது. அந்தப் பெட்டியை சத்தம் கேட்காமல் திறந்து அந்தப் பொருளைத் தேடி எடுத்தாள்.

அந்தப் பெட்டிக்குள்தான் எப்போதும் சிரித்த முகத்துடன் இருக்கும்

அய்யாவின் போட்டா படம் இருக்கிறது.

அது சின்ன சதுர மரச்சட்டம் போட்ட கண்ணாடிக்குள் இருந்தது. அய்யா பொட்டுவைத்து நேர் உச்சி எடுத்து சேக்கு சீவி அழகாக இருந்தார். வெலிங்டன் ஸ்டூடியோ சாத்தூர் 1961 என்று எழுதியமையும் அய்யாவின் சட்டையும் அரிக்கப்பட்டிருந்தது. ஆனாலும் அவரைப் போல யாராலும் சிரிக்க முடியாது.

அவர் உடனே அவளோடு பேசத் தொடங்கினார். கண்ணே... வெங்கிட்டம்மா... என்றார். உடனே பதில் சொல்லாமல் அய்யாவைப் பார்த்துப் பேசாமலே புரிய வைத்தாள். மனசில் உள்ளதையெல்லாம் அய்யா அவளிடம் ரகசியமாக ஏதோ பேசினார். அந்த சத்தம் கேட்கவில்லை. என்ன பேசினார் என்றும் தெரியாது. இன்னும்கூட அவள் வாய்திறக்கவில்லை. அய்யாவுக்கு அவள் சொல்வதெல்லாம் தெரிந்துவிட்டது. இன்னும் எதேதோ பேசி விட்டு அய்யாவைப் பத்திரமாக ரெங்கூன் பெட்டிக்குள் வைத்து மூடினாள்.

ராத்திரியெல்லாம் சுவர்ப்பூச்சிகளின் சத்தங்களைக் கேட்டுக் கொண்டு விழித்திருந்தாள். ஆத்தாளோ குப்புறப் படுத்துக்கொண்டு அயர்ந்து தூங்கினாள். காலையில் எழுந்தபோது ஆத்தாளின் கண்களும் முகமும் விகாரமடைந்திருந்தது.

அதே ரெங்கூன் பெட்டியைத்தான் ஆத்தாளும் திறந்தாள். பெட்டிக்கு அடியில் ரொம்ப காலமாய் பாதுகாத்து வைத்திருந்த அய்யாவின் கருப்புக்கறை வேஷ்டியை எடுத்தாள். அது ரொம்ப ஞாபகார்த்தமான பொருளாக இருந்து வந்தது.

சற்றுமறைவாக சுவர்ப்பக்கம் ஒதுங்கி உடுத்தியிருந்த சேலையை கலைந்து, அந்த வேஷ்டியை ஒத்தை தட்டாகப் பிரித்து உடுத்திக் கொண்டாள்.

முன்போலவே, அந்த ஒரே சேலையையும் அவள்தான் உடுத்தி விட்டாள். ஆனால் சேலையை இரண்டாகக் கிழித்துப் பாதியை ஆத்தா மாராப்பு போட்டுக்கொண்டு காட்டுக்குப் போய்விட்டாள். ஆத்தாள் காட்டுக் போகும் முந்தியே வெங்கிட்டம்மாள் பள்ளிக் கூடம் போய்விட்டாள்.

□

13

தையல்காரன் கதை

ஆள் நடமாட்டம் இல்லாத இரவு வேளையில் தெருவில் நடக்கிறாள் வேலம்மை. சுவர்களையொட்டி கால்நிழல்கள் பெரிதாகி, அசைய அசைய கையில் அரிக்கேன் லாந்தர் ஆடும். இருளைக் கக்கும் பூச்சிகள் அந்தக் கிராமத்தை மூடிவிடும். லாந்தரைச் சுற்றிலும் சீறும் இருட்டில் வீடுகளும் வானமும் காடுகளும் எல்லோருக்கும் தெரியாமல் மறைக்கப்பட்ட புங்கைமரங்களும் அவற்றின் கிளையில் அமர்ந்து உறங்கும் ஊமக் கோட்டானும் தான்தோன்றியாகவே இருந்து வரும்.

அந்த லாந்தர் வெளிச்சம் மெல்ல நகர்ந்து, ஊர்க்கோடியில் இருந்த மருத்துவச்சியின் வீட்டுக்குச் சென்றது. அம்பட்டையனின் வீட்டில்தான் அவன் தாயாரான மருத்துவச்சி பொந்தாயி இருந்தாள். பேறு காலத்திற்குமுன் தோன்றும் மாறுதல்களை, அவள், இரவில் வரும் நிசப்தத்திலிருந்து வேலம்மையைப் பேறு பார்த்து கெர்ப்பத்திலிருக்கும் குழந்தையே கடவுளென்று நம்பினாள். வயிற்றுப் பிள்ளைக்கு நேர்ந்த உபாதையைப் பார்வை பார்த்து அதன் விந்தையான மொழியில் முணுமுணுத்து ஆசீர்வதித்தாள் அம்பட்டையனின் தாயார். எத்தனையோ பேறு காலங்களைப் பார்த்து கைப்பக்குவத்தில் நாடிபார்த்து அறிந்த அவள் பெரியமனசு பற்றி சுற்று வட்டாரம்வரை மெச்சிக்கொண்டிருந்தார்கள்.

தைலம் போல கரைந்து மசியும் இருட்டில் பொந்தாயி வினோதமான கிழவியாக இருந்தாள். அந்த சிம்னி வெளிச்சத்தில் அவள் முகம் மட்டும் வெளிப்பட்டது. இரவுகளுக்குள்ளிருந்தே எல்லாமறிந்த மருத்துவச்சிக்கு வேலம்மையின் சஞ்சலமான முகத்தைத் தேற்ற முடியவில்லை. இற்றுப்போன உடம்பில் பால்பிடிப்பில்லாமல் போனால் குழந்தையை எப்படி அவளால் ஈன முடியும்? மருந்து வாடைக்குள் இருந்து லாந்தர்விளக்கு திரும்பி நகர்ந்து தெருவைக் கடந்துகொண்டிருந்தது.

வெளித்திருணையில் படுத்திருந்த சங்குமேஸ்திரி, லாந்தர் வெளிச்சத்தில் பெரீய காளியாக வந்துநிற்கும் வேலம்மையின் ஆங்கார ரூபத்தைக் கண்டு துணுக்குற்றான். வேலம்மை என்று தெரிந்த பின்னும் திகைப்பிலிருந்து விடுபட முடியாமல் இருந்தது அவனுக்கு.

சங்குமேஸ்திரி எழுந்து நின்று அவளிடம் சற்றும் விரோதமின்றி கைபற்றி அழைத்துச்சென்று நார்க்கட்டிலில் படுக்கவைத்து அவள் நெற்றியில் விபூதி எடுத்துப் பூசி... ஊர் எல்லையில் காவல் புரியும் சடைமாரி அம்மனை வணங்கினான். 'மாரியாத்தா புள்ளைக்கு நல்ல சுகத்தைக் குடு தாயே' என்று பெருமூச்சுவிட்டான்.

அவன் காலில் உரசிய பூனையைக்கண்டும் ஒருமுறை திக்கென்று பயந்து, வெளித்திருணைக்குப்போய் படுத்துக்கொண்டான். சங்குமேஸ்திரியின் தையல்மிஷினில் கோர்த்திருந்த அரக்கு நூல்கண்டு பூனையின் காலில் சிக்கிக்கொண்டது. மெதுவாக மிஷினைவிட்டு இறங்கிவந்து அவள் படுத்திருந்த நார்க்கட்டிலில் தாவியது. அதன் கண்களில் எரியும் கொள்ளிக்கட்டைபோன்ற தீவிரத்தை உற்றுப் பார்த்துக் கொண்டிருந்தாள் வேலம்மை.

பசிமயக்கம் போல ஒருவடியாக வந்து தரையில் சரிந்து கிடந்தாள் வேலம்மை. அவள் தலைமாட்டின் அருகில் வந்து தன் கபிலநிறக் கண்களை அவளிடம் செலுத்தி வெளியில் வரும்படி அழைத்தது பூனை. அவளை உரசிச்சென்ற பூனையின் வால் கதவிடுக்கில் தெரிந்தது.

மெல்லக் கதவு திறக்கிற கிர்ர்ர்ரென்ற சப்தம். அவள் திருணையைத் தாண்டும்போது கருத்தப்பூனை படிக்கட்டில் இறங்கி தெருவில் நடந்தது. அதைப் பின்தொடர்ந்து நடந்தாள் வேலம்மை.

தெருச் சுவர்களின் ஓரமாக வாலைத் தரையில் பரசியபடி போய்க் கொண்டிருந்தது பூனை. அதன் காலடியோசை தரையில் பட்டு விடாதபோதும் இரவின் நிசப்தமானது பூனையின் கால்பதிவுகளில் ஏற்படும் சன்னமான உரசலையும் வெளிப்படுத்தியது. இப்படிப்பட்ட நிசப்தம் இதற்குமுன் அந்த ஊரில் இருந்ததாக யாருக்கும் நினைவில்லை. ஆனால் எவ்வளவோ தூரத்தில் நின்றுகொண்டிருந்தன. வானத்தில் ஏற்பட்ட உறுதியான வெள்ளைப் புள்ளிகள் எல்லாம் அசைவதுபோல் இருந்தது. ஒவ்வொரு வெள்ளைப் புள்ளிக்கும் இருந்த இடைவெளியில் அந்தப் பூனையின் எட்டுகளுடன் வேலம்மையின் கால்களும் நடந்துசெல்வது வானத்தில் பதிந்தது. எரிந்துகொண்டிருந்த

லாந்தரில் சிம்னியில் அடைக்கப்பட்ட வெளிச்சம் மஞ்சளாகத் தென்பட்டது. விண்ணுக்கடியில் நடந்துகொண்டிருந்த பூனையிடம் அவள் கேட்டாள் எங்கெங்கோ வளைந்து செல்கிறாய்... வீட்டிலிருந்து வரும் துயரத்தின் அரக்கு நூலைப் பின்தொடர்கிறேன்.... என் கணவரின் கையிலுள்ள கண்டினால் நீயும் நானும் இணைக்கப் பட்டிருப்பதாகத் தோன்றுகிறது... அவரால் பின்னுக்கு இழுக்கப்படும் போது வீடுதிரும்ப வேண்டியதிருக்கும். என் குழந்தையின் உபாதையை என்னால் உணராமலிருக்க முடியவில்லை. என்னை விட்டு எங்கே போகிறாய் என்று கேட்டாள் பூனையிடம்.

பூனை தன் சில்லு மீசையை கோதியபடி சிரித்தது. உன் சிசுவின் வாதையை நானும் உணர்வேன். அதோ அந்த மஞ்சள்நிற சிம்னி விளக்கின் சாட்சியாக உன் சிசுவின் உயிரானது உன் முழுமையான அர்ப்பணிப்பைக் கேட்கிறது. இன்னும் தொலைவில் இருந்த பாதையில் போய்க்கொண்டிருந்த போது இருட்டு அகலமாகி இருட்டு வானமாக விரிந்து பெரிய்ய அறையைப் போல் ஆனது. உயரமான ஒரு இடத்தில் குழந்தையின் அழுகுரல் கேட்டது.

குரல் இருட்டு அறையெங்கும் எதிரொலித்து இரவு முழுவதிலும் சன்னமாகக் கேட்டுக்கொண்டிருந்தது கரைதல். வேலம்மை அங்கு இல்லை. இருட்டறையில் இருந்தாள். அவள் முலையிலிருந்து பொங்குகிற ஒளியில் குழந்தையின் முகம் மட்டும் தெரிந்தது. அதன் பனங்காய் தலை ஈரத்தில் மின்னியது. கைகால்கள் பிஞ்சு நிறத்தில் தெரிந்தது.

பூனை மறுபடியும் தையல் மிஷின் மீது நின்று அவளைப் பார்த்தது, வேலம்மை கட்டிலிலிருந்து கீழே விழுந்து கிடந்தாள். அவளைத் திரும்பவும் கைத்தாங்கலாக கூட்டிக் கொண்டுபோய் நார்க்கட்டிலில் படுக்க வைத்து அவள் நெற்றியில் தைலம்பூசி உச்சியைக் கோதி விட்டபடி சற்றுநேரம் அவள் கட்டில் அருகில் அமர்ந்திருந்தார் மேஸ்திரி.

வேலம்மை கணவரை ஆதுரத்துடன் பார்த்தாள். அவர் கண்களில் எந்த மூலையிலாவது வெறுப்புணர்வு ஒளிந்திருக்கிறதா என்று தேடினாள். திரை விழுந்துகொண்டு வந்த கணவரின் கண்களில் வயோதிகத்தின் சலிப்பு படர்ந்திருந்தது. இமைகள் தடித்து தூக்க மின்மையினால் விகாரமாயிருந்தது.

‘என்னால்தான உங்களுக்கு இவ்வளவு தொல்லை. நான் போயிரப்போரேன்... போயிரப்போரேன். என்ன விட்டுருங்க... என்ன

ஏன் தொரத்தி அடிச்சீங்க., உங்களுக்கு என்ன செய்தேன்... என்னால உங்களுக்கு ஒரு சுகமும் இல்லியே... நான் பாவியாயிட்டேன்... என்ன விட்டுருங்க...' 'ஒன்னுமில்லை... ஒன்னுமில்லை...' என்று கணவரின் கண்கள் சொன்னது.

அவர் கண்ணின் கடைக்கோடியிலிருந்த வெறுப்புணர்வை அப்போது அவள் பார்த்தாள். என்னை அப்படிப் பாக்காதிக... என்ன கொல்லாதிக... என்னப்பத்தி இத்தனை சங்கடம் எதுக்கு. நீங்க இன்னும் தூங்கலையா... என்றாள்.

தூங்கு... தூங்கு... எல்லாஞ் சரியாப்போயிரும். தூங்குமா... என்றார் கணவர்.

அவள் உதடுகள் கண்டதை எல்லாம் உச்சரித்துக்கொண்டிருந்தது. அவள் கண்களில் இருந்த தைலம் போன்ற ஈரம் சுரந்து மின்னியது... நோய் முற்றியவளாகக் காணப்பட்டாள் வேலம்மை.. நெற்றியில் இருந்த புருவங்களைப் பார்த்தார் கணவர். முன்பொருநாளில் அவன் பார்த்துக்கொண்டிருந்த போதே கணவனைவிட்டு வழிதவறிப் போய்விட்டதாக உணர்ந்தார். அவரால் அவளுக்குத் தர முடிந்த இடம் என்ன... அவளால் இந்தக் குற்றவுணர்விலிருந்து மீள முடிகிறதா. அவரது கண்களிலிருந்த விரோதம் எங்கோ மறைத்து வைக்கப்பட்டிருந்தாலும் எதிரும் புதிருமாகப் பார்க்கிற போது திடீரென்று கத்தியுடன் வெளிப்படுவதை அவள் உணர்ந்தாள். தையல் மிஷின் டப்பாவிலிருந்த கத்திரியைத் தலையணைக்கு அடியில் எப்போதும் அவள் மறைத்து வைத்திருப்பதாக நினைத்துக் கொண்டாள். அவரைவிட்டு விலகிச்சென்ற பல இரவுகள் திரும்பத் திரும்ப வந்துகொண்டிருந்தன.

வேலம்மை கணவனை ஆதூரத்துடன் பார்த்தாள். அவர் கண்களில் எந்த மூலையிலாவது வெறுப்புணர்வு ஒளிந்திருக்கிறதா. அவள் உதடுகள் பயத்தால் துடிப்பதைப் பார்த்து ஒரு அந்நிய ஸ்திரீயிடம் கருணை காட்டுவது போல் உருகிப் போனார் மேஸ்திரி. தூக்கத்தில் புலம்புகிறாள் என்றுணர்ந்தார். கொஞ்ச நேரத்திற்கெல்லாம் சீராக மூச்சு விட ஆரம்பித்தாள்.

எங்கும் ஊர் உறங்குவதைக் கேட்க முடிந்தது அவரால்; வெறுப்பையெல்லாம் மறைக்க முடிந்த கண்களை மூடி சற்று நேரம் இரவின் ஜீவனில் சுவாசித்துக் கொண்டிருந்தார் மேஸ்திரி.

இரவு கரைவது போல் வானத்தின் அடிவாரத்தில் உள்ள மர்மமான புங்கைமரங்களின் இலைகள் பாரம் தாங்காது சலித்து அலசி

அலசி சத்தமெழுப்பியது; வேதனையின் அடிபாகத்தைப் போல் திகைக்க வைத்தது தையல்காரனை. திடீரென்று கிளம்பிய ஓரிரு சத்தங்கள் இரவின் மர்மத்தை உடைத்தெறிந்தது.

***

இருள்வாங்கிப்போன முகம். அறையெங்கும் விம்மும் துடிப்புகள். வேர்வை சொட்ட வேலம்மை சாய்ந்திருந்தாள். வேலம்மையைச் சுற்றி ஆணின் புஜங்கள் தகிப்புடன் இறுகியது. தாலிக்கொடி கழுத்துக்குப் பின்னால் தொங்கியது. முகத்தில் முட்டிய சுவாசம் சீறியது. பற்றி எரியும் தகிப்புக்குள் சுவர்க் கோழிகளின் இரைச்சல். ஆணின் முகம் மங்கலான வெளிச்சத்தில் தெரிந்தது. அவர்கள்முகம் அவர்களுக்கே அதிசயமான வடிவத்தில் இருந்தது. சுவரில் புதை யுண்ட முகங்கள் மீண்டும் தோன்றின.

பின்கட்டுக் கதவு கிர்ர்ர்ர்....ரென்று திறந்து மூடுகிற சத்தம். கதவுக்கு இடுவலில் சன்ன வெளிச்சம் கீறியது.

வேலம்மை சாணம் பூசிய ஈரத்தரையில் ஒட்டிக் கிடந்தாள். கண்களில் நீர் திரைந்து காதோரம் வடிந்தது. கரகரப்புடன் தொண்டை உடைந்து உள்புறம் அலறினாள். அது யாருக்கும் கேட்காத தூரம்வரை எட்டி அதிர்ந்தது. அறையிருளில் தனிமையில் சத்தமில்லாத கேவல் வெற்றிடத்தைப்போல் ஒடுங்கிக் கேட்டது. அவளாலும் கேட்க முடியாத சப்தத்தை இரவுதான் கேட்டுக்கொண்டிருந்தது. நிசப்தத்திலும் சோகத்தின் தடம் படிந்தது.

இனி ஏமாற்ற முடியாமல் போகும். கிழட்டுப் புருஷனை சாக்குச் சொல்லி விரலை நீட்ட முடியாது. தையல்காரன் சங்குமேஸ்திரி கரிபூசிய முகத்துடன் முன் திருணையில் படுத்துக்கிடந்தான்.

ஊருக்குள் மதிப்பிழந்த ஜீவன் ரெங்கன்தான். ஒரு கை ஒச்சம். தொரட்டிக் கம்பாய் வளைந்திருக்கும். பகலில் பார்க்க விகாரமான முகம். மொது மொது வென்று ஒன்றுசேர்ந்து போகும் ஆடுகளோடு ரெங்கனின் உலகம். ஆடுகளோடு கத்தித் திரிந்தான்.

அவன்மீது அவள்கொண்ட அலாதியான நேசத்துக்குக் காரணங்கள் புதிரானவை. ரெங்கனின் உலகம் அப்படி. தாய் தகப்பன் இல்லாத அனாதை. அவனுக்கென்று ஒன்றுமில்லை. தரிசு. வெள்ளைத் தரைக் காட்டில் ஆகப்பெரிய மனிதன் ரெங்கன்தான். அவன் கிட்டத்தில் ஆட்டுக் கவுச்சி நாறும். யாரும் அவனோடு ஒட்டுவது இல்லை. மேட்டுப்பட்டியில் இருந்த ஒவ்வொரு புங்கைமரங்களுக்கும்

அவனைப் பற்றித் தெரியும். செம்பறி ஆட்டுப் பச்சைமூத்திரத்தில் அவனோட கொட்டாரம் இருந்தது.

வீட்டுச் செலவுக்கு முள்ளுப் பொருக்கித் திரிந்தபோது வேலம்மையைச் சுற்றிச் சுற்றி வந்தன மொய் ஆடுகள். அவற்றின் மாயமான செறுமல் சத்தமும் ஆட்டுக்கேயான செம்பட்டை தலையுமான மம்பட்டி மூஞ்சி அவளைப் பார்த்து இமை விரித்து நின்றது. செம்பட்டைக் கண்கள் அவளை ஊடுருவி நின்றன.

காட்டில் வேலம்மை எங்கு நின்றாலும் காட்டோடு சேர்த்து அவளையும் பார்த்துக் கொண்டான். கிட்ட வந்து ஏதும் பேசவில்லை. செம்மறி ஆட்டுக் குரலில் ஆடுகளை மடக்கி வடகாட்டுப் பக்கம் போய்விட்டான். காடையைப்போல் ஒரு இடத்தில் நில்லாமல் சென்ற ரெங்கனிடம் தன் அடையாளம் எதையோ தேடித்தேடி தவிப்பாகிவிட்டது அவளுக்கு.

வயது முற்றிய பெண்ணிடம் ஏதோ அடங்காத பார்வை. இரவு வெகுநேரத்துக்குப் பின்னால் ஆட்டுக் கம்புடன் வந்து போவான். ஒத்தக்கையால் பின்கட்டை திறந்து வந்துவிடுவான். அவன் அவளுக்காகக் கொண்டு வந்ததென்ன... அவனைப் பார்க்கவும் பிறந்த ஊரிலிருந்த காடுகளைப் பற்றியும் பனைகளைப் பற்றியும் அவளுக்கு நினைவு வந்தது. பனைவாடிக்குள் முள்ளுக்குப்போன சினேகிதிகள் எல்லாரும் அவளைவிட்டு மறைந்து போய்விட்டார்கள். எல்லா நினைவுகளையும், மறைந்துபோன எல்லாருடைய மனசையும் கரடான உள்ளத்தில் தேக்கிக் கொண்டுவந்தான் ரெங்கன்.

காட்டில் ரெங்கனின் மனம் இருந்தது. புங்கைமரங்களின் ஊமைப்பாட்டை முணுமுணுப்பது போல் சங்கேதமான ஒலிகளில் ஏதாவது வெளிப்படும். காட்டில் ரெங்கனின் அதிகாரம் நடந்தது. வேலம்மை முழுவதுமாக சரணடைந்தாள் ரெங்கனிடம். 'குடியக் கெடுத்தாளே பாதகத்தி... ரெங்கனுக்கு புள்ளபெறபோரா...மேஸ்திரி கண் முன்னால நடக்கு... கிழவன என்ன சொல்ல.... கழுதய அறுத்துப் பத்தாம கொஞ்சுதானே...'

எல்லாம் முடிவான பேச்சுதான். கெர்ப்ப ஸ்திரீயைக் கண்டு ஊர் ஒன்றுசேர்ந்து சிரித்தது. அவள் மனசு உக்கிப்போகும்படி பார்வையால் கொன்றார்கள் அவளை. சட்டமாக ஒடுங்கிப் போனாள் வேலம்மை.

கருத்தப்பூனை வெகு விரைவில் அவளின் முகத் தோற்றத்தை அடைந்தது. ஊர் உறங்கும் வேளை. நடு நிசியில் பூனையின் அழுகுரல்.

அவள் குரல் பூனையின் அழுகையாய் கேட்கும். குழந்தை வீரிடுவது போல் அழுகை. எங்கும் மையிடுட்டு. அவள் முகத்தோடு முகமாய் மூச்சு விட்டு மெலிந்த துடிப்புடன் பூனைகத்தும்.

வெளித்திருணையில் கணவனின் பாம்புக் காதுகள் கதறும். பூனையின் சஞ்சலத்தைக் கேட்பது துரதிர்ஷ்டம். தையல்காரன் அதைக் கேட்டான். மனஇருளில் முகத்தை நீட்டி கூர்ந்த கண்களால் சீறும் பூனையின் ஆங்காரம் கெதிகலக்கும். கேடுகாலம் போல் எல்லாம் நடக்கிறதென்று புலம்பினான். திரைவிழுந்த கண்களில் நீர்திரைத்து நிறக பூனையின் சன்னமான அழுகை இருட்டுடன் தேய்ந்து அடங்கும். தையல்கார கிழவனின் பாசிமுகத்தில் பச்சை நரம்புகள். கண்களில் முந்திக்காலத்து நம்பிக்கை ஏனோ பதிந்திருக்கிறது. வாழ்க்கையும் தையலும் இணைந்து துடித்த கிழவனின் காலங்கள் கண்மறைந்துவிட்டன. சங்குமேஸ்திரியின் தையல் உலகம் விநோதமானது. புதுமோஸ்தர் துணிகளை வெட்டும் திணுசுகளில் தெரியும். எதையும் பார்த்த மாத்திரத்தில் தைத்துவிடுவான்—மேட்டுப் பட்டியில் இருந்த மேஸ்திரிமார் தெருவில் எத்தனையோ தையல் கார்கள் இருந்தார்கள். கைமிஷினைத் தோளில் தூக்கியபடி கையில் கோர்த்த குட்டைப்பையில் கத்திரி நூல்கண்டுகளுடன் கிராமம் கிராமமாக அலைந்தார்கள்.

பதினெட்டுப்பட்டியைச் சுற்றியலைந்த தையல்காரர்களைப் பற்றி விதவிதமான கட்டுக்கதைகள் இருந்தன. சிலர் ரெடிமேட் துணிகளை ஏலம் போட்டுத் திரிந்தார்கள். லாந்தர் விளக்குகளோடு ஜவுளிப் பொட்டணத்துடன் கிராமம் கிராமமாய்ச் சுமந்து திரிவதே அந்த நாட்களில் நடந்தது. அவர்களுக்கென்ற காலம் ஒன்று இருந்தது. எத்தனையோ பழைய மோஸ்தர் மனிதர்கள். பாராசூட் காலர் அன்று பிரபலமடைந்திருந்த காலம். கீகாட்டு மனிதர்களுக்கென்றே பேர்ப்போன தையல்காரர்கள் விளாத்திகுளம் தையல்கடை பஜாரில் இருந்தார்கள்.

சங்குமேஸ்திரி பேர்போக வாழ்ந்த தையல்கடையும் அந்த பஜாரில்தான் இருந்தது. கேடிகளுக்கென்றே ஒரு தையல்காரன் இருந்தான். கைதேர்ந்தவன் என்று அவனைச் சுற்றி என்னேரமும் கூட்டமிருந்தது. மறைவுகாலம் தெரியாமல் எல்லாமே மாறி விடுகிறது. சங்குமேஸ்திரியின் தையல் மிஷினும் கிழடு. வங்கிழடு. அதன் புலம்பல்கூட அவனைப் போல முணுமுணுத்தது. சம்சாரி வீட்டுத் திருணைகளில் சப்பணமிட்டு உட்கார்ந்தபடி வெத்தலையை

அதக்கி கடைவாயில் ஒதுக்கி கதைகதையாய் அசைபோடும் சங்கதிகள் அனேகம். கேட்கக் கேட்க அவன் விளைந்த மனசு மலையைப் போல் உயர்ந்து வளர்ந்து தெரியும். எல்லாக் காலத்திற்குமான வார்த்தைகள் போல சுபாவங்கள் இருக்கவே இருந்தன. எப்பொழுதெல்லாமோ மறைந்துபோன சிலரைப்பற்றி ஒரே வார்த்தைக்குள் அடக்கிவிட மேஸ்திரியால் மட்டும் முடியும். ஒவ்வொருவரும் மறைந்து போன பின் அவர்கள் விட்டுச்சென்ற உலகத்தைப்பற்றி சில விடுகதைகளும் புதிர்களும் இருந்தன. கிழவனால் தையலில் இணைக்க முடிந்த பிரில் வைத்துத் தைத்த கவுனில் லேசும் பூவேலைப்பாடுகளும் விசித்திர நாடாவும் வெட்டுத் துணிகளுக்குள் உருவான பொம்மை களும் பொம்மைகள் ஒவ்வொன்றுக்குமாக அதிசயங்களும் தனித்தனியாக இருந்தன. தையல்காரன் தன்னைச்சுற்றி நெய்த இழைகளில் வெட்டித் தைத்த கவுன்களும் ரெடிமேட் ஆடைகளும் காலங்களைக் கடந்து வந்து கொண்டிருக்கும், நாகலாபுரம் சந்ததையில் கூவிக்கூவி விற்கப்பட்டது... குஞ்சம்வைத்துத் தைக்கப்பட்ட சுருக்குப் பைகள் ஓலைக் கொட்டகையில் வரிசையாகத் தொங்கி ஆடுகின்றன. லம்பாடிக் காளைகள் பூட்டிய லேக்லா வண்டிகள், சலங்கையின் சீறல்கள், காட்டுப்பாதைளும் மறைந்தன.

சங்குமேஸ்திரியின் துருப்பிடித்த மிஷின், எண்ணெய்த் துணியில் துடைத்துத் துடைத்து வழுக்கும் மினுமினுப்பான இங்கிலாந்து மாடல் தையல்மிஷின். அதன் ஒவ்வொரு நாளிலும் கண்முன் விரிந்த கிராமப்புற மனிதர்கள். அவர்கள் சொன்னபடியெல்லாம் திரும்பித் திரும்பிப் பார்க்கும் அவர்களின் காலம். ஏனோ, கிழவனின் மிஷினுடன் அவனது உடல் உறுப்புகளும் சேர்ந்துவிட்டன போலும். தோளில் இருப்பதாகவே தெரியாத கைமிஷின். தோளில் குமரிப் பெண்ணை உட்கார்த்தி வைத்து, உல்லாசமாய்த் தூக்கித்திரிந்த அதே மேஸ்திரிதான், 'ஆசைக்கு ஒரு குமரியைக் கெட்டிக்கிட்டு வந்திட்டான் பாரு' என்று ஊரே கூறியது. மூத்த குடியாள் இருந்த சுவடுகள் யாருக்கும் ஞாபகமில்லை. மூத்தகுடியாள் ராசாமணியைப் பெற்றுக் கொடுத்துவிட்டு சிலகாலம் பிள்ளை நினைவாகவே இருந்து மரித்தாள். ராசாமணி முழுத்த இளவட்டமாகிவிட்டான் இன்று. கல்யாணம் முடிக்கிற வயதில் பையன் இருக்கும் போது ரெண்டாம் கல்யாணம். வேலம்மை வந்த புதிதில் அவளிடம் கிழவனுக்குக் கொள்ளை ஆசை. அய்யா கிரங்கிச் சிரிப்பதைப் பார்த்த மாத்திரத்தில் வெறுத்தான் ராசாமணி. தலைக்கு மிஞ்சிய புள்ளை. சின்னாத்தாளிடம் ஒட்டவில்லை.

வேலம்மை நல்ல குடும்பத்திலிருந்து வந்தவள். வாழ்ந்து கெட்ட மேஸ்திரிமார்கள் விளாத்திகுளம் தோப்புத் தெருவில் இருந்தார்கள். சரிவான தாழ்வாரங்களில் குனிந்து எட்டிப்பாத்தாலே தையல் கடைகள் இருப்பது தெரியும். ஓட்டுத் தாழ்வாரத்தில் கர்னாட்டிங் திரைகள் மிஷினைச் சுற்றித் தொங்கும். மேல்மாத்தை யிலிருந்து பொட்டி வியாபாரம் செய்துவந்தாள் வேலம்மை. விளாத்திகுளம் தையல்கடை பஜாரில் வைத்து அவளைச் சுற்றி அலைந்தான் சங்குமேஸ்திரி. விளாத்திகுளம் சந்தைக்கு வரும் போதெல்லாம் அவளுக்குச் சட்டை தைத்துக் கொடுத்தான் சங்கு மேஸ்திரி. விளாத்திகுளம் சுப்பிரமணியர் கோவிலில் தாலிபோட்டுக் கூட்டிக் கொண்டு வந்தார் மேஸ்திரி. வாராரைய்யா மேஸ்திரி வழிவிடம்மா வழிவிடு... என்று பொண்ணும் மாப்பிள்ளையும் ஊர் வந்துசேர தெருவே கூடி கேலியும் கிண்டலுமாய் மேஸ்திரி மூக்கை உரித்தார்கள் பெண்கள். இனம் ஜனம் ஒத்துக்கொண்ட கல்யாணம் அது. ஏனோ, ராசாமணி மட்டும் வேலம்மையிடம் முகம் கொடுத்துப் பேச வில்லை. வேலம்மைக்கு முழுத்த இளவட்டம் பிள்ளையாகக் கிடைத்தான்.

சங்குமேஸ்திரி பையன் வேகாரியாய்த் திரிந்தான் வீட்டில் ஒட்டாமல். சின்னம்மா விழுந்து விழுந்து கவனித்தாள் அவனை. அவனை உற்றுப்பார்த்தான். அவனுக்கு அம்மாவின் நினைவு வந்தது... செத்துப்போன அம்மாவுடன் காட்டுக்குப் போன ஞாபகங்களுடன் அம்மாநின்ற இடங்களிலெல்லாம் தேடினான்... யாராலும் தர முடியாத அம்மாவுக்காக ஏங்கினான். தன் தொழில் பழகி அப்பன் வாங்கிக்கொடுத்த ஷிங்கர் மிஷினைத் தோளில்சுமந்தபடி பட்டிக்குப் போனான். விளாத்திகுளம் பனைவாடிகளுக்குள் செல்லும் வெள்ளை மணலில் ஏக்கத்துடன் இருந்த தனிமை அவனைப் பற்றியது. மணல் சறுக்குள் எல்லாம். பதிவாக கள்ளு குடித்தான் ராசாமணி. நாடார் வீட்டுப் புள்ளைக்குக் கடனாக ஜம்பர் தைத்து மனசில் பட்ட புது டிசைனில் அவளைக் கவர்ந்து சென்றான்.

மிஷினை அடகுவைத்துக் குடித்தான் ராசாமணி. விளாத்திகுளம் தையல்கடை பசாரில் கண்ட நாலு பெரியாளுகள் கூப்பிட்டு அவனிடம் பேசினார்கள். யார் சொல்லும் காதில் விழவில்லை. குடித்துவிட்டு விழுந்து கிடந்தான் ராசாமணி. ஆட்கள் தூக்கிக் கொண்டுபோய் வீட்டில் போட்டார்கள்.

பனைவாடிக்குள் நிலா எரிகிறது, வெள்ளைத் தரையில் நிலா

ஊற்றுகிற மர்மமான வெளிச்சத்தில் பனையேறி மகள் குருவு முகம் ஜொலிப்பதைப் பார்ப்பதற்காக அவன் ராத்திரியில் வாடிக்குப் போனான். விளாத்திகுளம் தையல்கடை பஜார் என்பது இரண்டு சிறகுகளிலும் தாழ்வான ஓடுகள் கீழே தொங்கும் குஞ்சம் வைத்த சுருக்குப்பைகள் அவற்றை வாங்கவரும் கீகாட்டுப் பெண்கள்.... ஒவ்வொரு தையல்காரனும் வாடிக்குப் போகாமல் முடியாது. ராசாமணி வாடியிலிருந்து வெறுங்கையுடன் வீடு திரும்பினான். சங்கு கத்தரியை வீசி எறிந்தார் அவன் மீது. அடே... தாயளி வெங்கம்பிலே... ஏண்டா ஒனக்கு புத்தி இப்பிடி போவுது... சங்குமேஸ்திரிக்கு பெறந்தவனாடா... மடுவ அறுத்துப் பால்குடிக்க முடியுமாலே வந்தா மிஷியனை கொண்டுக் கிட்டுவா... இல்லே அத்தோட ஓடியிரு... ஏ வேலம்மா... அருதளிப் பெயல நட ஏத்தாதே... நட ஏத்துனே நீயும் விளாத்தியளம் போயிரு. சங்குமேஸ்திரி வெறுத்துவிட்டான். வேலம்மைக்கு மனசு பொறுக்காமல் ராசாமணியைப் பின்கட்டு வழியாகக் கூட்டிக்கொண்டுபோய் கேப்பைக் களியைத் தாளத்தில் எடுத்து வைத்தாள். சின்னம்மா பார்வையில் இருந்த வெறுமை அவனைத் தொட்டு அழுதது. ஏனோ வியப்போடு சின்னம்மாவின் கண்களில் படிந்த கருவளையத்தில் கண்களைப் பதித்திருந்தான் ராசாமணி. அவன் மனசு சொன்னது. தாயாரின் அன்பு யாருக்கும் கிடைக்காது. அடுப்படியில் சூழ்ந்த இருளில் வேலம்மையின் கருப்புப்பூனை குழந்தையைப் போல் அழுது கொண்டு அவள் காலுக்குள்ளேயும் கைக்குள்ளேயும் வந்தது. அவன் குனிந்து ஒருவாய் களியை எடுத்து விட்டான். பூனை அவன் அருகில் மெல்ல மெல்ல வந்து அவன் முதுகுப்பக்கம் வாலைக் கொண்டு அசைத்தது. அவன் தாளத்தை உற்றுப்பார்த்து, முன் கால்களை நீட்டி, முதுகை நெளித்தது பூனை. அந்தப் பூனை அவன் அருகில் வந்து நின்றதில்லை. யாரோ எவரோ என்று பார்க்கும். அதைக் கண்டாலும் அவனுக்குப் பிடிப்பதில்லை... இன்று ஏனோ, அவனைக் கண்டு குழந்தையைப் போல் முகத்தை நீட்டியது. செத்துப்போன அம்மா அவனுக்கு ஒரு மழைநாளில் கூட்டாஞ்சோறு உருட்டித் தந்த ஞாபகம் வந்தது. வேலம்மை அவன் அருகில் வந்து நின்றாள். அவள் கிட்ட வரவும் ராசாமணி தலையைக் குனிந்துகொண்டான். புள்ளே... மிஷியனை திலுப்ப வேண்டாமா... இந்தா கம்மலைக் கொண்டுபோய் வித்து திலுப்பிக்கிட்டுவா... இதுஎன் அய்யா செஞ்சு போட்ட கம்மல்... நீயே எடுத்துட்டுப் போ சாமி... ராசாமணி உம்... மென்று வேலம்மையின் வார்த்தைகளைக் கேட்டான். சின்னம்மா

திடமானவள். அவளது முரட்டுக்குரல் நடுங்கியது.

புள்ளே... எனக்கு எல்லாந்தெரியும்... குருவு மேல உனக்கு ஆசை உண்டுங்கிறது தெரியும் புள்ளே... நீயாவது நல்லாருக்கணும் மாட்டங்காம வாங்கிக்கோ ராசா... சின்னம்மா சொன்ன வார்த்தைகள் முழுவதும் திரும்பத் திரும்ப அவனை அசைத்தது. செத்துப்போன அம்மாவை நினைத்தான். அவன் அம்மா இருந்த ஒருநாள் பகல் போல இருந்தது. அவன் குருவுவிடம் காணாத ஒன்று சின்னம்மாளிடம் இருந்தது. அதைப் புரிந்துகொண்டான். இருட்டில் மறைந் திருக்கும் பூனை கோட்டைச் சுவரிலிருந்து அவனைப் பார்த்துக் கொண்டிருந்தது. அங்கிருந்து கீழே குதித்து அவர்கள் இருவருக்கும் நடுவில் வந்து நின்று கால்களை முன்னால் நீட்டி முகத்தை வைத்துப் படுத்துக்கொண்டது.... ராசாமணி பொட்டப்பிள்ளை மாதிரி பொலு பொலுவென்று கண்ணீர் விட்டான். மூக்குடன் குரல் விம்மியது.

'சாப்பிடுய்யா... நீ இம்புட்டுக் கோழையா இருப்பேன்னு எனக்குத் தெரியாது, எப்பிடி அவள தைரியமா கூட்டியாந்து கல்யாணம் மூச்சிடுவே.... பாப்பம்... இம்புட்டுத்தானா... உன் கிம்பிரியம் எல்லாம்... தலைக்கு மிஞ்சிய பிள்ளையின் கைக்குள் வலுக் கட்டாயமாக கம்மலைத் திணித்தாள் வேலம்மை. அவன் சின்னாத் தாளிடம் வாயைத் திறந்து ஒரு வார்த்தை பேசட்டுமே. கம்மலை வேண்டாமென்று சொல்வதற்கும் முடியாமல் தொண்டைக்குழியில் களியும் இறங்காமல் முழித்தான். தண்ணி மோந்து கொடுத்தாள் சின்னாத்தா. செம்புத் தண்ணியைப் பூராவும் செலவழித்துவிட்டு தட்டிலிருந்து எழுந்தான். அய்யா பின்கட்டுக்கு வரும் அருவம் கேட்பதை உணர்ந்து வேலம்மை 'உஸ்....' என்றாள். பூனையாய் மெல்ல நழுவினான் ராசாமணி. ஏனோ, பனையேறி மகளோடு ஓடிப்போன ராசாமணி திரும்பி வரவே இல்லை. மேஸ்திரிமார் தெருவே கண்ணைவிட்டு மறைந்துவிட்டது. தூர தூரங்களில் கிடந்த டவுனில் சிதறிக்கிடப்பார்கள். பெயர்ந்துவிட்டது எல்லாம். கூட்டம் கூட்டமாய் பட்டிக்குக் கிளம்பிப்போன படகுருவிகள் காணாமல் போயின. காட்டுப்பாதையில் சலம்பிக்கொண்ட தையல் காரர்கள், பறவைகள் எல்லாம் புங்கைமரத்தில் அடைகிற நேரம் கூட்டமாக ஒன்றுகூடித் திரும்பிவருவார்கள். விளாத்திகுளம் தையல்கடை பஜாரில் வேறு வேறு கடைகள் மாறிவிட்டன. தாழ்ந்த நாழிஓட்டு தாழ்வாரங்களில் இருந்த காரைகளும் உதிர்ந்து மறைந்தன. ஆயிரமாயிரம் நாழி ஓடுகளில் பதிந்த காலம் வெடித்துச் சிதறியது போல்... வெறிச்சோட்டம் கண்டது தையல்கடை பஜார்.

கிழவன் இப்போது தனி ஆள். தையல்மிஷினைத் தோளில் சுமந்தபடி ஆளுகளே இல்லாத காட்டுப்பாதையில் போகிறான். பதினெட்டுப் பட்டிகளுக்கு அலைந்துகொண்டிருந்த தையல்காரர்களின் பாதைகள் மாறிவிட்டன. ரொம்பப் பேர் அருப்புக்கோட்டையில் குடியேறிவிட்டிருந்தார்கள். கிராமங்களில் தைக்கப்போட ஆட்கள் குறைந்துவிட்டார்கள். எல்லாமே நகருடன் இணைக்கப்பட்டிருக்கும். பழங்கால கிழட்டுப்பறவையின் விநோதமான தையல் ஒப்பனைகள் காலதேச வர்த்தமானங்களில் செல்லாத வேஷங்களாகிவிட்டன போலும். சங்குமேஸ்திரியின் பழைய மிஷின் பாராசூட் காலர்களைத் தேடிச்சென்றிருக்கும். கிராமத்தில் திரிந்த பாராசூட் காலர்வைத்த தார்த்தாரியர்களைப் போன்ற பிரகிருதிகள் எங்கே மறைந்து போனார்கள். காட்டுப் பறவையின் வருத்தங்கள் ஏராளமானவை. அதன் புலம்பல் கேட்கமுடியாதது. தையல்காரன் போன பாதையில் ஆளேஇல்லை. தோள்பட்டையில் கனக்கிற மிஷினை இறக்கிவைக்க முடியாது. பெண்டாக வளைந்த முதுகை நிமிர்த்த சுமைதாங்கிகள் இல்லை. காடு தீப்பற்றி எரிகிறது. கத்திரி வெயிலில் கொதிக்கிற கிராமத்தின் உருவங்கள் ராசமணி... ராசமணி என்று ஊமங்காடையொன்று பனையிலிருந்து கூப்பிட்டது.

தையல்காரனை மறந்துவிட்டு ஓடிப்போன பையனுக்காக அழுதான். காட்டிலே அந்த வயோதிக மனிதனின் அழுகையைக் கேட்ட முள்மரங்கள் இலைகளற்றுக் கருகிய நிறத்தை அடைந்தன. கருவ மரத்தின் துயரமானது கிழவனைப் போன்ற வேதனைகள் நிரம்பியது. தனிவழியே இந்தக் காட்டுவழி போகும் ஒருவனைப் புரட்டிப்புரட்டிப் படுகுழியில் தள்ளிவிடும். தையல்காரனின் அனாதையான பாதையில் வேலம்மையின் நினைவு தோன்றி வானத்தில் தெரிவது போல் நிசப்தமானது காடு. அவனுக்காக வேலம்மை இருந்தாள்.

வேலம்மையின் பேறுகாலத்திற்குப் பணம் காசு சேர்த்தான். துணிதைத்தும் பொம்மைகள் விற்றும் கொஞ்சம் காசு சேர்ந்தது. காசுகள் ஒவ்வொன்றையும் தொட்டு எண்ணி அவன் தலைமாட்டில் இருந்த சிறுபையில் போட்டுவைத்தான். வேலம்மை சதாவும் அறைக்குள் இருந்த இருட்டுடன் கலந்துவிட்டிருந்தாள். கீறல் விழுந்த சுவர்களையொட்டி மெலிந்த பூனை அங்கிங்குமாக அலைந்தது. தையல்காரன் இல்லாத பகல் வேளையில் கருத்தப்பூனை அவள் மடியில் வந்து புதைந்துகொள்ளும். பின்கட்டு அறையைவிட்டு வெளிச்சத்திற்கு வரமுடியாது அவளால்.

இருட்டில் இருந்த முகத்தை வெளியில் கொண்டுசெல்ல முடியாமல் இருட்டின் கலவையில் மனதை வைத்துப் பதுங்கியிருந்தாள் வேலம்மை. உலர்ந்த கண்களில் ஒருவகை ஈரப்பசை மின்னியது. சுட்ட மண்ணாகக் காய்ந்த முகத்தில் நிறைமாசம் ததும்பி நின்றது. அவள் கிட்டத்தில் நெருங்கி உடம்பைத் தொட்டுப் பார்த்துத் தனக்குள் புலம்பினான். எங்கோ மனதின் அடிபாகத்தில் ஓடி ஒளிந்துகொண்ட பகையுணர்வுகளை அவனால் முற்றிலும் அப்புறப்படுத்த முடிய வில்லை. அவளை நேருக்குநேர் பார்க்க முடியாமல் பார்த்தான்... தரையில் காற்றைக்காணோம். கருமையான இரவு. அரிக்கேன் லாந்தர் வெளிச்சத்தில் கருகருவென சூலிப் பெண் நின்றுகொண்டிருந்தாள். ஆழிமாதிரி நின்றாள். அம்பட்டையனின் தாயார் அவளுக்கு மருந்து மாயங்கள் தந்து ஊக்கம் கொடுத்தாள். காதோடு காதாக மந்திரம் போல் சொல்லிக் கொடுத்தாள். மருத்துவச்சியின் கைகள் வேலம்மையின் நிறை வயிறைத் தொட்டுத் தடவுகிறது.

பனங்கட்டை விட்டத்திலிருந்து தொங்கும் கயிறைப்பிடித்து நின்றாள் வேலம்மை. அண்ணாந்தபடி மோட்டுக் கூரையில் கண்கள் பதிந்திருந்தன. வலி பொறுக்காமல் அவள் கணவரைக் கூப்பிடுகிறாள். வராண்டாவில் தூண் ஓரத்தில் சாய்ந்து, தாடிக்கிழவன் மழை சொல்வதைக் கேட்டுக்கொண்டிருந்தான். இந்த முணுமுணுப்புகள் ஊமையாக மனசிடம் ஏதேதோ கூறுகின்றன. தையல்காரனுக்குத் தெரியும், பன்னெடுங்காலமாய்த் தெருவில் கொட்டும் மழையின் சேதியை அவனால் உணர்ந்துகொள்ள முடியும். கருப்புமேகங்கள் வீட்டுக் கூரைகளை ஒட்டி பக்கத்தில் வந்து அவன் கையைத் தொட்டு விடுவதுபோல் தாழ்ந்து நகர்கின்றன. ஊரைச் சுற்றிலும் மழையில் களிமண் வாசனை. பாதைகளில் ஆடுகளோடு திரியும் ரெங்கன். ஆடுகள் எல்லாம் ஊர்திரும்பிவிட்டன. எல்லோரிடத்திலும் மதிப்பிழந்த ரெங்கன் மழையோடு போய்க்கொண்டிருக்கிறான். ஆடுகள் மே... பே... என்று கூப்பாடு போடுகிற சத்தம் ஊருக்குள் கேட்டுக்கொண்டிருந்தது. சீற்றம். மழைநாட்களுக்கென சில நினைவுகள் வந்தன. தையல்காரத் தெருவில் ஒரு சிலர் மிஞ்சி யிருந்தார்கள். அவர்கள் ஒவ்வொருவர் வீட்டிலும் உள்ளேயிருந்து பேச்சு சத்தம் கேட்டது. அவர்களும் மழையுடன் ஏதோ பேசிக் கொண்டிருந்தார்கள்.

அங்கிருந்து மறைந்துபோன தையல்காரர்களின் குரலில் மழை யடித்துக்கொண்டிருந்தது.

அவனுக்கு ராசாமணியைப் பற்றியும் மூத்தகுடியாளைப் பற்றியும் ஞாபகங்கள் வந்தன. இதே ஒரு மழைநாளில்தான் ராசாமணி பிறந்தான். சப்பரம் தூக்கி தெருவில் நின்று மழையுடன் ஆடிப் பாடிய சந்தோஷமான நாட்களும் இருந்தன. செத்துப்போன மூத்தகுடியாள் குணவதியாக இருந்து போய்ச் சேர்ந்தாள். இன்னும் அவளுக்கான இடத்தில் ஒரு சில வார்த்தைகளை உச்சரித்தான் தையல்காரன்.

உள்புறம் தாழிடப்பட்டிருந்த இருட்டு அறைக்குள் இன்னும் வேலம்மையின் முனங்கல் கேட்டுக்கொண்டிருந்தது. அவளுக்காக அவனிடத்தில் எந்த வார்த்தையும் இருக்கவில்லை... அவளை மன்னிக்கமுடியாத பாவத்திலிருந்து அவரால் விடுபட முடியவில்லை. மழைமட்டும் உயரமான இடத்திலிருந்து பல சேதிகளைப் பேசிக்கொண்டிருந்தது. அவற்றையெல்லாம் சிறுகுழந்தையின் ஆச்சரியத்துடன் பயத்துடன் கேட்டுக்கொண்டிருந்தான் தையல் காரன். இருட்டறைக்குள்ளிருந்து குழந்தையின் அழுகுரல். நீர்க் குணகுணப்பில் அழுதது. கிழவன் முகத்தில் தன்னையறியாத சந்தோஷம். திண்ணையிலிருந்த தையல்மிஷினில் பல பொம்மைகள் கூடிச்சிரிப்பதை உணர்ந்தான். அவற்றோடு கலந்து சிரிப்பது போல் அவன் ஊள்ளூர மனம்விட்டுச் சிரித்தான். இருட்டறைக்குள் இருந்த மருத்துவச்சி பின்கட்டு வழியாக வெளியேறிப் போயிருக்க வேண்டும். எங்கும் நிசப்தமாக இருந்தது. மழைக்குள்ளிருந்து ஊதிய காற்றில் தாங்கமுடியாத தவிப்பும் வேதனையும் வீசியது. தையல் மிஷினில் இருந்த எல்லா பொம்மைகளும் காணாமல் போயிருந்தன. திருணையில் தையல்மிஷின் மட்டும் அவனைப் பார்த்துக் கொண்டிருந்தது. அவனைப்போன்ற தோற்றத்துடன் இருந்த தையல் மிஷின் மீது அந்தக் கருப்புநிறப் பூனை வந்து அவர் காலில் தன் வாலால் உரசியது.

தையல்காரன் இருட்டறையைத் திறந்து எட்டிப்பார்த்தான். அரக்குநிற அரிக்கேன் லாந்தர் விட்டத்திலிருந்து தொங்கியது. அந்த சிம்னியில் அடைக்கப்பட்டிருந்த வெளிச்சத்தில் குழந்தையின் முகம்மட்டும் தெரிந்தது. பனங்காய் தலையுடன் அதன் கைகால்கள் அசைந்துகொண்டிருந்தன. ஈரத்தலை மின்னிக்கொண்டிருந்தது பக்கத்தில் வேலம்மை சாணம்பூசிய மண்தரையில் ஒட்டிக்கிடந்தாள்.

கிழவன் ஓடிச்சென்று அவளைத் தூக்க முற்பட்ட போது, மெல்ல துடித்துக்கொண்டிருந்த மூச்சு திணறியது அவளுக்கு. அவளால் எழுந்து

வரமுடியவில்லை. அவள் அருகில் சென்று அவள் தலைமாட்டில் அமர்ந்து குழந்தையைப் போல் எட்டிப் பார்த்தான் அவளை. அரைக்கண் திறந்திருந்தது. அவள் புலம்புவது கேட்டது. அவள் கண்களைத் திறந்து கணவரின் கண்களைப் பார்த்தாள். அவர் கண்களில் தேடிப் பார்த்தாள் அதன் எந்த ஓரத்திலாவது பகையுணர்வு ஒளிந் திருக்கிறதா என்று தேடித்தேடி உள்ளே போய்க்கொண்டிருந்தாள்.

அவளுக்கு பல்கட்டி இறுகியது. கைகால்களைத் தேய்த்து சூடு உண்டாக்கினார். நெற்றியில் தேய்த்து அவளுக்கு வெந்நீர் கொண்டு வந்து கொடுப்பதற்காக டம்ளரை எடுத்து மெதுவாக அவள் உதட்டை திறந்து ஊட்டினார். தண்ணீர் கொடுவாயாக வழிந்து கழுத்தை நனைத்தது. அவள் கண்களில் இருந்த வெறுமையைப் பார்த்து 'திக்'கென்று பயந்தார் கணவர்.

அந்தக் கண்களைச் சுற்றிய கருவளையத்தில் பதிந்துள்ள வெறுமையை அவரால் தாங்கிக்கொள்ள முடியவில்லை. கண் தூரத்தில் அந்த இருட்டறையில் இருந்த வேலம்மை வெளியேறிப் போய்க் கொண்டிருந்தாள். தையல்மிஷின் மீதிருந்த அந்த கருத்தப் பூனை இருட்டறையை விட்டு அவளை அழைத்துச் சென்றது. உயரத்தில் பதிந்த வால்நட்சத்திரத்தில் எத்தனையோபேர் மறைந்து போனார்கள். வேலம்மை அந்த இருட்டறையைவிட்டு அந்த இருட்டில் போய்க்கொண்டிருந்தாள்.

அவள் உடல் அருகில் பிறந்த சிவப்பு மாறாத குழந்தை அம்மையை உதைக்கிறது.

தையல்காரன் அரிக்கேன் லாந்தருடன் தெருவில் இறங்கி கத்திக் கொண்டிருந்தான்.

'கிராமத்தை அழைக்க வேண்டும்'

□

14

பட்டுப்பூச்சிகள் உறங்கும் மூன்றாம் ஜாமம்

பெரியவீட்டின் உள்ளேயும் வெளியேயும் திருணைகளாகக் கட்டி வைத்தார் தாத்தா. ஜாங்கோவின் திருணை சின்னதாக இருக்கும். வானவெளியுடன் இணைக்கப்பட்டிருக்கும். நெல் குதிர் வைக்கப்பட்ட மேலத்திருணையில் பாட்டி இருந்தாள். தாத்தா எப்போதும் வெளித் திருணையில் படுத்துக்கொள்வார். அவனது கருப்பு நாய் புளூடோவுக்கு எல்லா திருணைகளும் சொந்தமானது. பாட்டியின் திருணை விரிவாக உள்கூடமெல்லாம் பரவியிருந்தது. இரண்டு தூண்களும் அவளது மரப்பெட்டியும் அங்குள்ளன. ஜாங்கோ அடிக்கடி திறந்து பார்க்கும் கருப்பு மரப்பெட்டி. ஜாங்கோ அதனுள்ளே ஒளிந்துகொள்வான். புளூடோவிடம் மரப்பெட்டி வாய்திறந்து பேசும். மேலஜன்னல் அருகில்தான் புறையில் அந்தத் தரவிளக்கு எரிந்துகொண்டிருந்தது. வீட்டின் சுவர்களிலெல்லாம் புறையிருந்தும் அங்கு வைக்கப்பட்ட தகரவிளக்குகளைப் பாட்டிதான் அப்புறப்படுத்தினாள். எண்ணெய்க்கு விதித்த கேடா... அவற்றை ஊதி மச்சுவீட்டுக்குள் பத்திரப்படுத்தி விட்டாள். அந்த விளக்குகளிடம் ஜாங்கோவுக்கு இருந்த ஈடுபாட்டைப் பாட்டி அறிந்திருந்தாலும் வேறுவழி இல்லை. வெள்ளாமை விளைச்சல் இல்லாத பஞ்சகாலத்தில் விளக்குச் செலவுக்கு எங்கே போவது. குறித்த நேரத்திற்கு மேல் விளக்கைச் சுருக்கி மினுக்கவிட்டே எரியவிடுகிறாள் பாட்டி. தாத்தாவுக்கு கண்பார்வை குறைந்தபிறகு பகல்கூட மங்கலாகிவிட்டது. மங்கிய படலம் போல் ஆட்கள் அசைவது தெரியும். இன்னார்தான் என்று உடனே தெரிந்துகொள்வார். ஜாங்கோவின் குதிகால்கள் ஓரிடத்தில் நிற்பதில்லை. அவனைக் குதிப்பின் மூலமே கண்டுகொள்வார் தாத்தா. கூடுதலான ஒளி ஊரில் யார் வீட்டிலும் ஏற்றப்படவில்லை.

குதிர்களில் கிடந்த பழைய தானியங்களைக் குத்திப்போட்டு

சோறாக்கினார்கள். வேறு தானியங்களும் இல்லை. சொங்குச் சோளத்தைப் புடையில் வறுத்துப் பிள்ளைகளுக்குப் பண்டம் தயாரிக்கிற வீட்டைச் சுற்றி சிறுவர்கள் பலரும் திருணையில் ஒட்டிக்கொண்டு நின்றார்கள். சிறு அளவாவது கொடுக்க அவர்களுக்கு மனமிருந்தது. பிள்ளைகள் முகம் குறாவி கண்கள் பசியுடன் உலர்ந்தன. தின்பண்டம் ஏகமாய் விற்ற சீனிநாயக்கர் கடையில் கருப்பட்டி, தேயிலை, பீடி, வெத்திலை, பாக்கு என்று வியாபாரம் சுருங்கிவிட்டது.

வீட்டிலிருந்த அநேக காலியிடங்களை நிரப்ப ஜாங்கோவின் விளையாட்டுகளால் மட்டுமே முடிந்தது. புளூடோ இல்லாமல் ஜாங்கோவுக்கு விளையாட்டுமில்லை. ஏனோ திருணையில் முன் கால்களை நீட்டி அதில் முகத்தை வைத்துப் படுத்திருந்தது. ஊரை விட்டுப்போனவர்கள் வீடு இடிந்த பின்தான் வெளியேறி இருக்க வேண்டும். இடிந்த வீடுகளில் கதவுகள்தான் மிஞ்சும். அவற்றைக் குறைந்த விலைக்கு தாத்தாவிடம் கதவுகளைக் கேட்கும்போது திரும்பக் கொடுப்பதாக தாத்தா சொன்னார் . திரும்பித் திரும்பி பார்த்தபடி குழந்தைகள் வெளியேறிப்போயின. அந்தக் கதவுகளில் அவர்கள் விட்டுச்சென்ற அடையாளங்கள் அவர்கள்கூடச் சென்று கொண்டிருந்தது. அவர்களது கதவுகளைக் கொண்டு தாத்தா தான் இந்தப் பெரியவீட்டை உண்டாக்கியது. முன்பு இருந்த கூரையைப் பிரித்து விட்டு ஓடுகளை உண்டாக்கினார். அந்தக் கொண்டிக் கதவுகளைச் சுண்டுவிரல் கொண்டு திறந்துவிடலாம். பழஞ்சாவிகளைப் பேய்கள் எடுத்துச் சென்றுவிட்டன. சில வீடுகள் பூட்டிக்கிடந்தன. கண்ணளவு சாவித் துவாரங்களுக்கிடையில் எட்டிப் பார்த்தான் ஜாங்கோ. யாரும் அங்கு இல்லாதபோதும் உள்ளேயிருந்த வெளிச்சத்தில் அந்தவீட்டுக் குழந்தைகள் விட்டுச்சென்ற பொம்மைகள் கிடந்தன. ஜாங்கோவைக் கண்டு பொம்மைகள் தலையசைத்தன. அவர்கள் எங்கு போனார்கள் என்றான். பொம்மைகள் கைவிரித்தன. தேம்பித்தேம்பி அழுதன. அழுவாதே அழுவாதே என்கூட வாரியா... ‘மாட்டேம் மாட்டேம்... போ’ என்றன பொம்மைகள். அந்தவீட்டின் கதவுகளில் கிறுக்கப்பட்ட சித்தரிப்புகள் யாவும் பொம்மைகளுக்குத் தெரிந்திருக்கும். அவர்கள் கதவில் நின்று விளையாடியபோது வரையப்பட்ட மாட்டுவண்டி கடக்கடக் லொடக்...கென்று சக்கரங்கள் சுழன்றுகொண்டிருந்தன. அந்த வண்டியில் ஏறிக்கொண்டவர்கள் யார்யாரெல்லாம் என்று ஜாங்கோ பார்த்துக்கொண்டிருந்தான். அவனுக்குத் தெரியாத முகங்கள் போலிருந்தவர்கள் தெரிந்த முகங்களாகவே தோன்றினார்கள். புளூடோவும் அவர்களைப் பார்த்தது வா வா நாமும் ஏறிக்

கொள்ளலாம். வா புளூடோ வா... என்றான். பொம்மைகள் தனியாகப் பூட்டப்பட்ட வீட்டுக்குள் நடமாடிக்கொண்டிருந்தன. ஜன்னல் வழியாக ஜாங்கோவை எட்டிப்பார்த்தன. ஜாங்கோ புளூடோவுடன் ஓடிக்கொண்டிருந்தான் தெருவில். அவனிடமுள்ள பெரிய நூல்பந்தைக் கவ்வியபடி ஓடியது புளூடோ. அவன் பொம்மைகளுக்கு அம்மா பின்னிய தையலும் இணைப்பும் இல்லாத சட்டைகளைக் கருப்புநூல் பந்தினால் உண்டாக்கினாள். அம்மாவும் அப்பாவும் நகரத்திற்குள் மறைந்து போனார்கள். அவனுக்கான பொம்மைகளுடன் கருப்பு நூல்பந்தை பாட்டியிடம் கொடுத்துச் சென்றாள். அந்த நூலிலிருந்து சிறிதளவுகூட யாரும் இரவல் வாங்கிவிட முடியாது. அறுந்துவிடாத நூல்பந்தை அம்மா விட்டுச்சென்றபடி வைத்திருந்தான். அம்மா திரும்பி வந்து கேட்கும் போது அவளுக்குக்கூட முழுசாகக் கொடுக்க முடியாத நூல்பந்தை தானே வைத்துக் கொண்டிருப்பான். நூல்பந்தை மார்புடன் அணைத்தபடி திருணையில் மல்லாந்து கிடப்பான்.

ஜாங்கோவின் திருணையிலிருந்து பார்த்தால் வானவெளியில் மிதக்கும் பறவைக் கூட்டங்களின் அலாதியான அசைவுகள்... க்வாக்... என கடந்துவிடும் சாகுருவிகள்... கரைந்தபடி உருமாறிக்கொண்டு இருக்கும் மேகங்கள்... வெது வெதுப்பான காலையொளி அவனை விரல் நீட்டித் தொடும். டவுசர்-சட்டை எதுவுமில்லாத அம்மண ராஜாவாய் அவன் உறங்கும்சாயல் பாட்டியின் கண்ணில் நிற்கிறது. ஓடுகளால் ஆன நீளத்தெருவில் பெரிய உருவத்துடன் நடமாடும் அவன் பாட்டி யானையைப் போல் அசைந்து அசைந்து வெகுநேரம் செல்ல வேண்டியிதிருந்தது. வீட்டுவேலைகளில் ஈடுபட்டபடி பூனைக் கண்களால் அவனை எட்டிப்பார்த்தாள். பாட்டியின் பெரிய உருவத்துடன் இணைக்கப்பட்டவன் போல் அவள் நடமாட்டங்களின் மெல்லிய ஓசையிலும் ஜாங்கோ திரும்பினான். பழங்காலத்தில் இருந்து வரும் பாட்டியின் செதில் செதிலான சுருக்குவிழுந்த கைவிரல்கள் அவனைத் தொடும் போதெல்லாம் தொட்டால் சுருங்கியைப் போல் சுருண்டுகொள்வான் உறக்கத்தில். உவர்மண் வீசும் பாட்டியின் சேலையுடன் சுருட்டிக்கொண்டு பாம்பு சுற்றிக் கொண்ட உடலைப்போல் திருணையில் படுத்துக்கிடப்பான். பாட்டியின் சேலை கற்பனைத் தாவரமாகி அவனைச் சுற்றிக் கொண்டது. பாட்டியின் உடம்பு வாசத்துடன் சேர்ந்து அவன் மோப்ப உணர்வுகள் நரம்புகள் கிளைத்திருக்கும். பாட்டி சொன்ன கதைகளும் சேதிகளும் அவன் அப்பா அம்மாவைக் கொண்டுபோய்விட்ட ஆண்டலைப் பட்சியைப் பற்றியதாகவும் இருந்தது. ஒருநாள் வந்து

அவனையும் அது அம்மா அப்பாவிடம் கொண்டுபோய்விடும் என்று பாட்டி சொன்னாள். முந்திக்காலத்தில் இருந்த திடசரீரங்களையுடைய சுற்றத்தார்களும் தெருக்காரர்களும் எப்போதும் பழைய வீடுகளுக்குள் நடமாடித் திரிவதாகப் பாட்டி முணுமுணுத்தாள். அவள் ஜீவனில் உறங்கும் வேதாளத்தின் கதைகள் ஜாங்கோவின் உலகத்தில் புதிய விந்தைகளை உருவாக்கியது. ஜாங்கோவின் சின்னத் திருணையைப் பூசிமுடித்தவர் தாத்தாதான். அவரது கனவுகளையும் பேரனுக்காகத் திருணையில் பதித்துவைத்தார். அவன் இடுப்பை கிள்ளி இடும்பு செய்தார் தாத்தா. அவன் மேலும் சுருங்கியபடி பாட்டியின் சேலைக்குள் சுருண்டுகொண்டான். குஞ்சான் விரைக்க நெளித்தபடி எழுந்து திருணையில் இருந்தபடி ஒன்னுக்கு இருந்துகொண்டு சுற்றும் முற்றும் புளூடோவைத் தேடினான். பாட்டி அம்மியில் அரைத்து அப்பி வைத்த தொவையலை விழுங்கிவிட்டு மேலும் ஒரு விள்ளல் கவ்வி வாயை மூடிக்கொண்டு ஒயிலாக நடந்து அவனைக் கடந்து உள் கூட்டத்தின் வழியாக தெருவில் பாய்ந்து கும்மாளமாய்க் கத்தி சண்டைக்கு அழைத்தது. ஜாங்கோ இன்னும் அரைத்தூக்கத்தில் பாட்டியைத் தேடினான். அவன் தாத்தா மாடுகளைக் குளிப்பாட்டி துண்டு வைத்துத் துவட்டியபடி செல்லம் கொஞ்சினார். மாடு களுக்குத் தீவனம் வற்றிக்கொண்டுவந்தது. தாத்தாவின் தழுதழுத்த கொஞ்சலில் மாடுகள் உணர்ந்திருக்க வேண்டும். படப்படியில் கூளம் தீர்ந்துவிட்டது, இனி தாத்தா கூளத்திற்கு எங்கு போவார். மாடுகள் ஜாங்கோவைத் திரும்பிப் பார்த்தன.

அடுப்பிலிருக்கும் பாட்டியின் உருவம். ஊதுகுழலின் சத்தம். அடுப்படிக்கு ஓடி பாட்டியின் மடியில் சுருண்டுகொண்டான். அடுப்பில் கொதிக்கும் சிறிதளவு குருணை. புடையில் ஏதோ வறுத்துக் கொண்டிருந்தாள். கதகதப்பான அடுப்புக் கங்குகளில் பலவித உருவங்கள் தீயுடன் அசைந்து மாறிக்கொண்டிருந்தன. நெல் களஞ்சியத்தில் போன வருஷம் கொட்டி வைத்த நெல் முழுவதும் தீர்ந்துவிட்டது. விதைநெல்கூட மிஞ்சவில்லை. பெரிய வீட்டுக் குதிரில் தானியம் தடவலாகிவிட்டால் அங்குவந்து குடியேறும் இருட்டு யாராலும் துடைக்க முடியாததாக இருக்கும். வேலிமுள்விறகு நின்று எரிவதைத் தீயில் கனியும் முள்ளின் கூர்மைகளை, அவை சாம்பலாகி ஓடிவதைப் பார்த்துக்கொண்டு கனவு காண்பான் ஜாங்கோ. 'தலைக்கு ஊத்தணும் ராசாவுக்கு... கண்ணு பொங்கிப் போச்சு...' என்று நல்லெண்ணெய் தேய்த்துவிடுவாள் பாட்டி. அம்மியில் அரப்பு அரைப்பது வரை ஒவ்வொன்றாய்ப் பார்த்துக்கொண்டிருந்துவிட்டு,

அரப்பும் வெந்நீரும் தயாரானதும் ஓடி மறைவான் ஜாங்கோ. தெருவில் ஆட்கள் இருந்த வீடுகளுக்குள் ஜாங்கோவைத் தேடுவார்கள் தாத்தாவும் பாட்டியும். 'என் பேரன் வந்தானாம்மா... எண்ண தேய்ச்சு குளிக்க இப்படி மொரண்டு செய்றானே...' என்று தெருவெங்கும் புலம்புவாள் பாட்டி. ஒளிந்திருக்கும் கள்ளன் உடனே வரமாட்டான். எண்ணெய் தேய்த்த உடம்புடன், புளூடோவைக் கூட்டிக்கொண்டு காட்டுமரங்களுக்குள் ஒளிந்து மறைவான். பலரும் தேடுவர். ஒவ்வொரு முறையும் புளூடோதான் காட்டிக்கொடுக்கும். பலரும் சேர்ந்து ஜாங்கோவைப் பாட்டியிடம் தூக்கிச் செல்வார்கள். தலை முடியைப் பிடித்து அரப்பை, அரக்கி நீராட்டுவாள் பாட்டி. நீர் குண குணப்பில் அழுவான் ஜாங்கோ. அவனுக்குத் தாத்தாதான் துவட்டி விட்டு, தங்கத் துப்பட்டியை ஜாங்கோவின் கழுத்தில் சுற்றிவிடுவார். அதன் குஞ்சங்கள் தரைவரை தொட்டுக்கொண்டிருக்கும். ஜாங்கோ நடப்பதில்லை. பறப்பான்; பறந்து நடப்பான். மாரியங்கோவில் பொந்துகளில் மறைந்திருக்கும் தவிட்டுப் பறவைகளுக்குத் தெரியும் ஜாங்கோவை. கோவிலுக்குள் தூணோடு தூணாகச் செதுக்கப்பட்ட சிற்பங்கள் நிலை பெயர்ந்து நடமாட, பேசும் பதுமைபோல் அவற்றிடையே ஜாங்கோ நிற்பான். கோயில் உத்திரங்களில் தலை கீழாகத் தொங்கும் பழந்தின்னி வௌவால்களுடன் சேர்ந்து வனங் களுக்குப் பறந்து செல்வான். காட்டின் முரட்டு மரங்களில் ஏறும் கால் முளைத்து, உச்சிக்கு ஏறி இலைகளுக்குள் பதுங்கிக் காட்டின் பயமறியாது திரிந்தான் ஜாங்கோ.

ஒன்னாம் வகுப்பில் பேர் சேர்த்த அன்று, சிலேட் புஸ்தகம் கொடுத்துவிட்டார்கள் அவனிடம். வீட்டுக்கு ஓடிவந்து, திருணையில் கிடந்த பாட்டிமீது குபீரென்று தாவி, கட்டிக்கொண்டு அழுதான். எனக்கு சிலேட் புஸ்தகம் குடுத்துட்டாளே... டீச்சர்... என்று அழுதான். 'இப்படி பிள்ளையும் உண்டுமா?' எல்லோரும் ஜாங்கோவைப் பார்த்துச் சிரித்தார்கள். 'பள்ளிக்கூடம் போமாட்டேன் போமாட்டேன்... போ...' என்று சிலேட்டைத் தூக்கி எறிந்தான். மறுநாள் ஜாங்கோவைத் தோளில் தூக்கியபடி தாத்தாதான் சிலேட் புஸ்தகத்துடன் பள்ளிக்கூடம் போனார். என் கண்மங்கிய காலத்தில் பேரன் படிக்கமாட்டேங் கிறானே என்று சொல்லி டீச்சரிடம் 'அடிக்காதீங்கம்மா என் பேரனை'... என்றார் தாத்தா. தோளிலிருந்து இறக்கி டீச்சரிடம் ஒப்படைத்துவிட்டு டீச்சரைப் பார்த்து கண்சிமிட்டினார் தாத்தா. டீச்சர் அவனுக்கு கலர் சாப்பீசும் கலர் குச்சியும் கொடுத்தாள். எல்லோருக்கும் உன்பேர் சொல்லு என்றாள். நான், ஜாங்கோ...

என்றான். எல்லாக் கண்களும் இமை விரித்தன. பொம்மைக் கன்னங்களும் செம்பட்டை முடியும் கண்டு உச்சுக் கொட்டினார்கள். பின்முடி வணங்காமல் நட்டுக் குத்தலாய் நின்றது. அதைப் பிடித்து டீச்சர் அவனை இருக்கையில் உட்கார வைத்தாள். கரும்பலகையில் சித்திரங்கள் தோன்றின. எழுத்துகள் தோன்றின. சிலேட்டில் எச்சி தொட்டு எழுதினார்கள். தலைகள் குனிந்து குச்சிகள் கீச்கீச்சென்று சிலேட்டில் ஒலித்தன. தாத்தாக் குதிரை வாசலில் காத்திருந்தது. மணி அடித்ததும் பைக்கூடுகளுடன் பறந்தனர். ஜாங்கோவைத் தோளில் சுமந்து சென்றார் தாத்தா. அப்புறம் தானாகவே கால்கள் பள்ளிக்குப் போகப் பழகிவிட்டன. பழக்கத்தால் ஏற்பட்ட துரதிர்ஷ்டத்தால் பள்ளி சென்றார்கள் எல்லோரும். ஓட்டுவீடுகளும் கூரை வீடுகளுமான சந்து சந்தான குகைவீதிகள் இருந்தன. பள்ளி செல்லும் பாதை விநோத மானது. தெருத் திருப்பத்தில் தீப்பெட்டி கொளுத்தி விளையாடினான் ஜாங்கோ. கருப்புத் தலையும் வெள்ளை உடம்பும் கொண்ட மெழுகுத் தீக்குச்சிகளை ஒவ்வொன்றாகத் தீப்பெட்டிக்குள்ளிருந்து எடுத்தான். தீக்குச்சியின் வெள்ளை உடம்பை விரித்துப் பறந்து செல்லும் வெள்ளை இளவரசிகளாக மாற்றினான். கருப்புத் தலைகள் கொண்ட வெள்ளை இளவரசிகள் அவனோடு பள்ளிக்குச் சென்றார்கள்.

மணியடித்ததும் பள்ளிக்கூடத் தெருவைத் தாண்டி சுவர் ஓரங்களில் அமர்ந்து தீப்பெட்டியைத் திறந்து ஒவ்வொரு குச்சியாக எடுத்து வெள்ளை இளவரசிகளாக மாற்றும் ஜாங்கோவின் மேஜிக்ஷோ. தெருவழியே பல உருவங்கள் அசைந்தன. ரொம்ப வயதை அடைந்தவர்கள் அவனைப் பார்த்து 'யாரு ராசாயிது?' என்றார்கள். நான் ஜாங்கோ... என்றான். பெரியவர்கள் உருவத்தின் முன் நின்று அவர்களுக்குள் தலையைச் சாய்த்து பார்வையை நிலைத்திருப்பான். அவர்கள் யாரும் பள்ளிக்கூடம் போனதில்லை என்றார்கள். வேறு எங்கோ உள்ள கயிற்றினால் இணைக்கப்பட்டது போல் நடந்து சென்றார்கள். மூன்று தெருக்களை வளைந்து தாண்டினால், அந்த மஞ்சள் காரை வீடு பூட்டியிருப்பது தெரியும். அது வெகுகாலமாகப் பூட்டப்பட்டு இருந்தது. இன்று அவன் பள்ளி செல்லும்போது காரை வீட்டின் கதவு திறந்துகிடப்பதைப் பார்த்து உள்ளே வராண்டாவின் ஓரம் படிக்கட்டுகள் வழியாக அவன் கால்கள் ஏறவும் மேலே பழமையாகி கருப்பு படிந்திருந்தன. சில காகங்கள் மொட்டைமாடி மீது கூடியிருந்தன. ஜாங்கோவைப் பார்த்ததும் உடனே பதுங்கி வேறொரு பக்கம் மறைந்தன. மொட்டைமாடியில் கைப்பிடிச் சுவரின் நிழல் தனியாக இருந்தது. அந்த நிழலுடன் சேர்ந்து சாய்ந்து

கொண்டான் ஜாங்கோ. யாரும் தேடிவர முடியாத கருப்படைந்த மொட்டைமாடியில் சிலேட்டுக் குச்சியால் மனம்போன போக்கில் படம் வரைந்தான். அதனுடன் பேசிக்கொண்டு கடல் அலைகளைக் கோடுகளாக வளைத்து வரைந்தான். அங்கு கிடந்த ஒரு செத்தமீன் எலும்புக்கூட்டில் சிற்றெறும்புகள் கூட்டமாக மீனின் முட்களை கரைத்துக்கொண்டிருந்தன. மீன் எலும்புக்கூட்டை வரைந்த கடலலைகளின் கோடுகளில் நீந்தவிட்டான். விடுபட்ட எறும்புகள் திரும்பி வந்து எலும்புக்கூட்டை அடைந்து செத்தமீனை அரித்தபடி கடல் நீரில் இழுத்துச்செல்கின்றன. சுழிகளும் சுழிப்புமான கடலில் கெத்துக் கெத்தென்ற அலைகள் மீது மனிதர்கள் திமிங்கலத்தின் எலும்புக் கூட்டை இழுத்துச்செல்வது தெரிந்தது. மீன்கண்கள் இரண்டும் துவாரமாகித் திறந்துகிடந்தன. அதன் கண்கள் பறிக்கப்பட்டுக் விட்டன. அதன் வழியே சாரை சாரையாக எறும்புகள் வெளியேறிச் செல்கின்றன. அவை கடலின் கரைகளைக் கடந்து காரை பிளந்த மொட்டைமாடியைக் கடந்து வெளியில் எங்கோ போய்க் கொண்டிருந்தன. இறந்த மீனின் பிளவுபட்ட வாய்வழியாக வேறு சில எறும்புகள் வெளிப்பட்டு ஜாங்கோவை நோக்கி வந்து சேர்ந்தன. அவனிடம் சொல்ல நினைத்ததைச் சொல்லிவிட்டு கடல்கோடுகளைக் கடந்து நீந்திச் சென்றன. வேற்றுக்கிரகத்தில் இருந்து வந்த பறவைகள் சில அவன் வரைந்த கடலருகில் கால்வைத்து அமர்ந்தன. தொலைதூரத்தில் இருந்து வந்த களைப்பினால் அலகு திறந்து மூச்சுவிட்டுக்கொண்டிருந்தன. அவற்றின் கால்நகங்கள் தரையில் பதிந்தன. கருப்பு அலகுகளால் கொத்திக் கொத்தி துவார மிடப்பட்ட மேலும்பல மீன்கள் செத்துக்கிடந்தன. மீனின் கனவு களையும் நூறு அலகுகள் கொண்டு பறவை ஒன்று கொத்திக் கொத்தி துவாரங்களின் இம்சையில் அம்மீன்கள் செத்த பிறகும் துடித்துக் கொண்டிருந்தன. இறந்த மீனின் எலும்புக்கூடுகளைத் தன் நடுங்கும் கரங்களால் எடுத்தெடுத்து கருங்கடலில் நீந்தவிட்டான். எல்லா மீன்களின் எலும்புக்கூடுகளையும் போரிடும் அலைகள்மீது எறும்புகள் இழுத்துச் செல்கின்றன. வேற்றுக் கிரகத்துப் பறவைகள் கடல்மேல் பறந்து கருஞ்சிறகுகளை மூடி எலும்புக்கூடுகளை மறைத்தன. ஜாங்கோ... ஜாங்கோ... என்று கூவிப்பறந்தன. ஜாங்கோ டவுசர் பையிலிருந்த கருப்பு நூல்பந்து பத்திரமாய் இருக்கிறதா என்று தொட்டுப் பார்த்துக்கொண்டான். அதையறிந்து பறவைகள் உற்சாகம் அடைந்து ஜாங்கோ ஜாங்கோ... என்னிடம் கொடு ஜாங்கோ... என்னிடம் கொடு, என்னிடம் கொடு என்று ஒவ்வொரு

பறவையாக ஜாங்கோ அருகில் பறந்து பறந்து கேட்டன. கொடுக்க மாட்டேன்... கொடுக்கமாட்டேன்... என்று கைகளால் அவற்றை விரட்டினான். உயரத்தில் மேலெழுந்து வட்டமிட்டுக்கொண்டிருந்தன பறவைகள். செத்த மீன்கள் எல்லாம் அலைக்கோடுகளில் துடுப்பு களை அசைத்து நீந்தி வருகின்றன. மீன்களுக்கு அவை கேட்காமலே நூல் பந்தைக் கொடுக்க நினைத்தான். மீன்களுக்கு உயிருண்டானது போல் ஆயிரம் எறும்புகள் இழுத்துச்செல்கின்றன. எறும்பின் கால்கள் பட்டே உலர்ந்த எலும்புகளும் வெளியாகிவிடும். ஆனாலும் கொஞ்சம் கொஞ்சமான நகர்வில்தான் அணுஅணுவாக உலர்ந்தவற்றைப் பார்த்துக்கொண்டிருந்தான். செத்தமீன்கள் நீந்தி வருகின்றன. இருண்ட நீருக்குள் ஓடி ஒளிந்துகொண்ட அவன் காதுகளில் செல்லம் கொஞ்சிப் பேசின மீன்குஞ்சுகள். 'ஜாங்கோ... என் ஜாங்கோ...' என்றன.

கடலின் அலைக்கோடுகளின் மீது ஜாங்கோ முழு நூல்பந்தையும் மீன்களுக்காக சமர்ப்பணம் செய்தான். உயரத்தில் பறந்துகொண்டிருந்த பறவை ஒன்று நூல்பந்தை அபகரித்துச் செல்லும் வேகத்தில் கடந்து போயிற்று. அதை எடுத்து மறைத்துக்கொண்டான் ஜாங்கோ. ஏமாற்றத்தில் பெருமூச்சுடன் உயர எழுந்து சென்ற பறவை மீனின் எலும்புக்கூட்டைச் சுமந்தபடி மிதந்துகொண்டிருந்தது. அதிசயமான மீன்களுக்காக நூல்பந்திலிருந்து கொஞ்சம் கொஞ்சமாக அறுத்து ஒவ்வொரு மீனையும் கட்டி விட்டான் ஜாங்கோ. உடனே நூல்பந்தை டவுசர் பையில் மறைத்தான். அந்த அரக்கு மாளிகைக்குள் சென்று விட்ட வேற்றுக் கிரகத்துப் பறவையைத் தேடி மொட்டைமாடியில் பதித்த கண்ணாடி வில்லையை அகற்றினான். உள்ளே வட்டமான துவாரம் சென்றது. எட்டிப்பார்த்தான். உள்ளே பாசி பிடித்த இளவரசி விளையாடிக் கொண்டிருந்தாள். சூரிய ஒளியைக் கண்ணாடிகொண்டு அசைத்து அவளுக்கு முதல் பரிசாக ஒளியின் மூலம் தன் இதயத்தை நீட்டித்தொட்டான். பிஞ்சுபோன்ற அவள் கரும்பாசி உடல்மீது அவ்வொளி பட்டு நடுநடுங்கினாள். வட்டமான துவாரத்தின் வழியாக ஜாங்கோவின் முகம் தெரிந்தது. தன்கையில் இருந்த பிடிலை நெஞ்சுடன் அணைத்தபடி மேலே அண்ணாந்து பார்த்தாள். யாரது? நான் ஜாங்கோ... என் நாயின் பெயர் புளூடோ. எனக்குப் பள்ளிக் கூடமே பிடிக்காது. இதோ என் நூல்பந்து என்றான். இதோ என் பிடில்... என்றாள் இளவரசி. உனக்கு வேண்டுமா... இது உனக்கு வேண்டுமா... எனக்கு வேண்டாம்... எனக்கு வேண்டாம் அங்கே வந்த வேற்றுக் கிரகத்துப் பறவைகள் எங்கே? அவளுடன் சில

பூனைகள் விளையாடிக்கொண்டிருந்தன. ஓ! பறவைகளா... பறவைகள் எல்லாமே வேற்றுக்கிரகத்தில் வாழ்பவைதான். பறவைகள் ஓரிடத்தில் நிற்காதே... என்றாள். என்னோடு புளூடோ இருக்கிறது. நீயும் வருகிறாயா? வர முடியாது. இங்கிருந்து தப்பமுடியாதே. அரக்கன் விடமாட்டான். 'யார் அந்த அரக்கன்...' 'என் அப்பா...' இளவரசி விசும்பி விசும்பி அழுதாள். நினைத்து நினைத்து அழவேண்டாம் என்றான். பூனைகளும் அழுதன. ஜாங்கோ நூல் பந்திலிருந்து கொஞ்சம் எடுத்து அவளுக்கும் பூனைகளுக்கும் பரிசளித்தான். அவள் அந்த நூலைத் தன்பிடிலில் இணைத்து, தன் உடல் நரம்புகளில் ஒன்றாக்கி விரல்கள் மூலம் பிடிலை அதிர வைத்தாள். மெல்ல மெல்ல பிடிலின் நரம்புகள் அதிர்ந்து பூனைகளின் அலாதியான கண்களின் ஒளி பொருந்திய ஆழங்களில் உள்ளே சென்றது. தொலைவில் சுவரின் சிறுதுவாரத்தின் வழியாக, அவளை எட்டுவதற்கு இருந்த அந்தச் சிறு துவாரத்தில் ஊடுபுகுந்து, அவளைத் தொட்டுவிட நினைத்தான். சுவர் மேலும் வலுவாக இருந்தது. சுவரில் முகத்தைத் திருப்பி ஜாங்கோ தேம்பி அழுதான். தன் அம்மாவின் நினைவு வந்து நூல்பந்தை நெஞ்சுடன் அணைத்தபடி மொட்டைமாடியில் உருண்டு புரண்டு அழுதுகொண்டிருந்தான் ஜாங்கோ. அவன் காதருகில் வந்த மீன் குஞ்சுகள் 'அழாதே ஜாங்கோ அழாதே' என்று கெஞ்சின. அவன் அழுவதை அவள் பார்த்துவிடாமல் இருக்க ஜாங்கோ கண்ணாடித் துண்டினால் அந்தத் துவாரத்தை மூடிவிட்டுப் படிக்கட்டு வழியாகக் கீழிறங்கித் தெருவில் நடந்தான்.

இருட்டிப்போயிருந்தது எங்கும். நிசப்தமான தெரு வழியே காற்று ஊளையிட்டபடி வீசிக்கொண்டிருந்தது. தொலைவில் இருந்த பனைமரங்களின் சரசரப்பு ஒலி பெரிய இழப்பின் காரணமாய் ஊரையே சூழ்ந்துகொண்டிருந்தது. தெருவில் அவனைக் கண்ட புளூடோ சிணுங்கியது. அரிக்கேன் லாந்தரும் தடியுமாக அவன் தாத்தா வரும் ஓசை. தாத்தாவின் நிழல் சுவர் முழுவதும் பட்டு அசைந்தது. நிழல் பேசியது: 'ஜாங்கோ.... எங்கே போயிட்டே.... என் ராசா... உன் பாட்டி காட்டுக்கு உனைத்தேடிப் போயிருக்கா... வாவா...' என்றார்.

தாத்தாவின் கைத்தடியைப் பிடித்துக்கொண்டு முன்செல்கிறான் ஜாங்கோ. லாந்தர் ஒளியில் முகத்தை நீட்டியவாறு புளூடோ பின்தொடர்ந்து சென்றது. தெருவில் இருந்த ஒவ்வொரு வீட்டிலும் மினுக் மினுக்கென்று தகர விளக்குகள் எரிந்துகொண்டிருந்தன. எல்லா உருவங்களும் காட்டின் உருவங்களாய் சிறு ஒளிக்கீற்றின் அசைவில் தென்பட்டன. விளக்குகளின் ஒளிரேகையில் உள்ள

கோடுகளால் பேசுவதற்கு ஏதுமில்லாத ஆழத்திலிருந்தது இரவு. காற்றின் ஒவ்வொரு அசைவும் ரேகைகளை மாற்றிவிடும். அதில் தோன்றும் விந்தைகளைக் கண்டு குழந்தைகள் கண்கள் விரிந்தன. பெரியவர்களுக்கு விளக்கின் அநேக ஒளிரேகைகள் மங்கிப் போயிருந்தன. அதன் ஆழம் தீர்க்க முடியாத துயரங்களுடன் இருண்டிருந்தது. அந்தச் சிறுவிளக்கின்றி நகரவே முடியாமலிருந்தது. ஜாங்கோவுக்கும் புளூட்டோவுக்கும் விளக்கிலிருந்து வெளிப்பட்ட குறைந்த அளவான வெளிச்சமே போதுமானதாக இருந்தது. விளக்கின் ஒவ்வொரு ஒளியிழையிலும் பின்னப்பட்ட மெல்லிய ஆடையுடன் அவன் கண்ட பாசிபிடித்த இளவரசி தோன்றினாள். ஊர் வெறுமை யாகிக்கொண்டே வந்தபோதும் தகரவிளக்கின் ரேகைகளில் அவள் பெரிய வீடு முழுவதும் அசைந்தசைந்து பிடிலை நீட்டுகிறாள். அதை அவன் இருகைகளாலும் வாங்க மறுக்கிறான். வீட்டில் பதிந்த புறைகளில் அவனுக்கு இஷ்டமான பழைய தகர விளக்குகள் எண்ணெய்யின்றியே எரிந்து கருத்த தடங்கள் சுவரெங்கும் பதிந்து விட்டது. இன்னும் அவை ஏற்றப்படவில்லை. அதனாலோ என்னவோ வீட்டில் குடிகொண்ட இருட்டு வெறுமையாகிக் கிடந்த அனேக காலி இடங்களில் புகுந்துகொண்டது. ஏனோ, புறையில் படிந்த கரித்தடங்களில் முன்னாட்களில் இருந்த அதிசயம் திரும்பவும் வந்து இருட்டைத் துடைத்துக்கொண்டிருந்தது. பாட்டி திருணை முழுவதும் படுத்துக் கிடக்கிறாள். ஊரிலேயே இதற்கு முன்பும் அவ்வளவு பெரிய உருவத்துடன் மனிதர்கள் இருந்தார்களா! விளக்கு வெளிச்சத்தில் பாட்டியின் உருவம் மேலும் பன்மடங்கு பெரிதாகிறது. அவன் கையிலிருந்த நூல்பந்தை ஓடிப்போய் பாட்டியிடம் கொடுத்துவிட விரும்பினான். அசைவற்றுக் கிடக்கும் பாட்டிமீது யார்யாரே தோன்றி வெளியே அசைந்து தெருவில் மறைந்துகொண்டிருந்தார்கள். ஆனால் அவனுக்காக மட்டுமே அவள் கண்களில் பார்வை மெல்ல மெல்ல இறந்துகொண்டிருக்க வேண்டும். அவன் உடனடியாக நூல்பந்தைப் பாட்டியிடம் கொடுக்கும் தருணத்தில் வெளித் திருணையில் படுத்திருக்கும் தாத்தா இருக்கிறாரே. பாட்டியிடம் மட்டும் கொடுத்து விட்டால் தாத்தாவுக்கு எதுவும் தரமுடியாதே. நூல்பந்தை பிரித்துக் கொஞ்சம் கொஞ்சமாக பகிர்ந்து தந்து அவர்களை சின்னதாக்க முடியாதே. அவர்களிடம் நூல்பந்து இல்லாவிட்டாலும் அவர்களின் பழமையான உருவம் எல்லா நியதிகளையும் கடந்து அவ்வூரின் தான் தோன்றியான முரட்டு மரங்களைப்போல் பூமியைப் பிடித்துக் கொண்டிருந்தார்கள். அம்மரங்களின் அசைவுகளில் வெளியுடன்

இலைகள் சப்தமெழுப்புவதில்தான் இருப்பே சாத்தியமாகிறது. புறையிலிருந்த தகரவிளக்கில் பின்னலான ரேகைகள் உருமாற்றமடைந்து பாசிபிடித்த இளவரசி தோன்றி மறைந்தாள். காற்றின் அடுத்த அசைவில் அவளது பிடில் மட்டும் தோன்றியது. ஜாங்கோவின் இமைகள் திறந்து விரிந்தன. வா ஜாங்கோ வா இதோ உனக்கான பிடில்... எடுத்துக்கொள் ஜாங்கோ... பட்டுப் பூச்சிகள் இலைகளுக்குள் உறங்கும் இரண்டாம் ஜாமத்தில் என் அப்பா பட்டுநூலினால் என்னைச் சிறைக்குள் தள்ளியபடியே இருக்கிறார். அந்த அரக்கன் கனவிலும் பட்டுநூலை நூற்றபடியே என்னைச் சுற்றி சிறையெழுப்பிய படியே இருக்கிறான். ஜாங்கோ, வாவா ஜாங்கோ வா பட்டுப்பூச்சிகள் உறங்கும் மூன்றாம் ஜாமத்தில் என்னை நீ விடுவிப்பாயா... வெறுமையும் இருளுமான நூலினால் ஊர் முழுதும் பின்னிக் கொண்டிருக்கும் கருப்புநிறப் பட்டுப் பூச்சிகள் இருளைக் கக்கிக்கக்கி தெருவெல்லாம் சுற்றப்பட்டுவிட்டது நூலினால். எல்லோரும் பட்டுநூலினால் கட்டப்பட்டு இருளுடன் இணைக்கப்பட்டு விட்டார்கள். கயிறுகள் அனைத்தும் உயரங்களால் இணைக்கப்பட்டு அரக்கன் கையில் கொடுக்கப்பட்டுவிட்டது. பெரியோர்கள் எல்லோருமே உறங்கியபடியே சிறுவர்களைச் சுற்றி சுற்றி பட்டினால் நூற்றுக் கொண்டிருக்கிறார்கள். குழந்தைகள் உடலிலிருந்து வந்துகொண்டே இருக்கும் மிக மெல்லிய பட்டு இழைகளால் உயிர் முழுவதையும் அர்ப்பணித்துவிட்டார்கள்.

அவர்கள் பிடியிலிருந்து யாரும் வெளியேற முடியாது. எல்லாமே இயற்கையின் நியதிகளாக்கப்பட்டுவிட்டன. இரவுகள்தான் எல்லாவற்றிற்கும் காரணம். கரியநிறப் பனித்துளிகள் உருவாகும் பின் இரவுகளில் பட்டுப் பூச்சிகளாய் மாறிவிட்ட பெரியவர்கள், சதாவும் ஆடை நெய்தபடியே இருக்கிறார்கள், வீட்டுக்குள் வெறுமையான தறிகள் சலம்புகின்றன. தையலும் இணைப்புமில்லாத கண்ணுக்குத் தெரியாத அதிசய ஆடையை எங்கே வைத்திருக்கிறாய் ஜாங்கோ. என் அம்மா பிறந்தது முதல் நெய்துகொண்டிருந்த ஆடைகளை யெல்லாம் என் பொம்மைகளுக்கே அணிவித்தாள். அவையாவும் நெல்குதிரின் அடியாழங்களில் எஞ்சியிருக்கும் ஒரு சில நெல் மணிகளோடு மறைத்து வைக்கப்பட்டுள்ளன. எனக்காக அவள் பின்னிக்கொடுத்த அந்தக் கருப்புநிற ஆடையைத் தெருவில் கிடந்த புளூடோ வுக்கு பரிசளித்தேன். வாலறுந்த புளூடோவின் அழுகையின் நீட்சியை அதன் துல்லியத்தைத் தாங்க முடியாது அதை என் தாத்தாதான் வீட்டிற்குக் கொண்டுவந்தார். அது நடந்து வந்த ரத்தம்

பட்ட தடங்களில் அதன் அறுந்த வாலை எடுத்தேன். என் முதுகுடன் இணைத்துத் தைத்துக்கொண்டேன். யாருக்கும் தெரியாமல் அதை மறைத்து வைத்தேன். என் அம்மா வருவதுவரை இந்த நூல்பந்தை யாவது நான் அவளுக்காகப் பாதுகாக்க வேண்டும்.

வேகவேகமாக இருள் வீசியது காற்று. தொலைவில் உள்ள பனை மரங்கள் கூத்தாடுகின்றன. அவற்றின் மீது பேய்கள் அமர்ந்துவிட்டன. மரங்களில் இருந்த பறவைகள் யாவும் சிதறியோடுகின்றன. எங்கும் நிலைகொள்ள முடியாத பறவைகள் என்ன செய்யும், இந்தப் புயலில் எங்கு போகும். பயமாக இருக்கிறது ஜாங்கோ. விளக்கு அணைந்து எல்லாம் அறுபட்டு எங்கும் இருள். அவன் திருணையில் படுத்திருக் கிறான். அவனது நூல்பந்தை நெஞ்சுடன் அணைத்திருக்கிறான். தூணோடு புளூடோ சிணுங்குகிறது. இருளில் கண்கள் மினுங்க அவனைப் பார்த்துக்கொண்டிருக்கிறது. ஜாங்கோ அருகில் பாசி யடைந்த இளவரசி. அவன் கைகளுடன் கைகள் சேர்த்து உறங்குகிறாள்.

பட்டுப்பூச்சிகள் உறங்கும் இரண்டாம் ஜாமத்தில் அவர்கள் இருவரும் உடலில் புதைந்து உறங்குகிறார்கள். இருவர் கைகளும் தூக்கத்தில் இணைந்தே நகர்கின்றன. அவனைவிட்டுத் தப்பிச் சென்ற நூல்பந்து, அவர்களைச் சுற்றிச் சுற்றிக் கனவைப் பின்னுகிறது. யாரும் அதைப் பார்க்காத போது, நூலின் விதவிதமான சித்தரிப்புகள் விந்தையான உருவங்களாகத் தோன்றின. உருமாறும் நிழல்கோடுகளாய் நூல் இயங்குகிறது. திரும்பவும் தானே தன்னைச் சுற்றிக்கொண்டு நூல்பந்தாகி தனியே அலாதியாகக் கிடக்கிறது. புளூடோ அதை யார் கண்ணிலும் பட்டுவிடாமல் கவ்விக்கொண்டது; ஜாங்கோ விழிப்படைந்த போது பக்கத்தில் யாருமில்லை. பட்டுப்பூச்சிகள் உறங்கும் மூன்றாம் ஜாமத்தில் குளிர் நடுக்கத்துடன் காற்றில் வரும் பிடிலின் இசை. அவனும் புளூடோவும் பின்கட்டுக் கதவைத் திறந்து தெருவுக்குப் போகிறார்கள். நிசப்தமும் குளிரும் படிந்த தெருவில் நடந்து போகிறார்கள். அந்தப் பிடிலின் துக்கத்தில் விழிப்படைந்த அப்பொம்மைகள் ஒவ்வொரு காலியாகக் கிடந்த வீடுகளின் ஜன்னல் திறந்து வெளிப்பட்டன. எல்லா பொம்மைகளையும் கூட்டிச் செல்கிறான் ஜாங்கோ. பிடில் அதோ அதோ... பொம்மைகளை அணைத்தபடி தெருவில் வளைந்து வளைந்து நடக்கிறார்கள். காரை வீட்டில் படியில் ஏறினார்கள். ஜாங்கோ இருண்டிருந்த படிகள்மீது தீப்பெட்டியை உரசினான். தீக்குச்சி வெளிச்சத்தில் சுவரில் எழும்பிய நிழல் ஜாங்கோ ஜாங்கோ... போகாதே... போகாதே... குச்சி அணைந்ததும் அந்த நிழல் மறைந்தது. அடுத்த குச்சியை மெதுவாக,

துல்லியமாக உரசினான். மீண்டும் சுவரில் எழுந்த நிழல் தடதடவென்று ஆடியது. போகாதே போகாதே... அந்தக் குச்சியும் அணைந்தது. பூதம் மறைந்தது. ஒவ்வொரு குச்சியிலும் ஒரு பூதம் வந்து அவனுக்குப் பின்னால் இருந்த சுவரில் எழுந்து பொம்மைகளைத் திருட முயன்றது. உடனே தீக்குச்சியை ஊதியணைத்தான். பொம்மைகள் கூச்சலிட்டன. மொட்டைமாடியில் திட்டுத்திட்டான மேகங்களுக் கிடையில் நிலா தாண்டித் தாண்டி ஓடிவருகிறது.

இரு ஜாங்கோ இரு... நானும் வந்துவிடுகிறேன்... என்றது நிலா. அவர்களின் ஆதிநிலா தன் முழு ஒளியையும் கருப்படைந்த காரை வீட்டின் மொட்டைமாடி மீது வீசியது. வேற்றுக் கிரகத்துப் பறவைகள் அதிக உற்சாகமடைந்து தக்க தருணத்தில் தங்கள் நீண்ட நீண்ட கோர அலகுகளை நீட்டி எங்கிருந்தோ பறந்துவந்தன. அவை உயரத்தில் பறந்து பறந்து பொம்மைகளைத் தூக்குவதற்கு சரிந்து வந்தன. பட்டுப் பூச்சிகள் உறங்கும் மூன்றாம் ஜாமத்திற்குள் எல்லோரும் வந்து விட்டார்கள். போ ஜாங்கோ போ... என்றது நிலா. மூடிய கண்ணாடியை அகற்றி துவாரம் வழியாக எட்டிப்பார்த்தான். பொம்மைகளும் எட்டிப்பார்த்தன. துவாரம் வழியாக நிலா கீழே சென்று அங்கிருந்த தொட்டியின் சலனமில்லாத தண்ணீரில் தன்முழு அழகையும் காட்டி நீந்தியது. காற்று மெல்லிய அலைகளை எழுப்பியது. அங்கு யாருமே இல்லை. தண்ணீரின் அடியில் பிடில் மட்டும் அதிர்ந்துகொண்டிருந்தது. எங்குமே பார்த்திராத ஓர் அபூர்வமான தங்கமீன் நீந்திக்கொண்டிருந்தது. தண்ணீர் பட்டு விரிப்பாய் மந்திரம் போல் வசீகரித்தது. அவளைக் காணவில்லை. பட்டுப்பூச்சிகள் உறங்கும் மூன்றாம் ஜாமத்தில் அந்தப் பாசியடைந்த இளவரசி தன் ஆகிருதி மாறி மீனானாள். மீன்களின் கதை உலகம் மஞ்சள் உலகமாக மாறியது.

ஏமாற்றத்துடன் அவர்கள் வீடு திரும்பிப் போயிருக்க வேண்டும். பொம்மைகளும் காலிவீடுகளுக்குத் திரும்பி எப்போதுமே தனிமையில் உலவிக்கொண்டிருக்க வேண்டும். பின்னாளில் ஜாங்கோ பாசியடைந்த இளவரசியைத் தேடி எங்கெல்லாமோ அலைந்து திரிவதாகக் கதைகள் சொல்லப்பட்டன. எல்லாவற்றிலிருந்தும் தப்பி விடுவதற்கு அவன் அம்மா கொடுத்த நூல்பந்து தன் புதிர்த்தன்மை வாய்ந்த பின்னல்களால் வாழ்வின் எல்லா விதிகளிலிருந்தும் அவனைத் தப்பவிட்டிருக்கும்.

□

15

திருவாரூர் ஜட்காவும் இவர்களும்

ஆறு சுழல் கம்பிகளில் பார் விளையாடிக்கொண்டே இருக்கிறாள் அமிர்தா. சின்னஞ்சிறிய கைகள் அனாயாசமாகச் சுழன்று ஒன்றிலிருந்து ஒன்றுக்குத் தாவியபடி கவராயத்தின் துல்லியமான வட்டமடித்துக் கம்பிகளைத் தாண்டுகிறாள். சாவின் கேலிச்சித்திரத்தை வரைந்தபடி ஒவ்வொரு நாளின் சுழற்சியாக எனக்குள் வட்டமாகக் கிளம்பி வெளியேறி என்னைச் சுற்றி நடந்துகொண்டிருக்கும் எல்லா உருமாற்றத்தின் மீதும் பரவிய அவள் உலகம் வட்டம் பிசகாமல் கவராயத்தால் குனிந்து காகிதங்களில் பென்சில் கோடு வரைந்து கொண்டே இருக்கிறாள். அந்த வட்டப் பாதையின் குறுக்கே பாய்ந்து வட்டத்தின் எதிர்விளிம்புக்கு நேர்கோட்டுப் பாதை அமைத்துக் கொண்டிருந்தேன். குறுக்கும் நெடுக்குமான விட்டங்கள் சென்று ஒரு மையத்தைச் சந்திக்கின்றன. அ, ஆ, இ; ஆ, இ, அ; இ, ஆ, அ; எப்படி வேண்டுமானாலும் மையத்தைக் குறித்துக்கொள்ளலாம். கவராயத்தின் ஊசிமுனை எல்லாக் காகிதத்திலும் பதிந்து எல்லாமே அவளுக்குச் சொந்தமான காகிதங்களாகின்றன. எதுவும் எழுதப்படாத வெள்ளைக் காகிதத்தின் மையப்புள்ளியிலிருந்து என் வாழ்வு சுழன்று கொண்டிருந்தது. கவராயத்தின் துருப்பிடித்த அச்சில் சுழலும் வருஷங்கள் அதிகரிக்க அதிகரிக்க முதுமையடைந்த சுழற்சியின் துருப்பிடித்த ஓசை என்னைப் பயமுறுத்தியது. என் அமிர்தா தன் கவராயத்தை என்மீது பதித்து என்னைச் சுற்றுகிறாள். அவளின் விளையாட்டு பொம்மையாகி அவளுக்காகக் காத்துக்கொண்டிருக் கிறேன். என்னைச் சுழற்றுவதை அவள் நிறுத்தவில்லை. அவள் கவராயம் இல்லாமல் என் மையம் வேறிடத்திற்கு மாறப் போவதில்லை. ஒன்றைச் சுற்றிய ஆழமான உணர்வு எல்லாம் வாழ்வின் விந்தையாகிறது. விந்தையின் இருப்பு வாழ்வின் மைய மாகிறது. அந்த அமிர்தா என் வாழ்வின் குறியீடாக மாறிப்போனாள்.

வெயில் பரவிக்கிடந்த சாலையில் மடிப்பு மடிப்பாக வரும் காற்று உணர்வில் தொற்றிக்கொண்டு நீள்கிறது. தாகம் மிகுதியான உப்பு வெயிலில் அதிக நாவறட்சியால் தவித்துக்கொண்டிருந்தேன். எங்கெங்கோ திருப்பிவிடப்பட்ட சாலைகள் திசை தடுமாறுகின்றன. தாறுமாறாய்த் திரும்பிப்போகிறேன். பஸ் கண்ணாடியில் பட்டுப் பிரதி பலிக்கும் வெயில். கண்ணாடிகள் இளகி என்தலை நெளிகிறது. சாலையில் கொதிக்கும் தார்க்குமிழியில் மூச்சுவிடும் சூரியன் கூடவே தொற்றிக்கொண்டு எல்லா உணர்வுப் பரப்பிலும் நகர்ந்து சென்றது. உள்ளே மடிக்கப்பட்ட அதிக உஷ்ணமான நாட்கள் அமிர்தாவின் அடையாளத்துடன் வெளியே விரிவடைந்து சாலைகளாக மாறும். ஒவ்வொரு நாளின் மடிப்பிலும் அமிர்தா இறங்கிவருகிறாள். அவள் பயணத்துடன் தொடங்கிவிட்ட என் நாட்கள் ஒவ்வொன்றாய்ச் சுருண்டு அவளிடம் மறையும். என் உணர்வுகள் உருகி இழையும் கம்பிச் சுருளில் அமிர்தா சுழல்வட்டமாகத் திரும்பித் திரும்பி பிளாஸ்டிக் குரங்காய் கம்பியில் அதிர்ந்தபடி கீழிறங்குவாள். அதிரும் பஸ் கம்பியைப் பிடித்துப் பார்க்கிறேன் பிளாஸ்டிக் குரங்கு ஓடிக் கொண்டிருந்தது. வானமும் பூமியும் இணைந்த தொடுவானின் நீலப்புகை மூட்டமான சாவு என்னை நோக்கிக் காத்திருக்கிறது. நான் அதற்கு அப்பால் செல்ல விரும்பவில்லை. அங்கு நீலத்தில் மூழ்கிய மலைத் தொடரில் தெரியும் சாவு அமானுஷ்யமான ஈர்ப்புடன் என்னைக் கவருகிறது. தொட்டுவிடும் தூரத்தில் கம்பிகளிடையே தெரியும் நீலம். உடனே திரும்பவும் சாலையில் மரங்கள் அசைந்து உருண்டு பின்வாங்கும். இலையுதிர்கால மரங்களில் பற்றியிருந்த வெகுசில இலைகளும் ஆடுகின்றன. அவற்றின் காம்புகள் அடியில் துளிர்த்த இளம்பச்சையான இலையில் அமிர்தா ஒளிர்கிறாள் வாழ்வின் நம்பிக்கை போல. மாறிமாறித் திரும்பும் மரக்கிளைகள் சாலை யோரங்களில் விதவிதமாக அண்ணாந்து ஏங்கும். மரங்களில் எழுதப்பட்ட எண்கள் மாறி மாறிச் சுற்றிக் கிறுகிறுக்கிறது தலை. இப்போது மறுபடியும் எண்கள் கண்ணில்பட்டு தன்னிச்சையாய் எண்ணத் தொடங்கிவிட்டிருந்தேன். மரங்கள் இல்லாத வேறு பக்கம் வெட்ட வெளிக்குள் புகுந்து சென்றது சாலை. தொடுவானை நோக்கிப் போய்க்கொண்டிருக்கிறேன். சாவு என்னை நோக்கித் திரும்பி யிருக்கிறது. அதன் வசீகரமான புன்னகையை நெருங்க நெருங்க வாழ்வின் ஈரமான அலைகள் அமிர்தாவை நோக்கி இழுத்துக்கொண்டு போகின்றன என்னை.

பஸ்ஸில் இருந்தவர்களின் மௌனம் அதிக வெற்றிடத்தை

ஏற்படுத்தக்கூடியது. ஈயத்தைக் காய்ச்சும் வெயிலில் உருகி ஓடும் பாழ் எங்கும் பரந்துகிடக்கிறது. உடலும் வெளியும் உருகிய நிலையில் வெளியுடன் சேர்ந்துவிட்ட என் உருவத்தைத் தனியே அறுத்தெடுக்க முடியாமல் வெற்றிடத்தின் கண்ணாடித் தகடாய் நானும் நெளிந்து நெளிந்து வளைந்து சாலைக்குள் மடிந்து ஊடுருவிப் போய்க் கொண்டிருந்தேன். என் பக்கத்தில் வான்காவின் ஆரஞ்சுச் சூரியன் தலையில் தட்டித் தட்டி உருண்டு குதித்துக்கொண்டிருக்கிறது. எரிவதில் ஏற்பட்ட அளவுமீறிய அழிவை நான் பார்த்துக்கொண்டிருக் கிறேன். திரும்பத் திரும்ப என் அருகில் சுழலும் மாயப்பந்து முட்டி எழுந்து துள்ளுகிறது. எரிந்த வடுக்களில் என் முகம் கட்டங்கட்டமாய் வரிக்குதிரையின் முகமூடியானது. என் முகத்தை மூடிக்கொண்டு விரல் இடுக்கில் வான்காவின் ஆரஞ்சைப் பார்த்தேன். அது அமிர்தா. அவள் எனக்காகத் தன் அருகில் வந்து தோளில் அமர்ந்து ஆழப் பதிகிறாள். அழிந்துகொண்டிருப்பதிலிருந்து விடுபட முடியவில்லை. அவளும் விடுவதாக இல்லை. வெற்றிடத்தில் தகிக்கும் உஷ்ணத்தில் அமிர்தா புகுந்து போய்க்கொண்டிருந்தாள். அழிவதும் இப்படி யாகத்தான் இருக்குமா. அதிலிருந்து தப்ப முடியவில்லை. என் முகத்தில் முகமாகப் பொருந்திவிட்ட அமிர்தா வான்காவின் கோடுகளை என் முகத்தில் பதிந்து சரியாகப் பொருந்தி விட்ட ஒருநிலையில் இரு முகங்கள். அவளைவிட்டு விலக முடிய வில்லை. இவ்வுணர்வின் முழுப்பரப்பையும் தகிப்புடன் அணைத்துக் கொண்டிருக்கிறாள். அவளுக்கு என்ன வந்ததென்று தெரியவில்லை. முன்கோபத்தில் விலகி ஓடுகிறாள். மீண்டும் திரும்புகிறாள். எதிர்ப்பக்கம் செங்குத்தான தரைக்குக் கீழாக மலைகளுக்கு அப்பால் புகுந்துகொண்டு மாயாஜாலம் புரிகிறாள். எல்லாப் பக்கமும் பரவிய வான்காவின் வயல்வெளி அவள் உடல்கரைந்து என்னை மூழ்கடிக்கிறது. சாலை முழுவதையும் செவ்வொளியில் ஆழ்த்தும் அடிவானில் தகதகவென்று கங்கு எரிந்து பழுத்து ஒளி வெள்ளமாய்ப் பாய்கிறது. அவளை ஊடுருவிச் செல்லும் பயணம். உலகின் எல்லாப் பொருள்களும் அவள் நிறமடைந்து மனிதர்களும் மரங்களும் வீடுகளும் தெருக்களும் அவள் நிறமாக மாறுகின்றார்கள். என் உள்ளிருந்து பாய்ந்து வெளிப்பட்ட அமிர்தா ஒளிவெள்ளமாக என் பாதையெங்கும் நிரம்புகிறாள்.

பஸ் முழுவதும் இவ்வொளி பாய நான் அவள் மாய சக்திக்குள் மறைந்துகொண்டிருக்கிறேன். அவள் என்மீது எறிந்த ஒவ்வொரு பொம்மையும் ஊர் ஆலமரத்தடியில் புதைத்து வைத்திருந்தவை

எழுந்துவருகின்றன. அவற்றுக்கு என்னைத் தெரியும். வெட்டுத் துணியில் நான் செய்து கொடுத்த பொம்மைகள் எட்டிப்பார்க்கின்றன. அடிவானில் இருந்து சிரிக்கின்றன. கால்கைகளை ஆட்டி கூவி அழைக் கின்றன. தலைகள் அசையும் அடிவானின் விந்தைப் பரப்பிலிருந்து அமிர்தா பொம்மைகளுடன் விளையாடிக்கொண்டிருக்கிறாள். அவள் என்னைப் பற்றி பொம்மைகளின் காதில் ரகஸியங்களை முணுமுணுக்கிறாள். பொம்மைகள் தலையாட்டித் தலையாட்டிக் குதிக்கின்றன. சாலையில் இருந்த எல்லா மரங்களுக்கும் அந்த ரகஸியம் தெரிந்திருக்க வேண்டும். மரங்கள் கூட்டமாய்ச் சேர்ந்து முணுமுணுக்கின்றன. இம்மரங்களுக்குள் எரியும் தீயில் சில வெப்பப் பறவைகள். கிளைக்கு கிளை தாவித் தாவி என் தாபத்தைக் கொண்டு தீப்பற்ற வைத்து மரத்துக்கு மரம் தாவி ஓடுகின்றன. இலைகளில் எரியும் ஜுவாலையில் அணுவணுவாக இருள் பரவத் தொடங்கிய மாலை. மெல்ல மெல்ல அடிவானம் கருந்து மங்கலாகும். எல்லாவற்றையும் பற்றிக்கொண்ட அமிர்தா மயக்கமூட்டப்பட்ட தடங்களில் அடிவானத்தை நோக்கிப் போய்க்கொண்டிருந்தாள். அவள் தோளில் கைபோட்டு ஒருவரை ஒருவர் அணைவாகத் தாங்கி சூரிய அஸ்தமனத்தின் நித்தியத்துவத்தின் மீது நடந்துபோய்க் கொண்டிருந்தோம். மறையும் சூரிய வட்டத்திலிருந்து வெளிப்பட்ட பறவைக் கூட்டம் சுழிக்காற்றாய்ச் சுழன்று சப்தத்தின் சுழற்சியாக மறையும். எல்லாம் மங்கலாகிப்போய்விட்டிருந்தது. மயக்கத்தில் அவள் அருகில் தோளில் முகம் புதைத்து சாய்ந்திருக்கிறேன். என் கைத்தாங்கலில் சரிந்த அவள் தோள்கள் வசீகர உணர்வால் பிணைக்கப்பட்டிருந்தது. என் மறதியின் எல்லாப் பக்கமும் ஒளி வெள்ளமாய் ஓடி மறைகிறாள். அடிவானைத் துளைத்துக் கொண்டு இருட்டுப் பூனை என்னைத் தொடுவதற்கு ஊர்ந்துவந்து கொண்டிருந்தது. மயக்கமடைந்த குரலைத் திரும்பிப் பார்க்கிறேன். அருகில் இருந்த அமிர்தா காணாமல் போய்விட்டாள். என் உதடுகள் தவிப்புடன் அமிர்தா... அமிர்தா... என்று அசைந்துகொண்டிருக்கின்றன சத்தமில்லாமல். அங்கு வந்து திரும்பியதுவரை அவளிடம் எதையும் வெளிப்படுத்த முடியவில்லை. நேரில் சந்தித்துக்கொண்ட விநாடியில் உயிர்ப் படைந்த ஒன்று கூடவே வந்துகொண்டிருந்தது. உருகிக் கரையும் உயிரைத் திருவாரூர் தெப்பத்தில் விட்டுவிட்டு அப்படியே திரும்பிவிட்டேன். எதற்கும் அவள் மௌனமான பார்வைதான் அடிப்படையாகிறது. அமிர்தா எப்போதும் மௌனத்தைப் பரப்பியபடி இருந்தாள். அவள்கூட தோளில் சாய்ந்து திருவாரூர் ஆற்றுமணலில்

போய்க்கொண்டிருந்தது. தூரங்களில் ஆற்றின் மறுகரையில் அரளிப்பான மரங்கள் அசைந்துகொண்டிருந்தன. ஆற்றுப் பாலத்தில் வாகனங்கள் அங்குமிங்குமாக போய்வந்துகொண்டிருந்தது. பாலத்தில் சிலர் அமர்ந்திருக்கிறார்கள். சலங்கைகட்டிய காளைகள் வண்டியில் பாரம் ஏற்றிச் செல்லும். கூண்டு வண்டிகள் மணலில் இறங்கி நகரும் மணலின் சரசரத்த ஓசை. வண்டிக்கடியில் எரியும் ஹரிக்கேன் லாந்தரில் மாட்டின் நிழல் பெரிதாகி, சக்கரங்களின் நிழல்களும் எதிர்ப்பக்கம் விழுந்துகிடந்தன. வண்டியோடு செல்லும் தலப்பாகை கட்டிய கிராமவாசிகளின் பேச்சு தூரத்தில் தெளிவில்லாமல் கேட்டுக் கொண்டிருந்தது. அவர்கள் கிராமத்தை நோக்கித் திரும்பிப் போகிறார்கள். மணல் கூட்டி கோபுரம் அமைத்து அதைச் சுற்றி மணல் கோட்டைகட்டி பாதைகள் அமைத்துக்கொண்டிருந்தாள் அமிர்தா. நானும் அவளும் நிலஒளியின் லேசான கசிவில் எங்கள் மணல் கோபுரத்துக்குள்ளிருந்து ஒவ்வொரு மணலாக எடுத்து அடுக்கிக் கொண்டிருந்தோம். விரல்கள் மட்டுமே பேசிக்கொள்ளும். மணலைத் தொட்டதும் எல்லா மணலும் விந்தைப் பொருளாக மாறிவிட்டிருந்தது. அவள் விரல்களால் வரைந்த யானை, சிங்கம், மான், பூனை, நாயின் சித்திரங்களை நான் பார்த்துச் சிரிக்கிறேன். எல்லாவற்றையும் அப்படி அப்படியே விட்டுவிட்டுத் தண்ணீர் ஓடும் சிறு ஓடையில் கையலம்பி நீருடன் நடந்துபோகிறோம். சரிந்து சரிந்து ஒருவர்மீது ஒருவர் சாய்ந்து நடந்துவருகிறோம். பாலத்தில் இருந்த உருவங்கள் போய் விட்டிருந்தன. அகல வாய்திறந்த பாலத்தின் அடியில் யாரோ போகிறார்கள். குருத்துமணலில் நடப்பதற்கு சுகமாக இருந்தது. அதில் பதிந்த எங்கள் தடத்தை நாங்கள் திரும்பிப் பார்க்கவில்லை.

அவள் வீடு இருந்த புஸ்பவனத் தெருவில் எல்லா விளக்குகளும் மங்கி எரிகின்றன. திருணைகளில் சமைத்த பெரியவர்கள் எங்கோ ஆழத்தில் பேசிக்கொண்டிருந்தார்கள். முன் வராண்டாவில் இருந்து அவளைக் கூப்பிட்டேன். 'அமிர்தா' அவள் புகைக்காரை படிந்த வீட்டுக்குள்ளிருந்து கரைந்து பாழ்விழுந்த முகத்துடன் திரும்பிப் பார்த்தாள். கன்ன எலும்புகள் குருத்துக் கைகால்கள் மெலிந்து தீனமான குரலில் 'நீயா' ஏன் வந்தாய் என்ற பார்வையை வீசி வெளியே விரட்டினாள். உள்கூடத்தில் வானெளியின் பூஜை அறையில் யாருமே இல்லை. ஆனால் எல்லோரும் இருப்பது போல அவ்வீட்டின் அக இருளில் அவர்கள் முணுமுணுத்துக்கொண்டிருந்தார்கள். அமிர்தாவைப் பார்த்து எத்தனையோ காலமாகிவிட்டது. அதே தெருவில் அதிக வெளிச்சமில்லாத விளக்குகள் திரும்பி என் முகத்தைப்

பார்த்துவிட்டு வழக்கமான உறக்கத்தில் ஆழ்ந்துவிட்டிருந்தன.

திருவாரூரில் வேறு வேறு தெருக்களில் குடியிருந்தோம். ஆனால் அமிர்தாவின் வீடு எவ்வளவோ காலப் பழக்கத்திற்குப்பின்னும் பூந்தோட்டத்திற்குப் போகும் பாதையில் இருந்தது. அவள் வீட்டுச் சுவர்கள் க்ஷீணதசையடைந்துவிட்டன. காரை பெயர்ந்துவிட்டது. ஏனோ பழகிய இடத்தில் திரிந்த ஆன்மா அதைவிட்டு வெளியேறாது போலும். ஆற்றுக்குப் போகும் பாதை அவள் வீட்டருகில் இருந்தது. அவள் தெருவே மணல் நிரம்பியது. ஒவ்வொரு காலமும் விளையாட்டுகள் தோன்றி மறையும் அங்கு. எங்கள் முன்கிடந்த ஒவ்வொரு சிறுதுகளையும் வைத்து விளையாடிக்கொண்டு இருந்தோம். அந்தத் தெருவின் விநோதங்களே எங்கள் ஒவ்வொரு வரையும் தொற்றிக்கொண்டிருந்தது. நடமாடித் திரியும் மனிதர்களும், குழந்தைகளும் பூனைகள், நாய்கள், காகங்கள் இவற்றின் சந்தடிகள் கேட்டுக்கொண்டிருக்கும். வீடுகளுக்குமேல் விரிந்த வானத்திலிருந்து நட்சத்திரத் தூசு கொட்டிக்கொண்டிருக்கும். அவள் தன் சாம்பல்நிற கவுனைப் பிழியும் போதெல்லாம் நட்சந்திர தூசுகள் உதிர்ந்தன. ஒரு விட்டிலாக முடிவதிலிருந்து திருவாரூரின் எந்த உருவாகவும் அவளால் மாறிவிட முடிந்தது. பாயும் விட்டிலின் பின்னால் ஓடினோம். அவளோடு கூட விளையாட வந்த சிறுவர்களும் சிறுமிகளும் வேறு வேறு தெருக்களில் தோன்றிவந்தார்கள். அவர்கள் தெருக்களில் இருந்து கொண்டுவந்த அதிசயங்களைப் பகிர்ந்துகொண்டோம். இருட்டுவேக வேகமாக வந்து விளையாட்டிடையே புகுந்துகொண்டு தொட்டுவிடும். அந்தத் தெருக்காரர்கள் பிள்ளைகளைத் தேடிக் கொண்டுவந்துவிட்டார்கள். பிள்ளைகளைக் கண்ட மாத்திரத்தில் குதூகலமடைந்தார்கள். எல்லோரும் விளையாட்டை மறந்து வீடு திரும்பிப்போன பிறகு நாங்கள் இருவர் மட்டும் அந்த இருட்டு பேசிக்கொண்டிருந்த அதிசயமான விளையாட்டைத் தொடர்ந்தோம். இருட்டின் பின்னே மறைந்து மறைந்து ஓடினோம். உச்சி வானில் கை நீட்டித் தொடும் தூரத்தில் முளைத்த எங்களுக்கான சிறிய சிறிய வெளிச்சப் புள்ளிகளை விரல்களால் தொட்டபடி அதிசயமானோம். ஒருவரை ஒருவர் கரம்பற்றி குறுமணலில் சரிந்து சரிந்து நடந்து போகிறோம். இரவு கடந்துகொண்டிருக்கிறது. அவள் வீட்டு வாசலில் அசையும் உருவத்தைக் கண்டு பயந்தோடுகிறாள். என்வீடு இருக்கும் தொலைவை நோக்கித் திரும்பிப் போகிறேன். பல மாலைகளுக்குப் பின்வந்த ஒரு மாலையில் ஊரைவிட்டு மாற்றிப் போய்க்கொண்டிருக் கிறோம். நாங்கள் குடியிருந்த வேறுவேறு ஊர்களின் தெருக்களில்

இன்றும் இருப்பதாகவே தோன்றிய பெட்டிக்கடைகளில் நான் வாங்கிய கலர்படங்கள், பொம்மைகள், பூதக்கண்ணாடிகள் எல்லா வற்றிலும் அமிர்தா என்னைப் பிரிந்த சங்கடம் ஒட்டப்பட்டிருக்க வேண்டும்.

ஊர் ஊராக மாறிப்போன இடத்தில் அந்த வீடுகள் சொன்ன சேதியிலிருந்து அவளுக்காக நான் எழுதிய கடிதம் முதல் வரியோடு நின்றுவிட்டது. முதல் எழுத்தில் இறங்கிய இருட்டுத் தண்ணீருக்குள் போய்க்கொண்டு இருக்கிறேன். அதற்குள் இருப்பது அவள் தான் என்று படுகிறது. தண்ணீரான அவள் உருவம் இறங்க இறங்க இழுத்துக்கொண்டிருக்கிறது. மூழ்கிக்கொண்டிருக்கிற போது அவள் எதையும் தரவில்லை. நானும் கேட்கவில்லை. அடிமட்டத்தில் தீக்குமிழாக மாறி சுழன்றுகொண்டிருக்கிறாள்.

ஒவ்வொரு தாள் மடிப்பிலும் ஒவ்வொரு முதல்வரி தனித்தனி இடங்களிலிருந்து எதிரும்புதிருமாகத் துவங்கி அறுபடுகின்றன. ஒன்றையொன்று சந்தித்துக்கொள்வதில்லை. விலகி விலகிவிழும் முதல் வரிகள் அடங்கிய கடிதங்கள் தாறுமாறாய் சிதறிக்கிடக்கும் என் வீடு. எந்தக் கடிதத்தையும் அப்புறப்படுத்த முடியவில்லை. ஒவ்வொரு கடிதத்தின் முதல் வார்த்தையில் இறங்கும் இருட்டுத் தண்ணீர் சலனமடையும். எந்த எழுத்தைத் தொட்டாலும் தண்ணீராக மாறிவிடக்கூடிய உருமாற்றம். நான் எழுதிய எழுதாத வார்த்தைகள் குவிந்த அச்சுப்பிரதிகளும் கைப்பிரதிகளும் தொட்டதும் தண்ணீராக உருமாறுகின்றன. அவற்றைத் திரும்பவும் வார்த்தைகளாக மாற்ற; தண்ணீரால் வார்த்தைகளுக்குள் அடங்க முடியவில்லை. சதாவும் சலனமடைந்தபடியே சேர்ந்து சேர்ந்து ஒன்றாகும் வார்த்தைகளை என் விரல்கள் வேகவேகமாகத் தொட்டுக்கொண்டே நகர்கின்றன. உணர்வில் மட்டுமே கரையும் அவளும் அவள்பெயரும் திருவாரூரும் வார்த்தையென்றால் நான் அவளுக்குத் தெரியாமல் அவள் நினைவின் உடலைத் தொட்டுவிட்டிருந்தேன். அவளும் அவள் ஊரும் தெருவும் கோவிலும் தெப்பத்தின் ஆழத்தில் இருட்டுத் தண்ணீராய் அசைந்து கொண்டிருக்கின்றன. தெப்பத்தில் மறைவது அவள்தான் என்று படுகிறது. அவள் நீர் உருவம் இறங்க இறங்க இழுத்துக்கொண்டு இருக்கிறது. அவளுக்குத் தெரியாமல் தொடரும் இந்த உருமாற்றத்தில் அடுத்த எட்டை வெறுமையில்தான் எடுத்து வைக்கிறேன். தெப்பத்தில் நான் மூழ்க மூழ்க அவள் இழுத்துக்கொண்டு போகிறாள். ஆழமான தெப்பத்தின் அடிக்குள் தரையில்லை. ஆழத்துக்குள் ஆழமாகப் புதைந்துகொண்டு இருக்கிறேன். தெப்பத்தின் அடியில் வரும்

மறுபக்கத்தில் தெப்பமொன்று இருந்தது. நான் தலைகீழாக நடந்து போகிறேன் அங்கு. தெப்பத்தைச் சுற்றிய தெருக்களில் எங்களோடு விளையாடிக்கொண்டிருந்த சிறுவர்களும் சிறுமிகளும் திருவாரூர் ஜட்காவுக்குப் பின்னால் ஓடிக்கொண்டிருக்கிறோம். தலைகீழாக ஓடும் ஜட்காவில் குதிரையும் தலைகீழான சாலையில் தலைகீழான கால்களை மாற்றி மாற்றி ஓடுகிறது. எட்டிப்பார்க்க இருந்த ஆழமான வானத்தில் அப்போதுதான் தோன்றிய ஒற்றை நட்சத்திரத்தின் ஓரங்களில் அலைகள் கிளம்பின. எட்டிப்பார்க்கவும் வானம் அலையலையாக மேகங்கள்கூட மடிந்து மடிந்து சிதைத்தன. ஒவ்வொரு நட்சத்திரமாக அசைந்து நீர்த்திவலையானது. உடனே நாங்கள் நட்சத்திரத் திவலைகளை கையில் ஏந்தி விளையாடினோம். அதற்குள் முகம் பார்த்துச் சிரிக்கிறாள் அமிர்தா. கொட்டிய நீர்த்துளிகள் அந்தரத்தில் தொங்குகின்றன. அலை தனித்தனியே அங்கங்கே தங்கி நிற்கின்றன. வாவென்றால் வரமறுக்கும் நட்சத்திரத் துளிகள் சின்னச்சின்ன விரல் விளிம்பில் பட்டு ஒளிர்கிறது.

அவளுக்கிருந்த சினேகிதிகள் எல்லாம் காணாமல்போன தெருவில் திரும்பித் திரும்பி நடந்து போகிறேன். தெருவைக் கடந்துவிட்டால் மரங்கள் வெட்டப்பட்ட பார்க் வரும். துருப்பிடித்த அதன் கம்பிக் கதவுகள் அகலத் திறத்து வெறிச்சோடியிருந்தது. மரங்கள் இருந்த கூட்டத்தில் அவள் மறைந்துபோயிருந்தாள். திரும்பவும் பார்க்கில் தேடிய அவள் சுவடு ஒவ்வொரு செடிகளின் அழிந்த உயிரோட்டத்தில் சுருண்ட இலைகளில் தென்பட்டது. பூச்செடிகள் அரிக்கப்பட்டு விட்டிருந்தன. காய்ந்த கோரைகளின் அடித்தண்டில் உயிரின் கருமுளைகள் அதிர்ந்தபடி இருக்கும். தண்ணீரின்றிக் காய்ந்துபோன வட்டத் தொட்டிகள் நடுவில் பேசாதிருந்தன. குடமேந்திய பெண் சிலைகள். குடத்திலிருந்து சாய்ந்தநீர் கொட்டிக்கொண்டிருந்தது. நீரின் குளிர்ச்சி அதிக வெப்பமடைந்து குமிழ்விட்டு வெகு ஆழத்தில் சலனமடையும். இப்போது சாய்ந்த குடங்கள் வெறுமையைக் கொட்டிக்கொண்டிருந்தன. என்னால் இவ்வுணர்விலிருந்து தப்ப முடியவில்லை. பார்க்கின் வெறிச்சோட்டம் என்னைப் பற்றிக் கொண்டு உடல்முழுவதும் பரவி வெயிலோடு உருகி அழிகிறேன் ஒரு குமிழாக. இருட்டு நீரில் மூழ்கிக்கொண்டிருந்தபோது ஏற்கெனவே அவளும் அதில் எத்தனையோ காலத்திற்குமுன் அங்கு காத்துக் கொண்டிருக்கிறாள். நானும் அவளும் திருவாரூருக்குள் திரிந்த அந்த நாளை ஒவ்வொரு மாலைநேரத்தில் நடந்த எதேச்சையான சம்பவங்களை வெற்று வெளிக்கு எடுத்துச் செல்கிறேன். இப்போது

திருவாரூர் வீதிகள் என்னுடன் இல்லை. அவள் அந்தக் கோவில் கல்தூண்கள் ஓரம் நடந்துபோகிறாள். நாங்கள் சந்தித்துக்கொண்ட முதல் காதலின் தடம் அங்கிருப்பதை நான் மறந்துவிட்டேன். ஆயிரங்கால் மண்டபம் பூர்த்தியாகாமல் மூளித்தூண்கள் பழுப் படைந்து அண்ணாந்து நிற்கின்றன. தூணில் ஒளிந்து ஒளிந்து பின்பக்கமாக வந்து திடீரென்று கூவும் அந்தச் சுட்டியின் வேகம் கால்களில் தடம் தடமாக கோவில் வெளிப்பிரகாரக் கற்களுக்கிடையில் பதிந்து கிடந்தது. தாறுமாறாய்க் களைந்து கிடந்த பழங்காலக் கற்களில் அந்த நாட்கள் இருந்துகொண்டிருக்க வேண்டும். ஒவ்வொரு சிலைக்கும் அவளைத் தெரியும். சிரித்து மகிழ்ந்த கிளிகள் இன்னும் அழைத்தபடி இருக்கின்றன. பெரிய பெரிய மதில்சுவர்கள் சப்தங்களை உள்வாங்கி மௌனமாக இருக்கிறது. தூண்களைக் கடந்து நடந்து போகிறேன். நான் அவளைத் தேடி வந்தபோது அவள் வீட்டிலுள்ள ஒவ்வொருவரும் என்னைத் தெரிந்து என் அடையாளம் கண்களில் படர சிரித்தபடி அழைத்து அருகில் அமரச்செய்தார்கள். வயோதிகத் தாயாரும் தகப்பனாரும் நரம்புதுருத்திய கைகளில் என்னைத் தடவிப் பார்த்து விக்கினார்கள். அவள் உள்கூடத்தில் இருந்து வெளிப் பட்டாள். அவளைப் பார்த்ததும் எங்கில்லாத மெலிவு தோன்றி திரும்பிப் பார்த்தேன். என்னைக் கூட்டிக்கொண்டு மரங்கள் வெட்டப்பட்ட பார்க்கில் இருந்த தூங்கும் கட்டையில் அமர வைத்துவிட்டு பார்க்கில் இருந்த தீபம் ஏந்திய வெண்சிலைகளைக் காட்டினாள். ஒரு அமெச்சூர் சிற்பியின் கைவண்ணத்தில் உருவான ஆங்கிலேயர் காலசிலைகள் அவை. தூண்களிலிருந்த கண்ணாடியும் மிகவும் மெல்லிய வெளிச்சத்தில் கசிந்தது. தூண்களிலிருந்த சிங்கங் களுக்கு ஈய பெயிண்ட் அடித்திருந்தது.

பார்க்கை விளையாட்டு மைதானமாக்கியிருந்த சிறுவர்கள் தொடர்ந்து கிரிக்கெட் விளையாடிக்கொண்டிருக்கிறார்கள். துருப்பிடித்த இரும்புகேட்டுக்கு அந்தப்பக்கம் திருவாரூர் ஜட்கா. மோட்டார்கள். சைக்கிள் ஒலிகள் அங்கிங்கும் ஓடிக்கொண்டிருந்தன. நேரத்தை அறிவித்து வந்த பார்க் சங்கு பழைய பில்லரில் வெகுகாலத்திற்கு முன்பிருந்து செயல்படவில்லை. அதன் தொண்டைக்குள் சிக்கிய விழுங்க முடியாத காலம் அப்படியே நின்றுவிட்டிருந்தது. வெறிச் சோடிய பார்க்கின் நடுமையத்தில் வட்டமான திறந்தவெளிக் கூடாரம். அதில் உள்ளடங்கிய பலகைகளில் பலவும் சிதைந்துவிட்டன. வட்டக்குடையைத் தாங்கிய கம்பிகள் இற்று அசைந்துகொண்டிருந்தன.

அதில் சிலர் பல காலமாகத் தூங்கிக்கொண்டிருக்கிறார்கள். ஒரு சில காகங்கள் எப்போதும் தூங்குகிறவர்கள் மீது எச்சமிட்டுப் பறந்து குடையில் அமர்ந்து தனித்த கார்வையுடன் கத்தியது. காகம் தலையைச் சாய்த்து எங்களைப் பார்த்துச் சிறகைத் தட்டிக்கொண்டது. செயற்கையாக உருவாக்கப்பட்ட சிமெண்ட் பொம்மைகளில் குத்துக்குத்தாய் கம்பிகள் எட்டிப்பார்த்தன. அவற்றிற்கும் ஈய பெயிண்ட் அடித்திருந்தது. மரங்கள் வெட்டப்பட்ட நாளிலிருந்து பார்க் ரேடியோவில் ஒலி பெருக்கி குழாய் துக்கத்தில் கரகரத்துப் பாடிக் கொண்டிருந்தது.

வெட்டிக்கிடந்த மரக்கட்டையில் அமர்ந்து பார்க் வெறுமை யானதைப் பார்த்துக்கொண்டிருந்தோம். வழக்கமான முதியவர்கள் வட்டக்குடைக்குள் இருந்த சிமெண்ட் சாய்மானங்களில் அமர்ந்து முதுமையடைந்த பார்க்குடன் சேர்ந்து போயினர். சிறுவர்களின் கூச்சல் பந்துவீச்சுடன் அதிர்ந்துகொண்டிருந்தது. அவளுக்கும் எனக்குமான பேச்சு வெகுதூரத்தில் இருந்ததால் தனிமை அதிகரித்தது. சிறுவர்களின் கூச்சல் எங்களுக்கிடையான வெற்றிடத்தை நிரப்பியது. நாவறட்சியாக இருந்தது. வார்த்தைகள் உலர்ந்துவிட்டிருந்தன.

'எப்போ திரும்பி வருவீர்கள் உங்கள் பேச்சை நம்ப முடியவில்லை'

'இல்லை அமிர் எப்படியும் திரும்பி வருவேன், போய் வரத்தான் வேண்டும். சுற்றிக்கொண்டிருப்பது ஒரு பக்கம் குற்றவுணர்வாக இருக்கிறது'.

'பிறகேன் வந்தீர்கள்'

'?'

'நேரமாயிருச்சி நான் வீட்டுக்குப் போனும் வேலை கிடக்கும்'

'இருபோகலாம்'

'பார்க்கை மூடிவிடுவார்கள். இதற்குமேல் இருக்க வேண்டாம்'

'அவசரப்படாதே அமிர்'

'எனக்குக் கஷ்டமாக இருக்கு'

'என்ன செய்ய முடியும் சொல்லு அமிர்'

'ஒண்ணும் செய்யவேண்டாம். பேசாமல் ஊருக்குப் போங்கள். நீங்கள் திரும்பி வரவேண்டாம்.'

பேசும்போது பார்க் பெஞ்சுகளையே உற்றுப்பார்த்துக் கொண்டிருந்தாள். ஆள்மாற்றி ஆள் பெஞ்சை காத்துக்கொண்டு

இருந்தார்கள். இருள ஆரம்பித்த பின்னும் சிறுவர்கள் பந்தைக் குறி பார்த்து பேட் செய்துகொண்டிருக்கிறார்கள். வெகுநேரம் பேசாமல் அமர்ந்திருந்தோம். வார்த்தைகளுக்கு எந்த அர்த்தமும் இருப்பதில்லை. பேசப்பேச மோதல்தான் வளர்ந்தது. இடைவெளியில் மௌனம் அதிக தீவிரமடைந்து விட்டிருந்தது. சிறுவர்களின் கூப்பாடு உயிர்ப் படைந்து மெல்ல மெல்ல வெற்றிடங்களை நிரப்பிக்கொண்டிருந்தது. வார்த்தைகள் அற்றுப்போன மௌனத்துடன் என்னை ஆழ்ந்து பார்த்துக்கொண்டிருந்தாள் அமிர்தா. அதற்கு என்ன அர்த்தமென்று விளங்கவில்லை. ஒரே குழப்பமாக இருக்கிறது.

நாங்கள் இருவரும் அமர்ந்திருந்த மரக்கட்டைக்குள்ளிருந்த மரவண்டு தன் கூட்டைவிட்டு வெளியேறி எங்களை எதிரியாக நினைத்து மோதத் தொடங்கியது. தன் புராதனவீட்டை அழிக்க வந்தவர்கள் என்று இரைச்சலுடன் சுற்றிச் சுற்றி அவள் மௌனத்தை வெட்டிக்கொண்டிருந்தது. நாங்கள் எழுந்து அந்தப்பக்கம் இருந்த பழைய நடைபாதையில் சாய்ந்து சாய்ந்து நடந்துகொண்டிருந்தோம். பார்க் விளக்குகள் கசிந்த ஒளியில் நிரந்தரமான பார்க் மனிதர்கள் நிழலுருவங்களாக அங்கிங்கும் நிம்மதியின்றி அலைந்துகொண்டிருக் கிறார்கள். விளக்கேற்றப்பட்ட திருவாரூர் ஜட்கா சத்தத்துடன் ஓடிக் கொண்டிருக்கிறது. தெருவிளக்குகளில் பூச்சிகள் சுற்றி விளையாடத் தொடங்கியிருந்தன. பாதசாரிகள் அதிக அலுப்புடன் வீடு திரும்பிக் கொண்டிருந்தார்கள். தெப்பத்துப் பிள்ளையார் கோயிலில் விளக்கேற்றும் நேரம். அவள் மட்டும் தனியாக அங்கு போய்க் கொண்டிருந்தாள்.

இருட்டுத் தண்ணீருக்குள் அசைந்துகொண்டே இருக்கும் சிலையை வெகுநேரம் கண்ணிமைக்காமல் பார்த்துக்கொண்டிருந்தபோது அவளை திருவாரூர் தெப்பத்திலிருந்து மீட்கமுடியவில்லை. அங்கிருந்து மடங்கிச் செல்லும் தெருக்களில் திருவாரூர் ஜட்காவுக்குப் பின்னால் அடுத்த காலத்திற்கான குழந்தைகள் கூச்சலிட்டபடி ஓடிக் கொண்டிருந்தார்கள். எனக்கு தாகமாக இருந்தது. கடையில் வாங்கிக் குடித்த தண்ணீரில் தாகம் அடங்கவில்லை. தொண்டைக்கடியில் வறட்சியாக இருந்தது. பஸ்ஸில் ஏறவும் லேசான காற்றும் இருளும் சில காட்சிகளும் கனவு கலந்த மயக்கத்தில் தென்பட்டன. பக்கத்தில் அமர்ந்திருப்பவர் மீது புரண்டு விழுந்தேன். அவர் என்னைக் கண்டு எரிச்சல் அடைந்தபடி விலகி அமர்ந்தார். அவளுக்கு எழுதிய காகிதங்கள் தாறுமாறாய்ச் சிதறிக்கிடக்கும் என் அறை. என்னோடு கொண்டு செல்லும் எத்தனையோ காகிதக் கற்றைகளைப் புரட்டிப்

புரட்டி அதில் படிந்த பழுப்பு நிறத்தையும் எழுத்தின் மீது ஒட்டிய சாம்பலையும் அப்புறப்படுத்தாமல் பார்த்துக்கொண்டிருந்தேன்.

என் அறை மூலையில் மரஸ்டேண்டில் வைக்கப்பட்ட மெழுகுத் திரியில் தனியே மிதக்கும் சுடரில் புகுந்து அசைவது அவள்தானா. என் காகிதங்களைத் தலைகீழாகப் பிடித்து எனது எல்லா வரிகளையும் சுடரின் கண்களால் நகர்ந்துகொண்டிருக்கிறேன். விரல்மடிப்பில் வந்த எழுத்துகள் விதவிதமான நிறக்கோடுகளாக சுடரில் ஒடுங்கி குமிழ்கிறாள். என் கைப்பிதியில் படியவிட்ட மெழுகுத்திரியின் சுடர் படபடத்துப் பற்றிக்கொண்டு காகிதம் முழுவதும் பரவிய தீயில் எழுத்துக்கள் உருகி தண்ணீராக உருமாற்றமடைந்தன. எரியும் தீயிடமிருந்து தண்ணீரை எடுக்க முடியவில்லை. கொஞ்சம் கொஞ்சமாக தீயின் வெம்மையால் காகிதம் கருகாமல் உலர்ந்துகொண்டிருக்கிறது. ஒவ்வொரு வார்த்தையும் காகிதத்தைவிட்டு மறைகின்றன. வெறும் வெள்ளைக் காகிதங்கள் என்று விட்டுவிட முடிகிறதா. அவற்றில் அனுபவத்தின் சாயல்கள் படிந்து வார்த்தைகள் மறைந்துவிட்ட வெண்மை. வெறுமையான ஒரு மௌனம். என் அடுத்த எட்டை வெறுமையில்தான் எடுத்துவைக்கிறேன்.

□

16
பனிவாள்

தானாக இருந்த நீரில் ஒரு துளை விழ அதன்வழி ஆலீஸ் பிறந்தாள் என்பதைச் சொல்லவேண்டும். எல்லாத் துளைகளிலும் ஆலீஸ். நீரினால் சுற்றப்பட்டுச் சுழல்கிறாள் ஆலீஸ். அவளுக்கு அவளைத் தெரிவதுபோல் மற்றவர்களையும் தெரிந்துவிட்டிருந்தது. எல்லா வெற்றிடங்களிலும் நீர் புகுந்து மேலேறி மூர்ச்சையடைந்து கிடக்கிறாள். ஒவ்வொருவரும் ஓடி ஒளிந்துகொள்கிறார்கள். தொட்டுவிடப் போகிறாள் என்று பயமாக இருக்கும். அப்படி மறைந்துகொள்வதில் தான் நீரின் விளையாட்டு சாத்தியமாகும். எதனாலும் நீரைப் பிரித்து அவளைப் பிடித்துவிட முடியாது. எந்த எல்லையிலிருந்து நீரைத் தொட்டாலும் ஆலீஸ் உடனே சலனமடைந்து அலையாகிறாள். எல்லோரும் அவளிடம் தோற்றவர்கள்தான். தோற்றவர்களிடம் ஆலீஸ் தோற்றுவிடுவாள். எல்லோரும் ஒரு நீர்நிலையிலிருந்து புறப்பட்டு, மற்றொரு இடத்தை அடைந்திருந்தார்கள். முயலுக்குப் பின்னால் ஓடிக்கொண்டிருந்த ஆலீஸ் விந்தையின் ஆழத்தில் விழுந்துகொண்டு இருக்கிறாள். அந்த ஆழத்தில் எல்லோரும் எட்டிப் பார்த்துக்கொண்டிருந்த போது உறைந்தும் உறையாத நீரில் பனிவாளாக மாறித் தத்தளித்துக்கொண்டிருக்கிறாள். போகாதே... போகாதே... எல்லோரும் கூப்பிடுகிறார்கள். பனிவாள் விந்தையானது. அதைத் தொடர்ந்து ஓடமுடியாதவர்கள் கைகளை நீட்டி அதைப் பிடிக்க எத்தனிக்கிறார்கள். ஒவ்வொரு நொடியிலும் உருகிக் கரையும் பனிவாள் சிறிதாகிச் சிறிதாகி கண்ணுக்குத் தெரியாமல் மறையும். திரும்பவும் ஒரு துளி நீர் 'ஆலீஸ்'... என்று கத்தியபடி உறைந்து வேகமாக வளர்ந்து அவள் உயரத்தைத் தாண்டி வானத்தின் குறுக்கே கிடக்கும் உருகும் பனிவாளைக் கையிலேந்தி யாரும் குத்துவாட்டம் பிடித்துப் பார்க்க முடியவில்லை. நீரை வாளாக ஏந்தி வாளின் கூர்முனை கொண்டு நீரில் ஒரு துளைவிழ அவள் பிறந்தாள். எல்லா

நதியும் ஒரே வாளில் சுற்றப்பட்டுச் சுழல்கிறது. நீர் வாளின் உறையாகும். நீரே பனிவாளும் ஆலீஸும் ஆகும். நதியுடன் நடந்து வந்த மூதாதைகள் பனிவாளைத் தவறவிட்டிருக்க வேண்டும். எப்போதோ பனி மனிதர்கள் நீருடன் ஓடிப்போயிருந்தார்கள். அவளை வாளாக வார்த்த ஆலீஸின் தாய் நதியிடம் அவளைவிட்டுச் சென்றாள். பனிவாளுடன் பிறந்த அவளைச் சுற்றிலும் விரோதிகள். தென் துருவத்தில் பனியுகம் தோன்றியபோது தேடப்பட்டு வந்த ஆலீஸை மூதாதைகள் வெகு ரகஸியமாக ஒளித்துவைத்திருந்தார்கள். ரகஸிய இடத்திலிருந்த ஆலீஸ் இயற்கை உணர்வுகளில்தான் தோன்றியாக கானகத்தில் மிருகங்களோடு அசைவாடித் திரிந்தாள். விரோதிகளைக் கண்டதும் தொட்டால்சுருங்கியைப் போல் உடன் பனிவாளாக மாறினாள். கடல்நீர் உறைய உறைய நீர் மட்டத்திற்கு மேல் தோன்றத் தொடங்கினாள் ஆலீஸ். பழங்குடியினரின் நம்பிக்கைகள் சடங்கு களின் குறியீடான பனிவாள் தாழ்ந்த நீர்மட்டத்தில் அமிழ்ந்து விட்டிருந்தது. எல்லாவித சடங்கு சம்பிரதாயங்களுடன் அவர்கள் தொடுத்த போர்களில் பனிவாள் மறைந்தது. அதற்குப் பின் வந்த பனிமனிதர்கள் கதகதப்பும் ஆவியும் கிளம்பும் வடதுருவத்தில் தொடுத்த போர்களில் பனிவாள் நெஞ்சுலர்ந்து உருகிக் கரையத் தொடங்கியது. குற்றமற்ற ஆலீஸை மாசுமறுவற்ற வெப்பமனிதர்கள் கைப்பற்றிக் கொண்டார்கள். அதனால் தென்துருவப் பனிமனிதர்கள் ஓநாய்களின் தடத்தில் திரும்பிச் சென்றார்கள். அவர்களின் நம்பிக்கையின் குறியீடான ஆலீஸை இழந்தபோது பூமியின் பெரும் பரப்பளவு விரிசலடைந்து ஆயிரக்கணக்கான தீவுக் கூட்டங்களில் ஆலீஸ் மிதந்துகொண்டிருந்தாள். மூழ்கிய தீவுகளும் மிதக்கும் தீவுக் கூட்டங்களும் அடிக்கடி மேலே தோன்றும்போது அங்கு ஆலீஸ் இருந்தாள். மூழ்கியபோது பனிவாளாக மூழ்கி நீருலகில் வாழத் தொடங்கினாள் ஆலீஸ். வெப்பமனிதர்கள் அவளை இருளைக் கக்கிக்கொண்டிருந்த மரங்களடர்ந்த தீவுக் கூட்டங்களில் மறைத்து வைத்தார்கள். பனிமனிதர்கள் காணாமல்போனார்கள். ஆலீஸின் மூதாதையரான பனிமனிதர்கள் பனியாக மாறினார்கள். பூமியின் அடிவாரங்களில் அவர்கள் விட்டுச்சென்ற பனிவாள் சலனமடைந்தபடி இருக்கிறது. ஆலீஸின் தனிமையை என்றும் போக்கமுடியவில்லை. பனிமனிதன் விட்டுச்சென்ற ஆன்மா உருகும் பனியானது. ஒவ்வொரு கணமும் உருகும் ஆலீஸ் கரைந்துகொண்டு இருக்கிறாள். அவள் துயரம்தான் என்ன? பனிமனிதர்கள் திரும்பி வருவார்களா? பனிமனிதன் தங்கள் மகளைப் பனிக்குள் பொதிந்து ஆன்மாவைச்

சுற்றிச் சுற்றி நெருங்க ஒட்டவைத்து அவளை யாரும் அபகரிக்க முடியாத பனிவாளாக வார்த்து பூமிக்கு மேலும் கீழும் மிதக்க விட்டார்கள். அவர்கள் விட்டுச் சென்ற ஆன்மா புகையும் ஆவியாக பூமிக்கு மேல் அலைந்து திரிகிறது. நம்பிக்கைக்கு எதிராக எந்த உயிரினத்தையும் அவர்கள் பலியிடவில்லை. பறந்து செல்லும் பனி வாளில் அடிபட்ட மிருகங்களை உணவாகக் கொண்டார்கள். எதையும் சேமிக்கத் தெரியாத அவனது விரல்கள் எப்போதும் பனிவாளில் பட்டு அசைந்தபடிஇருந்தது.

வெப்பமனிதர்கள் தொடுத்த போர்களில் எந்தவித ஞாயமும் இன்றி நாடுபிடிக்கும் ஆசைகளால் மறைந்திருந்து தாக்கினார்கள். கோழைகளைப் போல், ஒவ்வொருவனும் பழிபாவம் அறியாத நிராயுதபாணிகளைக் கொன்று குவித்தார்கள். அப்படித் தீட்டப்பட்ட வாளில் இருந்த விந்தை ஓடிப்போனது. அந்த யுத்தத்தை மூதாதைகள் ஒத்துக்கொள்ளவில்லை. தங்களுக்குப்பின் நடந்தவர்கள் என்று ஒத்துக்கொள்ள மறுத்தார்கள். தவறாக நடந்த யுத்தத்தில் வென்றவர் களைக் கழுமரம் ஏற்றினார்கள் மூதாதைகள். முன்னாளில் நடந்த யுத்தத்தில் ஊதப்பட்ட கொம்புகளில் எழுந்த ஒலி புராதன தெய்வங் களின் காதுகளில் விழுந்து மறைத்து வைக்கப்பட்ட பனிவாளை அனுப்பின. அந்தப் பனிவாள் உள்ளவரை யுத்தத்தில் குழந்தைகளோ, புழுப்பூச்சிகளோ, பறவைகளோ, பெண்களோ பலியாகவில்லை. ஆகவேதான் ஆலீஸின் மறைவிடம் குழந்தைகளுக்கும் பெண்களுக்கும் பறவைகளுக்கும் தெரிந்துவிட்டிருந்தது. அவர்கள் யாரும் ஆலீஸின் இருப்பிடத்தைச் சொல்லமாட்டார்கள். அவர்கள் யுத்தத்தை உயிர் வதையை விரும்பமாட்டார்கள். அவர்கள் இதயம் கட்டற்ற வெளியில் பறந்து திரிந்தது. ஆலீஸும் குழந்தைகளும் தொட்டால் நீராகக் கரைந்துவிடுவார்கள். பனியாக மாறிவிடுவார்கள்.

அதற்குப் பின்வந்த சந்ததிகள் கண்டெடுத்த போது கைதவறிச் சென்றது பனிவாள். ஒவ்வொரு காலமும் ஆலீஸ் காணாமல் போனாள். தேடியெடுத்தவர்களிடம் நெடுநாள் நீடித்து இருப்பதில்லை. பனிவாளை உணர்ந்தவர்கள் ஆலீஸுடன் சேர்ந்து காணாமல் போவது நடந்தது. காணாமல்போனவர்கள் எண்ணிக்கை நாளுக்கு நாள் பெருகிவந்தது. பனிவாளைக் கண்டவர்கள் ஒரு இடத்தில் இருப்பாக இருக்க முடிவதில்லை. அதைத் தொட்டும் உணராதவர்கள் வன்முறை யின் பாதையில் விரிந்த வாளிடம் எல்லோருடனும் போட்டியிட நேர்ந்தது. இருவருக்கிடையில் நடந்த யுத்தத்தின் பழங்காயங்களால் வாதை யுற்றது பனிவாள். தவறாக நடந்த ஒவ்வொரு உயிர்ப்பலிக்கும்

பொறுப்பேற்கும்படி விதித்திருந்தது. அப்படி நடந்த கொலைகளின் வன்காயங்களின் துர்க்கந்தத்தைத் தாங்கி நின்றது வாள். உளவாளிகள் ஆலீஸைக் கடத்திக்கொண்டுபோய் விரோதிகளிடம் பேரம் பேசினார்கள். சந்தைப் பொருளாகக் கூவி விற்றார்கள் அவளை. ஒவ்வொரு காலமும் நட்புமுறையில் முதுகில் செலுத்தப்பட்ட வாளிடம் பேசிக்கொண்டிருந்த நாடகங்களின் கதாபாத்திரங்கள் ஆலீஸ்... என் ஆலீஸ்... உன்னைத் தவறாகப் பயன்படுத்த நினைத்தேனே ஆலீஸ்... என்னை மன்னித்துவிடு ஆலீஸ்... ஒப்பனைக் கண்ணாடிகளில் சிரிக்கிறாள் ஆலீஸ். நீங்கள் நடிக்கிறீர்கள்... நடிக்கிறீர்கள்... எல்லாம் நடிப்பு... நீங்கள் என்னைச் சிரிக்க வைக்கிறீர்கள்... நான் அழுதுகொண்டிருக்கிறேன்... மறைமுகமாக என்னைப் பயன்படுத்த எப்படி வந்தது... எப்படி முடிந்தது... எல்லாமே உடைந்துவிட்டது... என்னை ஏமாற்றிவிட்டீர்கள்... பனிவாள் ஒருபோதும் மனிதர்களை மன்னிப்பதில்லை. அப்படி முதுகில் பட்ட வாளில் இருந்த ரத்தம் துடைக்கத் துடைக்க வந்துகொண்டு இருந்தது. எந்த நதியிலும் துரோகத்தைக் கழுவ முடியவில்லை. வஞ்சகமாகக் கொலை செய்யப்பட்ட வாளின் ரத்தம் திரைச்சீலைகளில் துடைத்துக் கொண்டிருந்த நடிகர்கள் தன்னையறியாமலே குற்றவுணர்வுக்கு ஆள்பட்டு விறுவிறுப்படைந்தது நடிப்பு. வாளால் எழுதப்பட்ட திரைச்சீலைகளில் ஒவ்வொரு நாடகமும் சுருட்டப்பட்டு அரங்கை விட்டு வெளியேறிச் செல்கிறது. அதன் ஆற்றொணாத் தழும்புகள் வெற்று அரங்கில் சுடப் பட்டுப் புலம்புகின்றன. வாளின் எழுதப்படாத பழங்கதைகள் போட்ட கிழவிகள் காணாமல்போனார்கள் கூடாரங்களுடன். அவர்கள் கூடாரமடித்து வாழ்ந்த தொலைந்த நதிக்கரையில் பழைய நகரங்களின் வெளிப்புறங்களில் சிதறிக்கிடந்த பழங்கதைகளின் ஒவ்வொரு அடையாளங்களை வைத்தும் கதைபோடும் கிழவிகள் இன்றியே அக்கதைகள் வாய்வழியாகவே ஒளிந்து வந்துகொண்டிருந்தது. அக்கதைகளில் நடந்த யுத்தத்தில் இறந்து கிடந்த மகனைத் தேடி கைவிளக்குடன் இறந்தோரைப் புரட்டிப் புரட்டி அலைந்துகொண்டிருந்த தாயின் மனநிலையைப் பற்றி கீழே கிடந்த வாளிடம்தான் கேட்க வேண்டும். அவள் மகன் முதுகில் காயமடைந்திருக்கிறானா என்று முதுகைப் புரட்டித் தடவிப் பார்த்துவிட்டுத்தான் அவன் தாயார் அழுதாள் என்று வாளின் கதை எழுதப்பட்டிருந்தது.

பழங்கதைகளை நினைவில் தேக்கியிருந்த ஆலீஸின் ரத்தத்தின் நினைவாற்றல்கள் வெகு விநோதமாகவிருந்தன. எல்லாக் காலங்களின்

வாழ்க்கையும் அவள் நினைவில் அடுக்கப்பட்டிருந்தது. ஆலீஸின் நினைவுகளில் தேக்கியிருந்த ரத்தத்தின் அடுக்குகளில் எல்லாப் பாரம்பரியங்களும் அவர்களுக்கு முந்திய முன்னோர்களும் அவர்களின் பூட்டன்மார்களின் பாரம்பரியங்களும்; அந்த நினைவுகள் இழக்காமலிருந்தாள். பாரம்பரியங்களை இழக்காத பனிவாளிடம் நெருங்கியிருந்தார்கள். அவர்கள் பார்த்துக்கொண்டிருக்கும் போது தோன்றும் பனிவாளை ஏந்தி நடத்திய போர்களில் பச்சைவெட்டாக வீழ்ந்துகிடந்தவர்களை எதிரிகள் என்று புறமொதுக்காமல் யுத்த மரியாதைகளுடன் அடக்கம்செய்து வீரவணக்கம் செய்தார்கள். ஒவ்வொரு இனத்தையும் அந்த எதிரிகளையும் அறிந்திருந்தார்கள். துருவநட்சத்திரங்கள் வசீகரித்துக்கொண்ட பாரம்பரியம் மிக்க போர்களின் கதைகளைத் தென் துருவத்திலிருந்து வந்ததென்று சந்ததி களின் ரத்தத்தில் சேர்ந்து தொடர்ந்து வந்துகொண்டிருப்பதாக தங்களுக்குள் பேசிக்கொண்டார்கள். பாரம்பரியத்தின் அடையாளங்களை இழக்காமலிருந்தார்கள். முகத்தில் அணிந்த ஆதி முகமூடிகளில் விதவிதமான கதைகளைக் கோடுகளாக, கண்களாக சாந்துகளைக் கொண்டு பூசி எல்லா முகமூடிக்கும் இனக்குழுவின் அடையாளம் பதித்தார்கள். ஆலீஸ் முகத்திலும் கைகளிலும் பச்சை குத்திக் கொண்டாள். உயரமான மரங்களில் தொட்டிலிட்டு அவள் ஊஞ்சலாடிக் காட்டுப்பறவையைப் போல் வாழ்ந்தாள். மனதில் உள்ளதையெல்லாம் உடம்பில் வரைந்து கோலமாக்கினாள் ஆலீஸ்.

ஒரு பறவையின் அலகிலிருக்கும் எதேச்சையான இரை தேடலை அவர்கள் மேற்கொண்டார்கள். எதையும் சேமித்துவைக்கவோ அபகரிக்கவோ அவர்களுக்குத் தெரியவில்லை. இதற்குமுன் அவர்கள் வார்த்த அதிக சக்திமிக்க வாளை விதவிதமாக உருவாக்கிக் கொண்டார்கள். வேட்டைக்குத் தேவையான வில் அம்புடன் ஓடித் திரிந்தார்கள். எல்லா வாளும் நெடுங்காலம் மோதி உரசிக்கொண்டன. ஆலீஸை அழவிடாமல் செய்வதற்கு வீரவிளையாட்டுகள் தோன்றின. விளையாட்டாக வாளால் இடித்துக்கொண்டார்கள். யுத்த தெய்வம் பாதுகாத்துவந்த பனிவாளை மட்டும் அவர்கள் ஆதிமுகமூடிக்கு எதிராக ஒருமுறையேனும் பயன்படுத்தியதில்லை. காட்டு இளவரசியான ஆலீஸை நிந்திக்கத் துணியவில்லை யாரும். யுத்தத்தில் ஏற்பட்ட தவறினால் சொந்த மகனைக் கழுமரத்தில் ஏற்றிய அரசன் அங்கு இருந்தான். ஒரு போதும் அவன் தவறிழைக்காதபோது காட்டு இளவரசனைக் கொன்றதற்காக பனிவாள் உடனடியாக அவர்களை விட்டுப் பறந்துசென்றது மலைகளுக்கு அப்பால். இறந்த மகன்

'ஆலீஸ்'... என்று கத்தியபடி முறிந்து விழுந்த குரல் மலைகளில் எதிரொலித்தது. கைதவறிவிட்ட பனிவாளை அந்த இனக்குழு தேடித் தேடி கானகத்தில் அலைந்துகொண்டிருக்கும். காணாமல்போன பனிவாள் ஒருபோதும் அகப்பட்டுவிடாது. ஒரு காட்டுப் பறவையின் தனிமையை வாழ்ந்தது பனிவாள். யுத்த தேவதைகள் அவர்களை விடுவதில்லை. அசரீரி சொன்னது. 'தவறாக ஒரு காட்டு இளவரசனைக் கொன்ற பழிபாவம் இனக் குழுவின் பாதைகளைப் புதிர்வழியே மாற்றும்' என்பதுதான் அதன் அசரீரி. அசரீரி பலிக்கும் என்ற நம்பிக்கை இருந்தது. மறைந்த பனிவாளைத் தேடிச்சென்றவர்கள் திரும்பி வருவதில்லை. புதிரான புதிய உலகில் சிக்கிக்கொண்டார்கள். எப்போதும் திரும்பத் தோன்றாத பனிவாளைப் பற்றி எத்தனையோ கதைகள் சொல்லப்படும். வேறொரு இனக்குழுவில் வாழ்ந்து கொண்டிருக்கும் பனிவாளை மீட்பதற்கு யுத்தம் தொடுக்க வேண்டியதிருக்கும். ரத்தப்பலிகள் பல நடந்தபின் வந்துசேரும் பனிவாள். அதற்குள் இனக்குழுவின் அரசன் இறந்துபோயிருப்பான். இழந்துவிட்ட காட்டு இளவரசனின் ஏக்கத்தில் தந்தையின் எலும்புகள் காடோ செடியாக அலைந்து திரியும். மகனைப் பிரிந்து வாழவும் முடியாத தகப்பன் எலும்புகள் மகனின் ஆவி அதிர்வடையும் திசையில் போய்க்கொண்டு இருக்கும். பனிமனிதர்களின் ஏக்கமும் அனாதைத் தனமும் சஞ்சரித்துக்கொண்டிருக்கும் தென்துருவப் பனிப் பிரதேசத்தில் அரசனின் எலும்புகள் தங்கள் மூதாதையர்களின் பனியுகத்து மனிதர்களின் ஆவியுடன் போய்ச் சேரும். அங்குதான் ஆலீஸை இழந்த பழம்மூதாதைகள் பூமியின் அடிபாகங்களில் அலைந்தபடி இருக்கிறார்கள். அன்றுவரை சொல்லப்பட்டுவந்த கதைகள் எல்லாம் பனிவாளுடன் சேர்ந்து மடிக்கப்பட்டிருந்தது. பனிவளைத் தொலைத்தவர்கள்தான் எல்லோரும். ஒரு காலத்தில் எல்லோரிடமும் பனிவாள் இருக்கும். அது கதை தரும். விந்தையில் ஆழ்த்தி விழுந்துகொண்டேதான் கதைகள் நகர்ந்து செல்லும். அவசர அவசரமாகத் தவறவிட்டவர்கள் கையெட்டும் தொலைவில் பனிவாளை எட்டி எட்டிப்பிடிக்கத் திண்டாடிக்கொண்டிருக்கிறார்கள். ஒவ்வொருவரும் தொலைத்திருந்தார்கள். எப்பொழுதோ அது தன் கையிலிருந்த தடம் இன்னும் உணர்வாக இருந்துகொண்டிருந்தது. அதைப்பற்றிய ஏக்கத்தில் நாடோடிகளாக மாறியவர்கள் வாளின் வசீகரத்தில் சிக்கிக்கொண்டார்கள். சிறுபெண்ணை இழந்த ஏக்கம் உறக்கத்திலும் சேர்ந்து உறையும். நீண்டகாலம் உறங்கிவிட்டபின் ஆலீஸ் அவர்களை வாவாவென்று வெற்றுவெளிக்கும் மலைகளுக்கும்

நதிகளுக்கும் இயற்கையின் தான்தோன்றியான தவிப்பின் உறைவிடங்களுக்கும் கூட்டிச்செல்கிறாள். நாடோடிகளின் காலில் தடுக்கிய இடத்திலெல்லாம் விதவிதமான வாளின் கதைகள் நினைவுகளின் உறைக்குள் சொருகப்பட்டிருந்தன. ஒவ்வொரு வாளின் விளிம்பிலும் திரும்பி நகர்ந்த சரித்திரத்தின் மடிப்பான சுழல்பாதைகள் வாளின் பிடிக்குள் இருந்த வெண்கொம்புகளில் அதிர்ந்துகொண்டிருந்தது. இரும்பாயுதங்களின் கடந்தகாலம் இன்னும் மோதலுடன் ஒலி எழுப்புகின்றன. ஒவ்வொரு காலத்திலும் உருவிய ஆயுதங்களை மனிதர்கள் ரத்தத்தில் துடைத்து மடித்தார்கள். ஆயுதங்கள் மனிதர்களை விடுவதாக இல்லை. பனிவாள் மறைந்த பின்னும் அதன் உரசல் ஒளி வெளிகளில் முணங்கியது. எல்லா ஆயுதங்களும் சரித்திரத்தால் வார்க்கப்பட்டுப் பழமையடைகின்றன. மணலாக மாறுகின்றன. பனிவாள் கிடந்த இடத்தில் மணல் மட்டும் மிஞ்சியது. அதிலிருந்த ஆலீஸ் எழுந்து மணல்வெளியில் நடந்து போகிறாள். வாளாக எழுந்த மணல் சுழன்று சுழன்று சுழிக் காற்றாய் சுழன்று நகரத்திற்குள் சென்று ஜன்னல்களைத் தட்டுகிறது. முகங்களும் கதவுகளும் அகலமான அறைகளில் வசித்தவர்களும் தெருக்களில் நடந்துகொண்டு இருப்பவர்களும் மணலுக்குள் சிக்கிச் சுழன்று மணல்குவியலாக மாறுகிறார்கள். நகரத்தின் எல்லாத் தெருக்களிலும் மணல் நிரம்பிவிட்டது. ஒவ்வொரு பொருளும் மணலாக மாறிவிடும். மரங்களும் இலைகளும் மனிதர்களும் மணலுக்குள் மணலாகிச் சரிகிறார்கள். அங்கிங்குமாக மணல் துகள் ஓடிஓடி இடம் மாறுகின்றன. நகரத்தின் மேல்மட்டம் கீழே புதையும். உயரங்களில் இருந்தவர்கள் காணாமல்போகிறார்கள். இருபதாயிர வருஷ ஒரு மணல்.

பின்னிரவின் குளிருடன் தோன்றும் பனிப்படலம் மணல் நகரத்திற்கு மேல் மணலுடன் இணைந்து ஊடுபாவாக நெய்துகொண்டிருக்கிறது. மணல் துகளுக்கும் பனித்துகளுக்கும் இடையில் தோன்றிய பனிவாள் மட்டும் தனியே தத்தளித்துக்கொண்டிருக்கிறது. அதைப் பற்றிப் பிடிக்க நகரத்தில் ஒருவர்கூட மிஞ்சியிருக்கவில்லை. காற்றின் பெருத்த ஊளையுடன் எழுந்த மணல்வாரிச் சூறை கொம்பு சுற்றி ஆடுகிறது. எல்லா இடைவெளிகளிலும் மணல் புகுந்துவிட்டது. மனிதவோசை இல்லாத மணல்வெளி மீது பனிப்படலத்துடன் மிதந்து வருகிறாள் ஆலீஸ். அவளைக் காண்பதற்கு அந்த நகரத்திலிருந்து ஒரு சிறு குழந்தையும் வரவில்லை. தேம்பித் தேம்பி அழுகிறாள் ஆலீஸ். அவள் விசும்பல் மட்டும் விட்டுவிட்டு நகரின் மீது கேட்டுக்கொண்டிருந்தது. அவள் விசும்பலைச் சட்டை செய்யாத சாவின்

சூதாட்டத்தை வெள்ளை ஆவிகள் தொடர்ந்து நகரின் மேல் அமர்ந்து ஆடுகின்றன. சூதுக்கட்டைகள் உருண்டு உருண்டு எல்லா மணலும் மனிதர்களை மூடுகிறது. ஒவ்வொருவராய்த் தோற்று மணலில் வீழ்கிறார்கள். அடிமணலில் வீழ்ந்த நாகரிகங்களும் அவற்றின் மாந்தர் களும் ஏடுகளும் நிர்மாணங்களும் ஒவ்வொரு சிறுமணல் துகளாக உருண்டு மறைகிறார்கள். காற்று நடு உச்சிவானில் மையமிட்டு பனிவாளை ஏந்திச்செல்கிறது உயரத்திற்கு. காற்றில் எழுந்த மணல்விரல்கள் பனிவாளைப் பிடிக்கும். ஒவ்வொரு மணல் துகளையும் பனியாக்கி தன்னுள் ஈர்த்துக்கொள்ளும். எல்லாமே இங்கு அரிமானமடைந்து கீறல் கீறலாய் அரிக்கப்பட்டுவிட்டிருந்தது. தன்னை ஒரு மனிதக் கரம் பற்றுவதற்காக பனிவாள் தன் தவிப்பை யெல்லாம் உள்ளடக்கி எட்டாத உயரத்தில் மிதந்துகொண்டிருக்கிறது. சூதாடிக்கொண்டிருந்த ஆவிகளும் புரண்டு ஓடுகின்றன காற்றில். இப்போது எதன் ஓசையும் இல்லை. காற்றின் அடுக்கடுக்கான பாதைகளில் கீழிறங்கி பனிப்படலம் பூமியைநோக்கி அதிக ஆர்வத் துடன் வந்து மணலைத் தொட்டு ஒரே ஒரு மணல் மனிதனை எழுப்பி அவன் கையில் பனிவாளைக் கொடுத்துக் குளிரும் இதமுமான... ஆலீஸின் அதிசய உலகிற்கு அழைத்துச் செல்கிறது. பனிவாள் மேலும் மேலும் விசும்பி விசும்பி மணல் மனிதனின் விரல்களில் கேட்ட நரநரத்த மணல்ஒலியால் அதிகக் கூச்சமடைந்து நழுவி நழுவி ஓடுகிறது. அந்த மணல் மனிதன் தனக்குமுன் எட்டி விலகிச் செல்லும் பனிவாளைப் பிடிக்கும் ஆர்வத்தால் தூண்டப்பட்டு வெற்று வீதிகளில் சுற்றிச் சுற்றி ஓடிக்கொண்டிருக்கிறான். இவ்வாறாக இழந்த உயிரின் ஒரு அலகில் நரகம் உயிர்ப்புற்று மீண்டும் மணலால் கட்டப்பட்ட நகரம் மீண்டும் மணலில் பிறக்கிறது. முகமும் உடலும் மணலால் ஆன மனிதர்கள் தங்கள் வசிப்பிடங்களில் உயிர்ப்படைந்த பாகங்களைப் புத்துயிருடன் தேடித் தேடிப் பார்த்துக் கூச்சலிடுகிறார்கள். பனிவாள் நகரத்திற்கு மேல் பறந்துசெல்கிறது.

நகரத்தின் வரைபடத்தில் பதிந்த பனிவாளின் தோற்றம் ஒவ்வொரு நாள் இரவிலும் விடிவதற்கு முன் பனிப்பாதையில் இருந்து கீழிறங்கி இலைகளின் மீது மரஉச்சியில் புல்பூண்டுகளில் சிறுசிறு பூச்சிகளில் ஒட்டும் பனிப்படிவாக மாறும். புல்லின் அசைவில் தொங்கும் பனிநுரைகளில் ஆலீஸின் முகங்களைச் சிறுவர்கள் பார்த்து விடுவார்கள். அவர்களுக்கு மட்டும் தெரிந்த ஆலீஸ் ஊரின் வெளிப் புறத்தில் ஒவ்வொரு மணலிலும் ஒட்டிக்கொண்டிருப்பாள். சிறுசிறு மணல் அசைந்து இடம்மாறும். அவளது காலடியோசை மணலுடன்

மணலாய் உராய்கிறது. அவள் எதிரே நண்பனோ விரோதியோ இல்லை. அவளுக்குத் துணையாக அங்கு ஒருவருமில்லை. அவள் தனிமைக்கு அளவு இல்லை. அவள் விரல்களிலுள்ள மணலால் ஒவ்வொரு இடத்தையும் உயிருண்டாக்குகிறாள். பைத்தியம் பிடித்துவிட்ட வளாகத் தள்ளாடுகிறாள். காற்று அவளைச் சுற்றிச் சுற்றி கெக்கெலி கொட்டிச் சிரிக்கிறது. அலையலையாக வரையப்பட்ட மணல் அடுக்குகளில் அவள் தடம் ஒவ்வொன்றாய்த் தனித்தனியாக எந்தவித நோக்கமற்று வரிசையாகப் பதியும். உடனடியாக அவள் தடம் புதைந்து அவள் மணல் சறுக்கில் சாய்ந்து சாய்ந்து வெகுதூரம் போய்க் கொண்டிருந்தாள். மணல் உருண்டு உருண்டு அவளைப் பின்தொடர்ந்து செல்லும். அவள் பாதத்தை அரித்துச் செல்லும் மணல். மணலோடு மணலாக மறையும் தடங்களை அவள் திரும்பிப் பார்க்கவில்லை. பனிவாள் மட்டும் நகரத்தின் மீது பின்னிரவின் பனிப்படலத்தில் உயிர்ப்படைந்து மனிதனின் கை ஸ்பரிசத்திற்காகக் காத்திருக்கிறது. யாராலும் எடுக்க முடியாத பனிவாளின் மீது பனித்துளிகள் படிந்து கொண்டிருக்கிறது. வெள்ளை மணல்வெளியாக மாறிய நகரத்தில் ஒவ்வொரு மணல் மனிதனும் பனிவாளுடன் திரிந்துகொண்டிருக் கிறார்கள். அவர்கள் அவளுடைய மூதாதையரைப் போல் இல்லாமல் அவர்களுக்குள் ஒளிந்துகொண்டு ஒருவரை ஒருவர் தாக்குகிறார்கள். சுவர்களில் பகைமையின் ஓசை அதிர்ந்தபடி இருக்கிறது. எல்லா நகரங்களை விட்டும் வெளியேறிச் செல்கிறாள் ஆலீஸ். பனிவாளின் பயணத்தைப் பின்தொடர முடியாத மனிதர்கள் தோற்றுவிடுகிறார்கள். பூமியின் எல்லா விளிம்பிலும் பனிவாளைத் தேடிச் சலித்துப் போனார்கள் எல்லோரும். ஆலீஸ் விட்டுச் சென்ற தடங்களில் வாளின் அடையாளம் தோன்றத் தொடங்கியது. அவள் ஒவ்வொரு எட்டிலும் அடர்ந்து வந்த கானகத்தில் தடங்கள் பதியும். பூச்சிகளின் இடை விடாத இரைச்சல் பின்தொடர ஆலீஸ் நீந்திச் சென்றாள். ஒவ்வொரு இரவிலும் நட்சத்திரங்களின் மினுங்கலில் கண்சிமிட்டி மறைகிறாள் ஆலீஸ். மனிதர்கள் கண்பார்வைக்கு அப்பால் விரியும் ஆலீஸின் உலகில் அவளது பனிவாள் துளிர்விடும். வெப்பம் மிகுந்த சமவெளியின் மீது ஒரு துகள் பனியாகத் தொங்கி ஆடுகிறாள் ஆலீஸ். ஈரமான வாழ்வின் சுழல்வட்டத்தில் ஓடித் திரிந்தாள்.

யாரும் பார்த்திராத காட்டுமிராண்டிகளின் தடங்களில் புதர் வழியே குகைக்குப் போகும் பாதையில் பனிவாள் செல்லும். குகைக்குள் போகப் போக இருட்டில் அந்த வாள் புதையும். உள்ளே போகப் போக வாளின் குளிர்ந்த உறைவிடம். அங்கு வெண்மையாக ஒளிரும்

கல்லாக பனிவாள் வைக்கப்பட்டிருந்தது. மனிதர்கள் இழந்திருந்த கல்லின் உறைவிடத்தில் அபூர்வமான வெதுவெதுப்பில் மிருகங்களின் அலறல் கேட்டுக்கொண்டிருந்தது. மூர்க்கமான வாளில் கைவைத்து உறங்கும் அவளை யாரும் நெருங்க முடியவில்லை. தீ எரிந்து கொண்டிருக்கிறது குகையருகில். நிர்வாணமான ஆதிப்பெண் அந்த வாளுடன் குகைக்குள் மூச்சு விட்டுக்கொண்டிருக்கிறாள். மிருகத்தின் குரலில் அலறுகிறாள். அவள் உடம்பில் வீசும் மிருகத்தின் வாடையால் குகையே உயிர்ப்புற்றிருந்தது. கற்சுவர்களில் மறைந்த மனிதர்களின் நிழல்கள் அசைந்துகொண்டிருந்தன. மிருகத்தின் உறுமலில் யாரிடமோ உறவாடிக்கொண்டிருக்கிறாள். குகையின் சுழல்வட்டத்திற்குள் சுருண்டு இரு மிருகங்கள் ஒன்றையொன்று முட்டிப் புணர்ந்து அலறு கின்றன. தீயில் சடசடத்த மரங்கள் ஒடிந்து குகைக்குள் தீ பரவுகிறது. வெகு தொலைவில் பதிந்த மிருகங்களின் கால்தடங்கள் அங்கு வந்து அவளையும் வாளையும் நுகர்ந்து வெறியடைந்து உறுமுகின்றன. குகைவாய் கானகத்தின் பேரோசையுடன் அலறிக்கொண்டிருக்கிறது. இருளின் மூச்சு அதிகரிக்க குகையிலிருந்து பல மிருகங்கள் எழுந்து ஓடுகின்றன. இனந் தெரியாத இடங்களில் அவள் அலைந்து திரிந்தாள். மலைகள் மீது கிடந்த கல்ஆயுதங்கள் மீது அவள் கால்தடம் விழுந்தது. பூமிக்கு மேல் பனிமனிதர்கள் விட்டுச்சென்ற கல்லாயுதங்கள் தனியாக நீந்திக்கொண்டிருந்தன. அதைக் கடந்து மிருகங்கள் உறையும் புதர்கள் இருந்தன. பகலில் தோன்றி இரவிலும் அலறும் மிருகங்களுடன் சேர்ந்து உறங்கினாள் ஆலீஸ். அவள் முகத்தோற்றம் மாறத் தொடங்கியது. கொள்ளிக்கட்டையைப் போல் எரியும் கண்களுடன் இருட்டில் நடமாடித் திரிந்தாள். அவள் உடம்போடு உடம்பாய் இணைந்துவிட்ட பனிவாளின் ஸ்பரிசத்தில் இன்னும் அதிக தூரம் சென்று அந்த இடத்தை விட்டும் நகர்ந்தாள். துர்நாற்றமும் மிருக உடலும் கொண்ட அவள்; அதையும் கடந்து வெளியேறிச் சென்றாள்.

பறவைகளும் கழுகுகளும் ஆந்தைகளும் பழம்பறவைகளும் சஞ்சரிக்கும் அடர்ந்த கானகத்திற்கு இழுத்தது பாதை. மரத்திற்கு மரம் தாவித் தாவி மரங்கள் உச்சி மீதே சுழன்று சென்றாள். குரங்குகள் அவளைப் பின்தொடர்ந்து சென்றன. வளைந்த கொம்புகளில் பரண் அமைத்துக் காற்றின் தன்னிச்சையான ஊஞ்சலில் அசைவாடினாள். அவளைச் சுற்றிலும் குரங்குகளின் வாடையடித்தது. பறவைகள் அவள் மேல் கால்வைத்து அமர்ந்து கருஞ்சிறகினால் அவள் கழுத்தை மூடிக் கதறின. எல்லாப் பறவைகளும் அவள் உடலில் உரசிப் பறந்து

சென்று எச்சமிட்டன. மரமாக அண்ணாந்த நிலையில் பல காலம் அங்கிருந்தாள். சிறகால் அவளை மூடிப் பாதுகாத்துவந்த பறவை களைவிட்டு அவளால் வெளியேற முடியவில்லை. எல்லா ஆயுதங் களுமே பூமியின் கதகதப்பிற்காக ஏங்கின. வெப்பத்தில் உருளும் பூமியின் மீது கூட்டமாய்ப் பறந்து சென்ற தென் துருவப் பறவை களுடன் பனிவாள் நீந்திச் சென்றது. தொலைதூரத்தில் பனி மனிதர்களின் அறுபட்ட ஆன்மா எரிமலைகள் மீது அவளைத் தேடிக்கொண்டிருந்தது. வெடித்துப் புரண்ட பனிமனிதனின் ஆன்மாவில் குடிகொண்ட தவிப்புதான் அவள் ஆன்மாவில் படிந்திருக்கக்கூடும். எரிமலையின் சரிவுகளில் அவளது மூதாதை களின் கல்லாயுதங்கள் எரிந்தபடி மிதந்துகொண்டிருக்கின்றன. உரிய காலத்திற்காக மூதாதையரின் ஆன்மா தென் துருவத்திலேயே அவளுக்காகக் காத்திருக்கிறது. மீண்டும் எரிமலைகளுக்குள் பனிவாள் மறைந்துவிட்டதாகப் பழங்கதைகளில் சொல்லப்பட்டன. பனி மனிதர்கள் எரிமலைகளின் பனிப்பாதைகளில் வந்து உருகிக் கரையும் அந்தப் பனிமகளைத் தங்கள் இதயத்தால் தாங்கியபடி எடுத்துச் சென்றுவிட்டதாக அவளைத் தேடித் தேடிச் சலித்துப் பானவர்கள் சொல்லிக் கொண்டிருக்கிறார்கள். அடுத்த தலைமுறைகள் வந்து அவளைக் காண்பதற்காக தென்துருவத்தை நோக்கி பனி ஓநாய்களின் பாதையில் உயிரைப் பணயம் வைத்துச் சென்று கொண்டிருந்தார்கள். பனிவாளின் வெள்ளையுருவம் துருவ நட்சத்திரத்தில் தோன்றுவதாக விழித்திருந்து பார்த்துக்கொண்டிருக் கிறார்கள் சிலர்.

□

17

தறிவீடு

முடிவில்லாத கேன்வாஸில் புழுக்கள் கூடுகட்டும் வேளையில், நிமிடத்திற்கொருமுறை மாறிக்கொண்டும் வளர்ந்துகொண்டும் சிறகு முளைத்த பூச்சியாக மாறி, உடனே அந்த நெடிய இருண்ட இரவில் நீளமான செங்கூத்தர் தெருவுக்குள் பறந்துசென்று, திருட்டுத்தனமாக அம்மாவின் ஜன்னலை எட்டிப்பார்த்தது பூச்சி. கர்ப்பவதியான அம்மா தறிக்குழியில் பதுங்கி, பட்டுநூலின் அறுந்த முனைகளை எச்சில் தொட்டு இழை முடிந்துகொண்டிருந்தாள். கர்ப்பத்தில் சுருண்ட பூச்சி கண்மூடிகளைத் திறந்து பார்த்தது. லட்சம் நூலினால் பின்னப்பட்ட தாய் வயிற்றில் தன் பிஞ்சு விரல்களால் மெதுவான சல்லாவை நெய்கிறாள் சிறகு முளைத்த குழந்தை மாயா. ஜன்னல் வழி நீட்டிய பூச்சியின் பட்டு இழைகள் கர்ப்பத்தில் படர்கிறது. அவள் நூல்கொண்டு வரைகிறாள் அந்த உலகை. வயிற்றிலிருக்கும் பிள்ளைக்குத் தறியின் குரல் கேட்கும் முதலில். அப்புறம் அம்மாவின் முனகல் கேட்கும். தறியின் சப்தத்தில் மெல்ல உருவாகும் பெண் குழந்தை. தன் விந்தை உலகமெங்கும் தறியின் இசை. தாய்வயிற்றின் நூல் பாதைகளில் பிரபஞ்சத்திலிருக்கும் விண்மீன்கள் சுழன்று நீந்துகின்றன. மீன்கள் கரும்பிச் செல்லும் நூல் இழைகளில் உருவான மெல்லிய சல்லாத்துணி பஞ்சினால் ஆனது. காட்டுப் பஞ்சை விடவும் மெதுவான பஞ்சினால் உலகம் மூடியிருக்கிறது. காண்டா விளக்கின் ஒளியிலிருந்து தீட்டப்பட்டுவரும் ஓவியத்தில் எல்லோருடைய விரல்களும் சேர்ந்து நகரும். மாறிக்கொண்டே இருந்த மாயா பென்சில்கால்களுடன் அரைவட்டமாகச் சுழன்று விளக்குமேல் பறக்கிறாள் ஈசலாக. அவள் ரீங்காரம் கண்ட பூச்சியும் சேர்ந்து பாடியது தறியின் பாடலை. கலர் பென்சில் வைத்திருப்பவள் மாயாதான். மாயா இல்லாமல் இரவின் ஓவியம் உருவாவதில்லை. சாய்ந்து சாய்ந்து அசையும் விளக்கு அந்த ஓவியத்திற்குள்ளிருந்தது. இப்போது அவள்

பென்சில் கால்கள் இடம்விட்டு இடம் நகரும் மணல்பூச்சியை வரைந்துகொண்டிருக்கின்றன. வெண்ணிறப்பட்டுக் கூடுகளில் துயிலும் புழுக்களை வரைந்தாள் முதலில். அவை தாமே உருமாறி இறகு முளைத்து கலர்பென்சிலில் தானே வர்ணங்களை உரசிக் கொண்டு கேன்வாஸில் இருப்பிடமற்று அலைந்து வந்தது. தன் உமிழ்நீரில் தோன்றும் கண்ணுக்குத் தெரியாத நூலினால் ஓவியத்துக்குள் ஓவியத்தைத் தொடங்கியிருக்க வேண்டும். உமிழ் நூலினால் வெளியும் மணலும் இணைந்த வெண்பரப்பை நெய்துகொண்டிருந்தது மணல்பூச்சி. உயிர்படர்ந்து வளையும் நூலில் சின்னச் சின்னப் பின்னலில் உருவாகும் லேஸ் வலை. ஈர நூலின் மிகவும் மெல்லிய இருப்பைக் கர்ப்பஸ்திரீகளின் வயிற்றிலிருக்கும் சிசு உணரக்கூடும். சிட்டம் சுற்றும் இழைகள் எல்லாம் பூச்சி தந்தது. வாயில்லாப் பூச்சிகளின் சோகத்தில் நூற்கும் பூச்சிகளின் அடையாளங்களை கண்களால் ஆமோதித்தார் நெசவாளர். இலைக் கொழுந்தில் படரும் தைலத்தை ஊமையான சோகத்தில் நூற்கும் பூச்சிகளின் ஓயாத இதயத்துடன் சேர்ந்து நேசத்தால் சோகமடைந்த நெசவாளர் தறிக் குழியில் பதுங்கியிருந்தார்கள். பூச்சிகளின் மெழுகுக் கண்களில் ஒட்டிக்கொள்ள அவர்களால் முடியும்.

அம்மாவின் இருண்டநிழல் தெருவில் படரும். தறியின் நிழல் அசைந்தவாறிருக்கும் தெரு. தறிவீடுகளில் கஞ்சிப் பசையின் பிசுபிசுப்பு ஒட்டிக்கொள்ளும். விநோதமான அந்தக் கஞ்சிப் பசையின் வாஸத்திலிருந்து பிள்ளைகளுக்கு முன்னோரின் தறிநெசவு பற்றி யெல்லாம் நினைவு தோன்றும். நெசவாளி வீட்டுக் குழந்தைகளுக்கு ஈர நூலின்பாதைகள் தெரியும். இலைவீடுகளில் துயிலும் பூச்சிகளின் மனத்தோற்றங்கள் மெழுகினால் உருவான வீடுகளாகும். மாறிக் கொண்டே இருக்கும் மெழுகுவீட்டில் பட்டு அரும்புகள் காத்திருக்கும். அதை யாரும் அணுக முடியாது. நெசவாளர் குழந்தைகள் நூல்வழியே சென்று ஒவ்வொரு சிறு அரும்பிலும் கண்வைத்து மாறும் தோற்றங்களில் பிரபஞ்சத்தின் மிகச் சின்ன அசைவில் மயங்கும். குழித்தறிகளில் தோன்றும் நூல்பாதைகள் வேறு எங்கெங்கோ செல்லும். இளநீல நூலும் இரத்தாம்பரநூலும் சிவப்பு நூலும் மெல்லிய பஞ்சுநூலும் சேகரிப்பார்கள். அதுகளை ஒன்றாக இணைக்கும் இருதோள் துண்டுகளில் அதன் இருமுனைகளும் சேர்ந்துவிடும். ஜனத்தின்மேல் இருக்க வேண்டிய விசித்திரமான கச்சை கொடுப்பார்கள். திரித்த மெல்லிய பஞ்சு உலர்ந்துவிடும்போது காற்றடிக் காலம் தெருக்களில் பல மாறுதல்களாயிருக்கும். தக்களி

விசையில் சுழியில் காற்றில் பருத்தி உலரும். தொலைவில் ஊர் தடங்களில் கேட்கும் சன்னமான தறியின் குரல் கரைந்து மறைந்து மறைய பெண்கள் சுமந்துசென்ற கச்சையை எதிர்பார்த்திருக்கும் ஊர்க்காரர்கள்; மஞ்சத்தானியம் கொடுத்து பரிமாறிக்கொள்வார்கள் கச்சையை.

வெடித்த பருத்திக்கும் மாற்றிக்கொள்ளலாம். நூல்வழி உறவுகள் அவை. வீடுவீடாய் கோடியுடுத்திவரும் தானிய காலம். பருத்தியின் பால்பருவ நீரோட்டத்தில் கிராமத்தாரின் கனவுகளை மெல்லிய பஞ்சுச் சல்லாவாய் நெய்துதர மெலிவான கரங்கள் இருந்தன. கஞ்சிப்பசை ஓட்டும் கரங்கள் அவை. மணல் குருணை அருகில் ஒவ்வொரு மணலையும் உமிழ் நூலில் கோர்க்கும் விநோத வலை ஆரம்பமானது. வெளியை மிருதுவான நூலினால் பின்னத் தொடங்கியது மணல்பூச்சி. ஒரே நூலின் நுனியில் தவிக்கும் உயிரின் இருப்பை அறியாத போதும் நூற்கின்றன. பருத்திக்குள்ளிருந்து வந்த இளவரசி மாயா. அவள் உருவை தைலவண்ணத்தில் தூரிகை கொண்டு வரைகிறான். அவன் மாயா எங்கு ஒளிந்துகொள்கிறாள். அவளுக்காக வரையத்தொடங்கிய ஓவியத்தில் தோன்றுகிறாள் மாயா. அவன் அலைந்து திரியும் தூரிகையாலான நாடோடி. பித்துப்பிடித்த கண்களுடன் நூல்வலைக்குள் அகப்பட்டு விடுபடமுடியாமல் தவிக்கிறான். மாயா விரிக்கும் மயக்கவலையின் ஒவ்வொரு இழையிடமும் பிரேமைகொண்டு இழைகளைக் கதிர்களாக்கி இறகில் வரைந்து காற்றில் மிதக்கவிடுகிறான். தன்னந்தனிமையில் அலையும் இறகானான். இறகு முளைத்த முதல் சிறுமி மாயாவை அடையும் அந்தப் பஞ்சு இறகை மாயா கண்களில் ஒற்றிக்கொண்டு உருகுகிறாள். திரும்பவும் தனக்குத் தெரியாமல் இருக்கும் திசைகளில் மிதக்கவிடுகிறாள் இறகை. மிதந்து மிதந்து அலையும் இறகு நூல் பாதைகளில் மறையும். அவள் கண்ணீரில் தத்தளிக்கும் மிகவும் சிறுமி. அந்தச் சின்ன அரும்பில் பிரபஞ்சத்தின் துல்லியமான ஒடுக்கம். ஒவ்வொரு நூலின் மெலிந்த ஒடுக்கத்திலும் மாயா கரைகிறாள். மெல்லிய நூலிலிருந்து செல்லச் செல்ல தலைகீழாய்த் திரும்பும் நூல்பாதைகள். நெசவாளர் தெருச் சிறுமிகள் நூல் வழியே செல்கிறார்கள், பாடியபடி... ‘எலும்பையே தறியாக்கி... எல்லாரும் நூலாகி... நூல் கண்டுக் கப்பல் அதோ தோணுதே... நூலிழுத்து நூலிழுத்து மறையுதே... தூக்கத்தில் மறையாது அசையுதே... தூரத்தில் சிறுமச்சமாகத் தெரியுதே... கைத்தறிகள் கொண்டுபோகுதே... கடலிலே முழுகுதே முழுகுதே...’ கப்பலிலிருந்தவர்கள் தனித்தனி நூல்வழியே

இறங்குகிறார்கள். கட்டைவிரல் இழந்தவர்கள் குருதி கொட்டி பஞ்சு நனைகிறது... பருத்திப் போராக்கள் பற்றி எரியுது. குருதியும் வியர்வையும் கலந்த சிவப்புநூல் பாதைகளில் வளைந்து பரவும் பஞ்சின் நெருப்பு வந்து வந்து கேட்கிறது. தீக்குள் யார்யாரோ நகர்ந்துபோகிறார்கள். எரியும் நூல்பாதையில் எல்லோரும் தணியாத தாகத்தால் விலங்குகளுடன் இழுத்துச் செல்லப்படுகிறார்கள். விலங்குகள் குலுங்கும் கப்பலுக்கு மேல் வெண்பஞ்சு மிதந்து மிதந்து தவிக்கிறது. காய்ந்த பருத்தி வெடித்து உள்ளிருந்த நெசவாளர் கூட்டமாய் வருகிறார்கள். தீப்பந்தங்களுடன். செங்கூந்தர் தெருவுக்குள் துணுக்குற வைக்கும் இரும்புத் தொப்பிகள் அசையும். கோலியப் பெண்கள் கருவில் வளரும் சிசுக்களுக்குத் தறியின் பாடலைப் பாடுகிறார்கள். முரட்டுக் காடாநூல் நெறுநெறுவென்று நெரிந்து கோபத்தில் உறுமும். தக்ளிகள் சுழன்று சுழன்று சுழிக்காற்று எங்கும் பரவும். நெசவாளர் தெருப் புழுதியில் கேட்கும் தறியின் ஓசை. அலைவுறும் பஞ்சின் தவிப்பிலிருந்தே மணல்பூச்சி உயிரையே அர்ப்பணம் செய்து உருகிக் கரைந்து நூலாகியிருக்க வேண்டும். பஞ்சின் இழைகள் அதிர்ந்து அசைக்கும் நுண்ணிய இடைவெளிகளில் பிரபஞ்சத்தின் அலைகள் வருகின்றன. கைச்சிட்டமே பாணமென சுற்றிச் சுற்றி நெசவாளர் உயிர்சுழற்சி பெறுகிறது. கொஞ்சம் கொஞ்சமாக மெல்லிய லேஸ் வலையைக் கட்டிவரும் மணல்பூச்சி. வலையின் ஒவ்வொரு துளையில் தோன்றும் கிழிசல்கள். கந்து கந்தலாய் ஆகிவரும் அந்த எளிய நேசத்திலான வலையை வெகு நிதானமாக அந்த நெசவாளி சரிசெய்துகொண்டிருக்கிறார். பகைமுகங்கள் எட்டிப்பார்க்கும். அதன் கிழிசலில் படமறுத்த பிடிக்க முடியாத விண்மீன். அதன் ஒளி, வலைமீது வந்து பரவி நெசவாளியின் விரலை நனைக்கிறது. அவர் விரல்வழி கசியும் உதிரத்தில் எரிகிறது பஞ்சின் மென்மை. முடிந்தவரை மெலிந்துபோன தோற்றத்துடன் விசித்திரமான கச்சை அணிந்திருக்கிறார். அவர் சுடர்விடும் கண்கள் நூல்பாதையில் அசையும். கைத்தடி தரையில் தட்டும். திறக்கப்படாத கதவுகளில் தட்டுகிறது. எல்லாக் கதவுகளும் இறுக மூடியிருக்கும்.

அவர் கண்பட்ட இடமெல்லாம் பாதைகள் நிறம் மாறின. நூல் பாதையில் நகர்ந்து செல்லும் கூட்டத்துடன் கைத்தடியின் சப்தம். அவர் ஓவியத்தைத் தீட்டத் தொடங்கிய சிறுமிகள் கண்களில் வரையும் பென்சில் கலர் திரவ அசைவில் மயங்கும். அவர் கண்களில் பிஞ்சு விரல்கள் பட்டு மெல்லிய படலமாக கேன்வாஸ் முழுவதும் விரிந்துவிடுகிறது ஓவியம். மணல்வெளியில் அவர்போன தடம்

பதிந்திருக்கிறது. அந்த வெளியைத் திரவமாக்கிவிடும் ரஸ மாற்றத்தில் கிழவர் எந்த முனையில் தொட்டாலும் திசைகளில் பரவும் அதிர்வுகள். தொலைவில் பற்றும் நெருப்பின் நிழல்கள் அசையும். புரிபடாத நிறக்கோடுகள். தாத்தாவின் கனவுகளால் நூற்கப்படும் கோடு, சுற்றிப் பரவுகிறது எங்கும்.

எல்லோரும் ஒரே நூலில் சுற்றப்பட்டு முடிவு காணமுடியாத ஒரே நூலின் எந்த முனையென்று காணமுடிவதில்லை. ஏனோ, அவரவர் இருப்பது அவரவருக்குத் தெரியும். வெவ்வேறு ரூபத்தில் கேன்வாஸில் மறைந்திருப்பவர்கள் கடலாக ஸ்படிக நூலாக மணலாக நீர்நிறமாக வரைந்துகொண்டிருக்கும் பென்சிலாக அலையும் தூரிகையின் தேடலாகச் சுற்றி வட்டமடித்துத் திரியும் சிறுமியாக பார்த்துக்கொண்டிருக்கும் கண்களாக கண்ணாடியில் மாறும் பிம்பங்களாக பூச்சியின் கண்களில் தோன்றும் மயக்கப் பரப்பாக பின்னப்படுகிறார்கள். அவரவர் கோடுகளை வரைந்துவிடும் மணல் பூச்சி. அதன் உமிழ் இழைகள் பின்னலாக மாறிவந்தன. இசையிலான லேஸ்வலை உருவாகிவந்தது. இன்னும் கட்டி முடிக்கப்படாத லேஸ் வலைக்குள் யார்யாரோ பரவிவந்து தன் விரல் நீட்டி நெய்துகொண்டிருக்கிறார்கள். மிதக்கும் பெரும் பாறையொன்று வலையால் மூடப்பட்டுக் கடலடியில் ஒளிர்கிறது. மணல் வெளியிலிருந்து பறந்து சென்ற மணல்பூச்சி கடல்பளிங்கில் மிதக்கும் ஸ்படிக கல்லாய் உருளும் அந்த உலகைத் தொடுவதற்காக கண்ணாடி இறகில் மிதந்தபடி பார்த்துக்கொண்டிருந்தது. ஸ்படிக உலகை மூடிய லேஸ்வலைக்குள் எல்லோருடைய உருவமற்ற சாயைகள் இருக்கக்கூடும். மணல்பூச்சி தன்னிலையிழந்து அந்த லேஸ் வலையைத் தொட்டு முத்தமிடுகிறது. கடல்பளிங்கில் சறுக்கிச்சறுக்கி விழுந்து கொண்டிருக்கிறான் அந்தத் தூரிகையான நாடோடி. அவனால் கடல் பளிங்குகளைவிட்டு வெளியேற முடியவில்லை. லேஸ் வலைக்குள் தவித்துக்கொண்டிருக்கிறான். தான் யாரென்று தெரியாத மணல் பூச்சியுடன் ஓர் அமீபாவின் நிலையில் உறவுகொண்டிருப்பதாக உணர்கிறான். கண்ணாடிச் சிறகில் மிதந்த மணல்பூச்சி கடல் பளிங்கில் அசையும். அதன் ரகஸியப் பாடலை அவன் கேட்கிறான். தறியின் பாடலது. நீரைச் செதுக்கிச் செதுக்கி அபூர்வ ஒளியுண்டானது. கண்ணாடி இறகுகள் பறந்து ஒளிப்பட்டைகள் இருளிலிருந்த கைத்தறிக் கப்பலை வெளிப்படுத்தியது. தொடுவானம்வரை நீண்ட கப்பல் கடலின் கரிய நீரிலிருந்து எழுந்த தழல் பளிங்குமேல் தோன்ற, கப்பல்மீது கண்ணாடிச்சிறகுகள் பதிந்தன. அடிவானம் கிழிபட்டு

இரவின் இருளைத் தழல்வாள் கொண்டு வெட்டிப் பிளந்துவரும் ஸ்படிக உலகைக் கப்பல் சுமந்து செல்கிறது. அகன்ற பாய்களின் நீலப்பட்டைமீது எழுந்த எரிபந்துகள் சுழன்று கடல்பளிங்குகளில் மறைந்தது தறிக்கப்பல்.

மெல்லப்படரும் காற்றின் தொடுதலில் இசையாகிவிடும் லேஸ்வலையது. அதன் அதிர்வில் சென்ற பூச்சியின் தன்னிச்சையான நெசவு. மாயத்தறி பிரபஞ்ச இயக்கமாக எல்லாச் செங்கூந்தர் தெருவிலும் சலம்பிக்கொண்டிருந்தது. மாயாவின் அம்மா கைச்சிட்டம் சுற்றிக்கொண்டே இருக்கிறாள். வீடு முழுவதும் சுற்றிப் பரவும் நூலில் மாயா மேலும் கீழும் போய்வருவாள். தரையில் கால்பதியாத சிறுமியவள். அம்மாவின் ஓய்வில்லாத சிட்டத்திற்கு அருகில் கைவிளக்கு எரிகிறது. நிறைகர்ப்பத்தில் மஞ்சள்ஒளி கசியும். பெண்சிசு தொப்பூழ் ஈரக்கொடி வழி கேட்கிறது தறி ஓடத்தின் குரலை. நூலில் நனையும் ஒளி கதிர்கதிராய்ப் பிரிந்து அம்மாவின் விரல் தொட்டு ராட்டையில் சுற்றிக்கொள்ளும். நிறை கர்ப்பத்துடன் அம்மா எழுந்து தறிக்குழியில் பதுங்கி இரவின் மயக்கத்தை தறியில் நெய்து கொண்டிருப்பாள். அம்மாவிடம் வயிற்றிலிருக்கும் சிசு கேட்கிறது. 'என் உடலோடு சேர்ந்து தறியின் கால்கள் நகர்கின்றன... நீ சொல்லித் தருகிறாயா...' தன்னையறியாமல் பதினெட்டுக் கால்களில் பதியும் தோற்றங்கள் தனித்தனி அதிர்வுகளாகின்றன. செங்கூத்தர் உறங்கும் போது கண்ணும் கருத்துமாய் நூலில் விழித்திருப்பாள். ஒவ்வொரு நூலின் அதிர்விலும் பிள்ளை நகரும். மெல்லக் குளிர்ந்து பின்னிரவின் வெம் பரப்பான ஒளியைத் துப்பட்டியாக நெய்கிறாள். ஈர நெசவில் தோன்றும் கலைக்கமுடியாத கனவுகளை ஜுரவேகத்தில் கண்டுவந்த குழந்தை நூலில் படும் அம்மாவின் விரல் ஸ்பரிசத்தில் கண் திறக்கிறது. அதன் நினைவில் வரும் நூல்பாவைகள் எல்லோருமே தறிக்குழியில் இறங்கி அம்மாவோடு தறி முடுக்குகிறார்கள். சாம்பல்வானில் இரவு மறைய பறவைகளின் சலம்பல் ஒலியுடன் தறியின் குரல். வாசலில் நீர் தெளிக்கிறார்கள். காற்றின் மிதமான அசைவு. விளக்கு மங்கித் திரிகருத்து எண்ணெய் தீர்ந்து புகை மண்டும். ஜன்னலைத் திறந்த வெளிச்சத்திலிருந்து இறங்கும் வெயில் ஒளியில் நூல் விழித்துவிடும் அதனதன் நிறத்தில். உலர்ந்த நூலின் வெதுவெதுப்பான சுகத்தில் மாயா உறங்குகிறாள். ரகஸியமாக 'சாயப் பட்டறை திறந்துவிட்டது. மாயா எழுந்துகொள்.' நெசவாளியின் ஒரு கண்ணிலிருந்து மறுகண்ணுக்குள் அடுத்தகண்ணில் நுழைந்து இன்னொரு கண்வழியே ஊடுருவி நகர்ந்து செல்லும் அபூர்வ

நூலில் தொட்டுக்கொண்டு சாயப்பட்டறைச் சிறுமிகள் தன் விரல் நனைத்து ஒவ்வொரு நூலுக்கும் வர்ணமடிக்கிறார்கள். குள்ளங் கம்பிலும் நவதானியத்திலும் நனைந்த பாவு விரிகிறது. செங்கூந்தர் தெருவே தானியப் பசையின் உலர்ந்த வாசமாயிருக்கும். தெருப் புழுதியில் உதிரும் பசை பட்ட நூல் ஒட்டிக்கொள்ளும். சுவரில் படரும் கஞ்சியின் வாசனை. காட்டிலிருந்து கொண்டுவந்த இலைகளில் அவுரியில் பூவில் சேப்பங்காயில் செடியில் மண்ணில் இருந்தெல்லாம் நிறங்கள் வரும். தன்னை இழந்து கரையும் செடியாக இருக்கக்கூடும் நெசவாளர். அந்தச் சிறுமிகளின் விரல்களுக்குள் ஒளிந்துகொள்ளும் மணல்பூச்சியின் காதுகளில் ரகஸியம் பேசுகிறார்கள். ‘உயிருக்குள்ளிருந்து வரும் நூலைக் கொடுத்தபடி மெலியும் மணல் பூச்சியே கலங்காதிரு... உன் ஒவ்வொரு இழையிலும் எங்கள் உயிர் கொண்டு சாயமிடுவோம்’ என்கிறார்கள். கம்பளங்கள் நெய்து தருகிறார்கள் யார் யாருக்கோ. ஒன்றைப்போல் ஒன்று இருப்பதில்லை. தனக்கென்று ஒரு உதிரி நூலும் வைத்துக்கொள்வது இல்லை. நெசவாளரின் இடைவிடாத அலைச்சலில் கடக்கமுடியாத பாலைவெளியின் ஒவ்வொரு மணல்நிறம் கொண்டும் கோர்க்கப்படும் வலைக்குள் முணுமுணுப்பது யாரென்று தெரியவில்லை. பென்சில் கால்களால் நடந்து போகிறாள் மாயா. பென்சில் கழுத்து நீளும். நினைத்தால் சுருங்கிக்கொள்ளும். செங்கூந்தர் தெருப்பிள்ளைகள் ஒவ்வொரு வீட்டிலிருந்தும் கொண்டுவந்த நூலினால் சுற்றிச் சுற்றி உருவான நூல் பொம்மைதான் மாயா. அவள் உடலிலிருந்து தீராமல் நூல் வந்துகொண்டிருக்கும். எல்லாத் தறிகளுக்கும்போய் கெச்சலை நூல் எடுத்து வருவார்கள் பிள்ளைகள். பென்சிலில் சுற்றிய நூல் மாயாவாக மாறியது. மாயா நூலில் மறைந்திருக்கிறாள். எல்லாத் தறிகளிலும் பாவு ஓடுகிறது. செங்கூந்தர் தெருவில் நீளமாக பாவு விரித்துக் குறுக்குப் பிரம்புகளால் நூல் பாதை அமைக்கிறார்கள் நெசவாளர்.அந்த ஊஞ்சலில் மாயாவை அமர்த்திப் பாடுகிறார்கள் சிறுமிகள். அது உடைந்துபோன தறிக்கப்பலின் பாடல். கடல் மீன்கள் மஸ்லின் துணியை இழுத்துச் செல்கின்றன. நடுக்கடலில் மூழ்கி மஸ்லின் ராட்டை மறைகிறது. நீருக்கடியில் மஸ்லின் ராட்டை சுற்றுகிறது. வெண்ணிற மஸ்லின் வலையைக் கோலியப்பெண்கள் நெய்கிறார்கள். அவர்களுக்கான எல்லா நூலையும் தன் உடலிலிருந்தும் சுவாசத்திலிருந்தும் தருபவர்கள் மடிந்தபடி இருக்கிறார்கள். மிக மெல்லிய மஸ்லின் துணியில் தீட்டப்பட்ட உருவங்கள் பூ அழிந்து வர்ணமழியுது. தறிக் கப்பலின் செந்நிறப் பாய்கள் கிழிபடக் கிழிபட

சதாவும் தைக்கத் தொடங்கியது மணல்பூச்சி. வறண்ட மணலில் புதைந்த மஸ்லின் கப்பலில் மறைகிறாள் மாயா.

கப்பலைச் சூழ்ந்து பரவிவரும் வெற்றிடங்களில் விரியும் மணல்பூச்சியின் லேஸ்வலை. அதன் சுடர்விரல்கள் நீரையும் நிலப்பரப்பையும் ஒரே நூலில் இணைந்துவரும். பூச்சியின் உமிழ்இழைகள் உடைந்த கப்பலைப் போர்த்திய வெளிர் நீலப் பளிங்காகக் கரையும். மெதுவாக அசையும் மஸ்லின் வலை கீழ்வானில் சுருண்டு மடங்கியது. கடலில் தோன்றிய அலைகள் துணியிலான மடிப்புகளாக அசையும். காகிதங்கள் கிழிபடும் சப்தத்தில் மணல்பூச்சியின் ரீங்காரம் தரையில் புதைந்த கப்பலைச் சுற்றிக் கொண்டிருந்தது. வெண்ணிற அலை அசைய மயக்கவெளியில் தடுமாறிக்கொண்டிருக்கிறான். அந்த நாடோடிச் சிறுமிகள் வரைந்த கப்பலில் யார்யாரோ பதுங்குகிறார்கள். பித்துப்பிடித்த கடல் பாய்கள் கிழிந்த பைத்தியமாகி நிலைகுலைந்து நிற்கிறது அவாந்திர வெளியில். வெளிப்பட்ட உருவங்கள் மயக்கவெளியில் கம்பங்களில் ஏறி கிழிந்த பாய்களைக் கடந்து பெரும் தாகத்துடன் உயர்கின்றன சூரியனை நோக்கி. மணல்வெளியின் வெப்பத்தில் சூரியனைப் பார்த்து கைகளை விரித்து நிற்கிறார்கள். மறைகிறார்கள். அவாந்திரத்தில் நிற்கும் தறிக்கப்பலைப் பார்த்தபடி நிற்கிறான் அந்த நாடோடி. வெறிபிடித்த காற்று கப்பலை அசைக்கிறது. உதட்டில் கரையும் சிகரெட். அவன் விரல்களுக்கிடையில் இருந்த தூரிகை யிலிருந்து வெளிப்பட்ட காகங்கள் கூட்டமாய்ப் பறந்துபோய் கப்பலில் பல நிலைகளில் அமர்ந்து பாவனை செய்கின்றன. தலைசாய்த்து அவனைப் பார்த்தது காகம். கப்பலுக்கு மேல் கருமை பூசிய சிறகுகளை அசைத்து மறைகின்றன காகங்கள். பாலைவெளியில் மயங்கும் கப்பலுக்கு மேல் இருந்த இருளில் நீந்தும் விண்மீன்களைப் பிடிக்க லேஸ்வலையை விரித்துக்கொண்டே இருக்கிறாள் மாயா. ஸ்தம்பங்கள் ஒடிகின்றன. அவாந்திரத்திலிருந்து தப்பமுடியாது இனி. பழைய மரத்துண்டுகளின் முனங்கல். கப்பலின் துருப்பிடித்த ஓலங்கள். மணல்பாடுகளைத் தாண்டிவரமுடியாது அவர்களால். அந்தப் புராதனமான மஸ்லின் கப்பலில் இருந்த மரத் துண்டுகள் அசைந்து நகர்ந்து மணல்வெளியில் தூள் தூளாகின்றன. அடிவானில் சிறுபுள்ளியாக வந்த வெளிச்சத்தை நோக்கி கிழிபட்ட பாய்கள் திரும்பிப் பார்க்கின்றன. தொலைவில் மறைந்து மங்கும் தறிவிளக்கில் கண்மூடித் தூங்குகிறாள் ஒண்டியான அம்மா. வெளியேயும் உள்ளேயும் நீந்தும் ஸ்படிக மீனைப் பற்றி அம்மாவுக்குத்

தெரிந்திருக்கக்கூடும். தறி இழைகளின் ஈர வாடையில் வந்து ஒட்டிக்கொண்டு துயிலும் ஸ்படிக மீனிடம் அம்மா முணு முணுக்கிறாள். முன்பொருநாள் கடலுக்கு அப்பால் சென்றவர்கள் திரும்பி வரவே இல்லை. காணாமல் போன நெசவாளர் திரும்புமாறு ஸ்படிக மீனிடம் கேட்கிறாள். கண்ணாடித்தூளில் அம்மா ஒளிந்து கொள்கிறாள். நுண்ணிய கண்ணாடித்தூளில் ஒட்டிக்கொண்ட அம்மாவை ஸ்படிகமீன் விழுங்கிக்கொண்டு செல்லும் கப்பலைத்தேடி.

இன்னும் முடிக்கப்படாத மணல்பூச்சியின் லேஸ்வலை விரிகிறது. ஒவ்வொரு மணலையும் உயிருடன் சேர்ப்பதில்தான் ஓவியம் உருவாகக்கூடும். வலையில் படும் ஒவ்வொரு நட்சத்திரமாக தொட்டுச் செல்கிறாள் அம்மா. கண்ணாடித் தூளில் வந்துபடிய அம்மாவுக்கும் விண்மீன்களுக்கும் என்ன தொடர்ச்சி இருக்க முடியும்? பூச்சியின் மயக்கவுலகில் ஒவ்வொரு மணலுமே நட்சத்திரமாக மாறிவிடுகின்றது. என்றோ வந்துவிழுந்த நட்சத்திரத் தூசிதானே மணல். அதன் வயதைப் பற்றி யாருக்கும் தெரிவதில்லை. கடலுக்குத் தெரிந்திருக்கும். சதாவும் அலைகள் ஸ்பரிசித்தவாறிருந்தன அந்தக் கப்பலை. அலையின் தழுவலில் உருமாறும் கப்பல். சாம்பலடையும். பழுப்பு ஒளி தோன்ற அதன் தனிமை யாருமற்றிருக்கும். கூழாங்கற்கள் தவழுகின்றன. ஒடிந்த மரக்கம்பங்கள் உதிரும். திரளும் மணலுள்ளே குவிகிறது. கப்பலின் உருவத்தை மெல்ல அழிக்கும் காற்று. பாசி படரும். காட்டுப்பூச்சிகள் வந்தடையும். மணல்பறவைகள் நீளமாய்ப் பறந்து வந்து அதன் கம்பங்களில் அசையாதிருக்கும். கீழே தளத்தில் பூச்சி அரவங்களில் கால்வைத்து இரைதேடும். பொந்துகளில் குடியேறிய சாம்பல் புறாக்கள் ஊமைக்குரல் எழுப்புகின்றன. இழந்த துக்கத்தில் கதறும், மரத்தளத்தில் கிடந்த கிண்ணத்தில் ஒரே ஒரு ஸ்படிகமீன் நீந்திக்கொண்டிருக்கிறது. தன் துயரத்தைச் சொல்ல கப்பலிடம் வந்திருக்கிறது. சவுக்குக் கம்பங்கள் மூளித் தூண்களாக நிழல் வடிகின்றன மணலில். மணல், நிழலைவிட்டு உருண்டு ஓடினாலும் அந்த வெறுமையான தூண்களை அசைக்க முடியவில்லை. மண்டியும் மகிளியும் கடல் தாவரங்களும் அண்டி சில அபூர்வ காந்தப் பூக்கள் மீது வர்ணமடித்துக்கொண்டிருக்கிறாள் மாயா. தன் கலர்பென்சில்களுக்கு தீரவே தீராமல் படம் வரைய வேண்டியதிருக்கிறது.

கடல்நீர் கழுவிக் கழுவி நட்சத்திரமாகிவிடும் மணல். உப்புநீரின் தொடுதலில் ஒவ்வொரு மணலும் துடித்து ஒளியாகிறது. நட்சத்திரங்கள் கழுவப்படுகின்றன. கப்பலை நோக்கிச் சரியும் நட்சத்திரங்கள் வெகு

அனாதியான காலத்திற்கு நகர்கின்றன. அதனால் எல்லோருடைய கனவுகளும் மாறிப்போகின்றன. நீர் பட்ட கப்பல் நட்சத்திரங்களோடு நகரும். இழந்த ஒவ்வொரு துகளையும் வைத்தே விண்மீனின் இருப்பு சாத்தியமாகும். தேய்ந்த கப்பலில் கடல்கிளிஞ்சல்கள் கூச்சலிடுகின்றன. கிளிஞ்சல் தேய்ந்து நட்சத்திரங்களாகும். ஏனோ, உலர்ந்த மணல் ஒவ்வொன்றின் மீதும் பிரேமை கொள்கிறாள் மாயா. அமைதியான ஒரு மணலில் ஒளிந்துகொள்ளும் அந்தக் கப்பலின் கற்பனை வேகத்தை யார் அறியக்கூடும். இரவின் அவாந்திர வெளியில் நகரும் கப்பலில் யார் யாரோ செல்கிறார்கள். அதன் மயக்கவெளியில் நீலக்கண்கள் முளைத்துக் கப்பலில் படும் விண்மீன்களை மயக்குகிறது. நூறு நூறு மெல்லிய பஞ்சுநூல்கொண்டு இணைக்கப்பட்ட கப்பலில் விரிவுகொள்ளும் லேஸ்வலை. ஈரக்காற்று எல்லா நூலிலும் பட்டு குளிர்ந்த இழைகளாகும். ஒவ்வொரு நூலாக மாறிமாறிச் சுற்றுகிறாள் மாயா. கப்பலின் கேலிச்சித்திரத்தை வரைந்தபடி வட்டமாகச் சுழன்று விளையாடுகிறாள். நினைவாற்றல் மிகுந்த கப்பலின் அடையாளங்களை முன்வைத்து பென்சில் கால்கள் படம் வரைகின்றன. நிமிடத்திற்கு நிமிடம் மறதியடைந்துவிடும் கப்பலது. நூல்களால் இணைக்கப்பட்ட கப்பல் நூல்பாதையில் செல்லும். கப்பலில் அசையும் லேஸ்வலை விரிந்து நட்சத்திரங்கள் கீழிறங்கு கின்றன. நூலில் படும் விண்மீன் வலைக்குள் மாட்டுகிறது. எங்கிருந்தோ வரும் பூச்சியின் உமிழ்கோடு கப்பலுக்குள் நீள்கிறது. கப்பலில் தென்பட்ட பூச்சியின் பச்சை நாக்கு வெள்ளிச்சாறு கக்கிக் கக்கி பச்சை நிறமானாள் மாயா.

எல்லாப் பென்சில் கால்களும் வட்டமடித்துச் சுற்றிச் சுற்றி மாயாவை இழுத்துக்கொண்டு கேன்வாஸின் அடியாழத்துக்குச் செல்கின்றன. அங்கு தீப்பற்றி எரியும் புராதனக் கப்பலில் மஸ்லின் திரைச்சீலை பற்றி எரிய பதறி ஓடுகிறார்கள். கப்பல் தளத்தில் மாயா மூர்ச்சையடைந்து கிடக்கிறாள். கேன்வாஸில் நெருப்புநிறத்தை வரைந்துவிட்டு அதில் ஒரு சிகரெட்டைப் பற்றவைத்து இழுத்தபடி எரியும் கப்பலைப் பார்த்தபடி புகைக்கிறான் நாடோடி. சிகரெட்புகை படர்ந்து கப்பலுக்குமேல் கரைந்துபடியும் வெண்ணிறம். மயங்கிக் கிடந்தவளை தூரிகையால் எழுப்பி கனவு நூலில் கோர்த்துவிடுகிறான் மாயாவை. அவன் தூரிகைக்கு அகப்படாத பூச்சி தன் ஒடிசலான கால்களில் நூல் நூற்றுக்கொண்டே நகரும். உமிழ் ஈரத்தில் புதைந்த கனவுக்கோட்டில் நடந்துசெல்கிறாள் மாயா. முடிக்கப்படாத லேஸ் வலையைத் தொடரும் மணல்பூச்சி. கப்பலுக்கு முன்னால்

தென்படும் லேஸ் வலைக்குள் நூறு நூறு விண்மீன்கள் வாலைச் சுழற்றிச் சுழற்றி தன்கதியில் நகர்கின்றன.

மீனின் கண்ணிலிருந்து கீழ்வந்த ஒளி கப்பலைத் தொட்டு வெளிர் நீலமான மயக்க வெளியாக மாறியது. நீலஒளி பென்சிலில் இறங்கி நகரும். வெகுவேகமாக பென்சில் மறைந்து ஒளி தென்படுகிறது. திரும்பவும் தனியே தானே வரைகிறது பென்சில். நீல ஒளியின் ஸ்பரிசத்தை அடைய பிரயாசைப்படுகிறான் அந்தக் கப்பலில் வந்த நாடோடி. நட்சத்திரங்களை அடையும் கால அளவு அவன் கால்களுக்கு இடையில் கிடந்த மணலிடம் இருக்கக்கூடும். இன்னும் அவன் விண்மீனை நோக்கி நடந்துகொண்டிருக்கிறான். அவனுக்கு வைத்த பெயர்கூட மறைந்துவிட்டது. பெயரிடப்படாத கப்பலில் வந்தவனுக்குப் பேர் நாடோடி. தன்னை பூமிக்கு மேலேயும் கீழேயும் புதைந்துக்கொள்கிறான். அவனால் எங்கும் தொலைய முடிய வில்லை. கீழே வெகு ஆழத்தில் ஓடும் அரக்கு நதியில் தனியே செல்லும் கப்பல். வேறு யார் யாரோ அவனுடன் வந்த நாடோடிகளோடு அதில். முடிவில்லாத கேன்வாஸில் காதைவைத்து அடியாழத்தில் ஓடும் அரக்குநதியிடம் பேசுகிறான் நாடோடி. மணல்கண்டத்திற்கு அப்பாலிருந்த அந்த அரக்கு நதியைத் தொட அவன் தூரிகை நீண்டு செல்கிறது. லேஸ்வலைக்குள் பின்னிக்கொண்டே மறையும் மாயா அரக்கு நதியிடம் குனிந்து தன் விரல்களால் தண்ணீரின் தேசல் ஒளியைத் தொட நினைத்து அதைத் தொடாமல் நீரின் அதிர்வுகளில் எதை எதையோ கேட்கிறாள். அவளோடு நதியில் மறைந்திருக்கும் வேற்றுக் கிரகத் தாவரமனிதர்கள் அவள் காதுகளில் முணுமுணுக்கிறார்கள். பச்சை நிறமான மாயா நிர்வாணமாய் அரக்கு நதியில் நீந்திச் செல்கிறாள். அவள் அரக்கு நதியின் ஆழத்தில் இருக்கும் நதிமடுவில் உள்ள குகைக்குச் செல்லக் கூடும். குகையில் அவள் வெள்ளிச்செடிகள் துயிலக்கூடும். மணல்வெளியில் அவள் விட்டுச்சென்ற அடையாளங் களைத் தேடி ஒவ்வொரு மணலிடமும் சென்று கெஞ்சுகிறான் நாடோடி.

உருவங்களையெல்லாம் மெல்ல அழிக்கும் மணல் யாருக்காகவும் இன்றி ஓடிச்செல்கிறது. ஓடிக்கொண்டிருக்கும் ஒவ்வொரு மணலின் ஒளியின் ஊடேயும், மாய மீமனிதர்கள் ஒளிந்திருக்கக்கூடும். எதிர்பாராத திசைகளில் மறைந்திருக்கும் நூல் இழைகளில் மெல்ல அசைகிறார்கள் நெசவாளர். செங்கூந்தர் தெருவில் விரிந்த பாவு வெண்ணிறமாக இருக்கிறது. எல்லோரும் அந்த எல்லாப் பாதை களிலிருந்தும் நூல் கற்றையை விரல்களால் தொடுகிறார்கள். கடலில்

செல்லும் அந்தக் கப்பல் வெறும் வானவெளியில் சிதறுகிறது துண்டு துண்டாய். கப்பலின் கத்திகள் அறுத்த கடல்துளைகளை மூட முடியவில்லை. கடல்மார்பில் பதிந்த அந்தக் காயங்களை சிகிச்சை செய்ய யாருமில்லை இங்கு. தண்ணீருக்குள் கத்திகள் துளைப்பதை யார் சகிப்பது? கடல் மடுவில் துயிலும் மீன் தேவதைகள் கடல் குகைகளைவிட்டு வெளியேறிவிடக்கூடாது. அந்தப் புராதனக் கப்பலின் கனவுகளைக் கலைப்பதற்கு துப்பாக்கிகள் தலைகீழாகப் பாய்ந்தன. உப்புநீரில் செத்த மீன்கள் சில நீந்திவருகின்றன. உப்பும் குருதியும் கலந்த கலகங்கள் மூண்டெழுகின்றன. நீரின் அலாதியை சலனமுறச் செய்யாமலிருக்குமாறு மீன்கள் கெஞ்சுகின்றன. 'வரவேண்டாம் வரவேண்டாம் தேவதைகள் கனவு காணும் போது துயிலைக் கலைக்க வேண்டாம் போதும் போதும்' என மீன்கள் வெளிவந்து கெஞ்சுகின்றன. இருண்டு திரண்டு கிழிகிற வானின் அடியில் மணல்பூச்சியின் கண்ணாடி இறகுகள் பதிகின்றன. ஒளிப்பட்டைகளாய் விரிந்து அடிவானில் வெட்டும் சிறகுகளாயின. கடல்பளிங்குமீது எப்போதும் பார்த்திராத அந்தத் தறிக் கப்பலின் நிழல் தோன்றிமறைந்தது. அவாந்திரத்தில் யாருமின்றி, மிதந்து கொண்டிருந்த நூல் பாதையில் அந்த நாடோடி மட்டும் தனியே போய்க்கொண்டிருக்கிறான். மிக மெல்லிய வெண்ணிற லேஸ் வலை பூமியைத் தழுவி மூடியிருக்கிறது. அதில் அகப்பட்ட நூறு நூறு விண்மீன்கள் வாலைச் சுழற்றிச் சுழற்றி முயங்குகின்றன. மீன்கள் இழுத்துச்செல்லும் லேஸ்வலை உலகைச் சுற்றிப் படர்கிறது.

□

18

கிணற்றடி ஸ்திரீகள்

கண்முன்னே தோன்றித்தான் காணாமல்போகிறார்கள் ஸ்திரீகள். இப்போது அவர்கள் வசிக்காத அந்தப் பழைய தெருக்களில் செங்கல் சுவர்களைக் கடந்து அவ்வுருவங்கள் வெளிர் நீலத்தில் கரையும். சுண்ணாம்பு பழுத்த மாடிகளைக்கொண்ட அவ்வீடுகளில் தூங்கா விளக்கு கண்ணாடி பதித்த மரக்கூடங்களில் சுற்றும். தனிமையில் நிழல் படாமல் விழித்திருந்த சிறுவிளக்கின் ஒளி யாருமின்றி கண்ணாடியில் நீந்தும். மேலே படிந்த புகைப்படத்தில் யார் யாரோ மங்கலாய்த் தெரிகிறார்கள். உள்கூடங்களில் வரும் மரவாசனை யிலிருந்து ஸ்திரீகள் தோன்றினர். வெளுத்த கல்படிகளில் போன தடம் வழுக்கிவிடும். ஆனைக்கிணற்றில் வேதனை தரும் நிறத்தில் அரளிப்பூ கூப்பிடும். இருளில் புதைந்து கிடந்த உணர்வுகள் ஸ்திரீகளை ஊடுருவி தாபத்தை விரித்து ஆடும். வானத்தில் ஒரு சில வெள்ளிகள் தோன்றி கிணற்றடி ஸ்திரீகளை ஒளியால் தீண்டும். தாபமடைந்த பூச்சிகளின் இரைச்சல் வேகமடைய கிணற்றின் மௌனம் தாங்க முடியாததாகிவிடும். வெள்ளை அரளிப்பூ ஒன்று தாபத்தில் வெடித்துக் கீழே உருள்கிறது. சருகுகளுக்குமேல் பூ விழ, துக்கத்தில் ஒடிகின்றன சருகுகள். உருவங்கள் சிதைந்த தெலாக்கல் யாரைப் பிடிக்குமென்று தெரியவில்லை. அதிலிருந்த மூன்று துவாரங்களையும் ஊடுருவிப் பார்த்தால் காணாமல்போன பெண்களின் வழிகள் தெரியக்கூடும். அந்த நினைவுகளைப் பின்தொடராமல் இருந்தார்கள் பெண்கள். அகாலத்தில் நீர் எடுக்கப்போகிற பெண்களைப் பற்றி எல்லோருக்கும் தெரியும். ஆனைக்கிணற்றைச் சுற்றி இறந்துபோன ஸ்திரீகளின் பேராசைகள் சுற்றி வந்துகொண்டிருந்தன. அடிப்பாறை களில் உறைந்த அபிலாசைகளில் ஸ்திரீயின் குணம் மாறிவரும். ஒவ்வொரு ஸ்திரீயுமே ஆனைக்கிணற்றுடன் பந்தப்படுகிறாள். உறக்கத்திலும் அந்தக் கிணற்றுக் கல்லில் பதிந்த கல்யானையின்

காதுகள் அசையும். யாரும் பார்த்திராத யானைக்குப் பெண்களைத் தெரியும். யாரும் பார்க்காமலே கல்யானையின் நினைவு வரும். ஒவ்வொருவரும் அதைக் கடந்தே போயினர். கல்யானையைத் தொடாமல் விலகி மறைகிறார்கள். அதற்குச் சொந்தமான கிணற்றை விடாமல் பற்றியிருக்கும். நீர்வற்றிப்போன இந்த நாட்களில் அடி ஈரம் கசிந்துகொண்டே இருந்தது. மற்ற எல்லாக் கிணறுகளும் தூர்ந்திருக்கக்கூடும். தொலைவில் அவற்றின் முணுமுணுப்பு வரும். சோகத்தில் ஆழ்ந்த யானையின் பெரிய உரு அசையாமல் நிற்கிறது எல்லையற்ற ராத்திரியில். இடம்பெயர்ந்தவர்களும் கல்யானையை நினைவுடன் கொண்டுபோகக்கூடும். அதன் துதிக்கை நீண்டுவரும் கூடவே. எவ்வளவு இருட்டானாலும் அதன் கருமை வெகு ஆழத்தில் உயிர்கொள்வது.

சிறுவர்களையும் சிறுமியையும் கூட்டிக்கொண்டுதான் ஆனைக் கிணற்றுக்கு வருகிறார்கள் பெண்கள். குழந்தைகளின் கண்களில் விரிந்த சாதாரணமானவற்றிலும் விநோதங்கள் கூடிவிடும். தெரியப் படுத்தமுடியாத வெளிச்சங்களைத் தன்னுள் கொண்ட கல்யானை சின்னச் சின்னதான கண்களில்தான் எல்லா மறைமுகங்களையும் ஒளித்து வைத்திருக்கக் கூடும். அதைக் கண்டதுமே ஸ்திரீகள் அலாதி அடைகிறார்கள். எல்லோருடைய மறதியையும் தலைகீழாக உணர்ந்தது கல்யானை. அதற்கான மணிகளை அது அசைக்காமல் இருந்தது. ஆனைக்கிணறு தன் அகால சப்தங்களால் ஆழமான பாறைகளுக் குள்ளிருந்த நிற அலைகளை வீசியது மனவெறியில். அதுவரையான கந்தப் பூண்டுகளில் கத்தரிப்பூக்களில் இருந்த நிறங்கள் பேதமடைந்து ஊரெங்கும் பரவி ஸ்திரீகளின் உணர்வுகளை ஆட்கொண்டன. ஸ்திரீமனம் நீர்முள்ளில் குத்திக் கிழிபட்டு நிறங்கள் உருமாறின. தாவரங்களின் பிரண்டைகளில் மயங்கிய நிறம் தோன்றும். எப்போதுமே காணாத உணர்வுகளுக்கு ஆளாயின கோரைகளும் நெருஞ்சிகளும். தூக்கத்திலிருந்த புல் நிறம்மாறி ஸ்திரீகளை எட்டிப்பார்த்தது. காணா நிறங்களில் வந்த உணர்வுகளுக்கு மாறினர். திரட்சியான கனவுகளை அடைந்த இரவு உயிர் வகையில் உரசிக் கொண்டிருந்தது. எல்லா ஸ்திரீகளும் அரளியில் வீசிய காந்த அலையில் பல முன்சொல்லப்படாத நினைவுகளை எட்டினர். இழுபடும் அலைகளில் ஊர்நிறம் மாறும். கூரைகளில் ஓடுகளில் வேர் குருத்துகள் வளர்ந்தன. நிறக்கிளைகளில் பாறைத்துகள்கள் பரவிவந்து கரையும். தெருக்களில் பரவிய பட்டைக் கற்களில் வறண்ட அலைகள் எழுந்து கரையாத காங்ரீட் சுவர்களுக்குள் பதுங்கிய கம்பிகள் முறுக்கேறிப்

பெயர்ந்து கரைய கட்டுக் கம்பிகள் தெறித்து எல்லாப் பில்லர் களும் நடுக்கத்தில் உளறிக்கொண்டிருந்த வார்த்தைகளைக் கேட்டு ஊரிலிருந்தோர் நிலைகுலைந்து பிதற்றிக்கொண்டிருந்தனர். சிமெண்ட் கம்பிகளை வைத்துச் சுருட்டிய அலைகள் உடைந்த பைப்களுக்குள் புகுந்து எல்லா வீடுகளுக்குள்ளும் அசைத்தன. மின்கம்பிகளை ஊடுருவிய கிணற்றுத் தவளைகளின் குரல் சுருள்சுருளாகச் சுற்றிச் சென்று அறுபத்திநாலு ராகங்களாய் மாறிவிடும். பின்னோக்கித் திருகிய நட்டுகள் பயத்தில் கழன்று ஓடியது அலையில். கிணற்றைச் சுற்றிச்செல்லும் பழைய தண்டவாளங்கள். அலையில் பெயர்ந்த தண்டவாளங்களுக்குக் குறுக்காகத் தறையப்பட்ட ஸ்லிப்பர் கட்டைகளைக் கடந்துபோன ரயில் தனிமையான சின்ன ஸ்டேஷனில் நின்று போயிருந்தது. ஸ்லிப்பர் கட்டைகளில் முறுக்கப்பட்ட நட்டுகள் மூச்சுத்திணறி ஆணிகளை வளைக்கும் அலை. திருகிச் சுழலும் நிற அலை சூறையாக எழுந்து தந்திக்கம்பிகளில் அதிர்ந்து கொண்டிருந்தது தொடர்ச்சியாய். ஆழங்களில் இருந்த கல் அசைந்து வெளிவந்துகொண்டே இருந்த உராய்வுகளில் முன்நினைவுகளை வெளிப்படுத்தியது ஆனைக்கிணறு. வீடுகளுக்குள்ளிருந்த நிலைத் தூணில் தட்டித் தட்டி விதவிதமான சப்தங்களைக் கேட்டனர் சிறுவர்கள். தரையில் அதிர்வதால் காதுகளை வைத்து ரகஸியமாய் ஓடும் அலைகளைக் கேட்கிறார்கள் சிறார்கள். அவர்களை அழைக்கிறது நீரில்லா அலை. தெருவின் எல்லாத் திருப்பங்களிலும் யாரோ வருகிறார்கள்; மறைகிறார்கள் அலையில். அவர்கள் யாரும் இல்லாமலே திரும்பத் திரும்ப இடங்களில் படும் முகங்களால் இடம் தன் வசீகரத்தைக் கொள்கிறது. வேதனைதரும் வெள்ளை அரளிப்பூவின் வாசனையில் சுண்ணாம்பு வீதியின் சாயைகள் படரும். தூக்கமயக்கமான அத்தெரு தன் சமீபத்தில் ஆள் நடமாட்டமின்றி நிசப்தம் கொள்ளும். நேரம் தவறிவந்த பாசஞ்சர் ரயிலில் இருந்து அந்தத் தெருவின் பூக்காரன் குடித்துவிட்டுத் தள்ளாடி நடந்து போகிறான். வெறும் பார்வையில் அவனைத் தெரு பார்த்திருந்தது.

உயரமான காரை வீடுகளை யாரும் தொடுவதில்லை. ஊமைப் புறாக்கள் சில உயரத்தில் பதுங்குகின்றன. அவற்றின் துயர முனகலைத் தெரு கேட்டிருந்தது. யாரும் வசிக்காத உயரத் தெருவில் நடந்து கொண்டிருக்கும் வெகு சிலரும் கரைகிறார்கள் தொலைவில். மரப்படிகளில் ஏறி ஏறி மறைகிறார்கள். ஜன்னல்களில் இருந்த மரக்கதவுகள் கிர்ர்ர்ர்... ரென்று மறுப்பில் திறந்துகொண்டன. ஸ்திரீயின் கைகள் வருகின்றன. கம்பிகளில் தட்டும் ஓசை. இடை

விடாமல் தெருவில் வருகிறாள் ஒரு ஸ்திரீ. சுவர்களில் ஊர்ந்துதிரியும் பல்லி உள்ளிருக்கும் ரகஸியங்களை அறிய ஜன்னலில் திரும்பும். ஜன்னல் கம்பிகள் உருகி அழுது நிழல்வடிகின்றன தெருவில். சுண்ணாம்பு பெயர்ந்து உதிர்ந்த நிறம் வெண்படலமாய் மனதின் தோற்றம் கொள்ளும். தெருவில் மெலிந்த யுவன் ஒருவன் வீட்டுக்குப் போகிறான். அலைகளால் புரட்ட முடியாத தெருநிழல்களில் ஸ்திரீயின் அரூபம் நிற்கிறது. கிணறு தன் வசிய நிறங்களால் பேசுகிறது நிழல்களுடன். இரவில் பதிமூன்று வெள்ளிகள் உதிர்ந்து விழுவதைப் பார்த்தவர்கள் ஆனைக்கிணற்றுக்குள் எட்டிப் பார்த்தனர். உதிர்ந்த வெள்ளி வால் முளைத்த பூச்சியாகி கிணற்றுக்கு மேல் எகிறி கிணற்றின் கதைகளைச் சொல்லும். நீர் இழுக்கும் வாளியில் ஓர் வெள்ளிவால் தகதகக்கிறது. இடைவிடாது பேசுகிறது மௌனத்தில். கையில் அள்ளிய நீரில் வெள்ளிப்புழு நழுவி ஓடி எட்டிய சூனியத்தில் துளைத்து உள்புதைகிறது. வெள்ளிப்புழுவின் ஸ்பரிசம் அடைந்த ஸ்திரீ உடல் இளநீலத்தில் கரைகிறது. தொலைவில் ஓடிய வால்வெள்ளி அசைவதைப் பார்க்கிறார்கள் ஸ்திரீகள். அதன் வால் நெளிந்தபடி இருளில் கீறுகிறது. பிளவுபடும் இருளில் நெளியும் சுடர் பிரபஞ்ச அசைவில் நடுங்குகிறது.

நட்சத்திரங்களோடு ஊமத்தம்பூக்கள் தலை திரும்புகின்றன. எல்லாம் கனவாக ஆகும். கண்களைத் துடைத்தாலும் கனவு ஒட்டிக்கொள்ளும். எதிரே கிணறு. வெற்று அலைகள் தெத்தும் ஆழங்களில் கனவு வரும். வெள்ளி மணல் உருண்டுருண்டு ஊரின் நினைவுகளை இழுத்துச் செல்கிறது. ஊருக்குமேல் விழும் வேற்று மணல் இருட்டில் புதைந்து அலையும். தெருவில் வந்துவிடுகிற மணலில் யார் யாரோ தோன்றி கிணற்றுப்பாதையில் மறைகிறார்கள். நீரில் தெரிந்த வெள்ளிப்பூச்சிகள் நீரில் கோலமிட்டவாறு கனவுக்குள் சுழன்றுசெல்லும். கனவுகளில் வந்த வெள்ளிப்பூச்சிகளை எல்லோருமே தொடுகிறார்கள். வெற்று அலைகள் வருகின்றன. கனவுக்குள் போய் மறைகிறார்கள் ஸ்திரீகள். வெள்ளிகள் கரையாத அலைகளில் சப்தருதுக்கள் சரிந்தபடியே அலைகிறார்கள். உடம்பு இல்லாதவர்கள் கொடிப் பாசியாக நீண்டு பாறைகளின் குரல்களாகி சுழன்று ஆழத்தில் செல்லச் செல்ல வெறுங்கிணற்றின் சருக்கத்தை கிணறே சொல்லச் சொல்லக் கேட்டிருந்தது ஊர். சுவர்ப்பாறைகளில் நிறைவேறாத அபிலாசைகளை ஸ்திரீகள் விட்டிருக்கக்கூடும். அதன் குரல்களில் மறைகிறார்கள் ஸ்திரீகள். என்றோ ஒரு பொழுதில் அமலை வந்து தன் சிநேகிதியை விசாரிக்கிறாள் கிணற்றிடம்

'எங்கே என் செண்பா' என்று. அடியிலிருந்த ஒளிமீன் துள்ளி மேல்வந்து 'செண்பா செண்பா' எனப் பேர் சொல்லி அவள் அபசருக்கத்தைச் சொல்லச் சொல்ல ஒளிமீனின் செதில்களில் கொடி படர்ந்து, தீவினைப்பூக்களில் பதுங்கியிருப்பதாய்ச் சொன்னது ஒளிமீன். அவளுக்காகவும் அவளுக்குமுன் மறைந்த மூத்தவள் அஞ்சனாவதி எனும் ரூபவதிக்காகவும் தன் படர்கொடி விரித்து காத்திருந்தது ஆனைக்கிணறு.

எல்லாக் காலத்திலும் வாழ்ந்த அஞ்சனாவதியைத் தேடுவோர் யாருமில்லை. கல்தச்சனின் ஒரே மகளான அஞ்சனாவதி பெரிய பெரிய பாதங்களுடன் பெரிய வீடுகளுக்கு நீர் எடுத்துக் கல்தொட்டிகளை நிரப்பினாள். அவள் சாயை படர்ந்த சமையலறையின் இருட்டு இன்னும் உயிருடன் இருந்தது. சுவர்க்கருப்பில் இருந்த அவள் விரல் தடங்களில் அவள் நடுக்கம் இருந்தது. காளியங்கோவில் பொந்துகளில் மறையும் கல்ஆந்தையின் குரலில் அவளைப் பற்றிய சாவு பயம் தொற்றிக்கொள்ளும். தகப்பனுக்காக நித்தநித்தம் காளிகோயிலில் விளக்குச்சரம் போட்டுக் கிளியாஞ்சட்டி தீபம் ஏற்றி உருகி மருகினாள். பெரிய மொடாப் பானைகளின் சுமைதாங்கிக் குட்டையாக இருந்த அவள் உருவம் ஏனோ கிணற்றுடன் பதிந்திருந்தது. மற்றொரு வேளை வாழைத்தோட்டத்திலும் காய்கறிப் பாத்திகளிலும் வாழைப்பூ அருகில் மறைந்துகொண்டிருந்த தோட்டக்காரி குலைதள்ளும் வாழையிலிருந்து வெளிப்பட்டாள். வாழைமடல் காதுகளைக் கொண்ட தமயந்தி குடத்தை வைத்து மர ராட்டைச் சுற்றவிட்டுக் கிணற்றை எட்டிக் கேட்கிறாள். 'வாழைத் தோட்டங்கள் முறியாமல் பூக்கும் பருவத்திலிருந்த என் சகோதரி கௌரியைத் தேடி வந்தேன் சொல்' என்றாள். ஒரே சமயத்தில் ஆறேழு ஒளி மீன்கள் துள்ளிமேல் எழுந்து உயரத்தில் அசைந்தவாறு கிணற்றின் சருக்கத்தில் மறைந்து கொண்டிருந்த கௌரியைச் சொல்லியிருக்கக் கூடும். வாழைக்குருத்துள் சுருண்டிருக்கிறாள் கௌரி. ஒவ்வொரு அகன்ற இலையுமே அவள் என்றபடி தலைகீழாய் மறைந்தன ஒளிமீன்கள். காய்கறித் தோட்டங்களில் சிரித்த கத்தரிப்பூ நிறவெளிச்சங்களில் கௌரி பாத்தி விலகி ஒவ்வொரு செடியிடமும் பிரேமை கொள்கிறாள். கமலையில் கூனை ஒழுகிய நீரில் அவள் கண் பதியும். வெண்டைக்குள் அடுக்கடுக்காக இருந்த பிஞ்சு விதைகளில் அவள் கனவும் மறைந்து இருந்தது. என்னேரமும் காய்கறிச் செடியில் வந்த சுருட்டை நோய்க்கு மனம் வெதும்பிப் பக்குவம் பார்த்திருந்தாள் கௌரி. அவள் தோட்டமே அவள் மனதாக விரியும். அவள் போனபின் இலைகள்

சுருள்கின்றன. வாழைப்பூவில் இருந்த வைலட்மடல் காய்ந்து கொண்டிருந்தது அவளின்றியே. ஊமத்தம் பூவில் விடிந்தபோது ஆனைக்கிணற்றைச் சுற்றிலும் அரளி வகைகள் தென்பட்டன. எப்போதுமே ஸ்திரீமுகம் பார்த்து வளரும் எல்லா அரளிகளும். இலைமறைவில் கொத்துக் கொத்தாய் அரளிக்காய்கள். மொட்டை மாட்டுவண்டி தனியே போகிறது. மாடுகள் பார்த்திருக்கும் அரளிக் காய்களை. கிணற்றுச் சரிவில் வண்டிச்சோடை. கடக்... லொடக்கென்று சரலில் இறங்கியது சக்கரம். அரளிக்காய்கள் பாலும் நஞ்சும் கலந்து வண்டுகளுக்கு ஊட்டும். அரளிப்பூக்களில் தேன் உறிஞ்சும் வண்டுகள் அடிவயிற்றில் தேக்கிய நஞ்சுடன் மயங்கி மயங்கிச் சரிந்து சுழன்று வரும் அவாந்திர வெளியில் மறைய தொலைவில் வரும் மாடுகள் தலையாட்டுகின்றன. கொம்புகளில் பூசிய அரளிப்பால் கண்டு வண்டிக்காரன் புலம்புகிறான். கீழக்குடிசையில் காடு காத்து வந்த குமறு தெய்வானை அம்மியில் நசுக்கிய அரளிக்காய்களைப் பாலுடன் பிழிந்து கொஞ்சம் கொஞ்சமாய் உயிர்விட்டுக்கொண்டிருந்தாள். தாயார் சொன்னசொல் பொறுக்காமல் பூட்டிய வீட்டுக்குள் அரளிப்பச்சை உடலில் படர சுவரில் பதிகிறாள். சாணம் பூசிய மண் தரையில் அரளிப்பால் கொட்டி பாச்சாண்கள் இறந்துகிடந்தன. அரளிப் பாலை மிதித்த பல்லியொன்று கால்களை உதைத்து உதைத்து நடுங்கிக்கொண்டிருந்தது தரையில். அவள் கண்கள் மருகித் திறந்திருக்கின்றன. தெய்வானையின்றி காட்டுச்சோளம் கொண்டை களை அசைத்து தலைகவிழும். கிணற்றின் அகாலமான குரல் கேட்டு வண்டி கடந்துபோனது. மாடுகளின் வெள்ளை நிறத்தின் மீது சாவு உறைந்திருந்தது. தெருவில் மாடுகள் அசைகின்றன வெள்ளையாய். குரல் அறுபட்டுத் துடிக்கின்றன அரளிக்காய்கள். அம்மி உருண்டு புதைகிறது ஈரத்தில். கிணற்றில் தெளிவில்லாத விடிவெள்ளி முளைத்திருக்கும். அதன் ஒளியில் பிறந்த நஞ்சுடன் அரளிக்காய்கள் கொத்துக் கொத்தாய் அசையும். குடங்களைப் புளி உப்பு நார்தேய மினுக்கி களிம்பு அப்பிய பித்தளைக்குடம் தெளிவடையும். நிறை குடத்தில் அரளி இலைகளும் ஒரு பூவும் கொண்டுபோகிறார்கள் பெண்கள். அரளியில் நீலம் பாரித்துக்கிடந்த குமரைக் குளிப்பாட்டி அவளுக்குப் பூச்சூடி அலங்கரித்து உரலில் அமரவைத்து, சுற்றிலும் பெண்கள் முகம் பாறைகளில் மோதி அலையாகிறது. அரளிப்பூ வாசத்தில் கிணற்றுநீர் சுரக்கும். வாளியை இழுக்கும் மர ராட்டு கடகடவென்று சுற்றுகிறது. ஒவ்வொரு பூவாக அரளி வெடித்து குடத்தில் மூழ்குகிறது யாருக்கும் தெரியாமல். குடங்களை

வைக்கவிருந்த குழிகளில் நீர்ப்பாசி முளைத்திருந்தது. கிணற்றைச் சுற்றிய பனிரெண்டு குழிகளில் ஒவ்வொரு ஸ்திரீயின் இஷ்டமான இடமிருக்கும். அந்தப் பொழுதுகள் இருண்டு கருகுகிற வேளை கிணற்றடி ஸ்திரீகளின் சப்தங்களில் கிணறு மங்கலாய்த் தெரியும்.

எந்தப் பக்கமிருந்து நீர் இறைத்தால் கிணறு தரும் உணர்வைத் தானே பெறமுடியும் என்பது ஸ்திரீகளுக்குத் தெரியும். அவரவர் வீட்டிலிருந்து அந்தரங்கமாய்க் கொண்டுவந்ததை கிணற்றுடன் பரிமாறிக் கொள்வார்கள். நீர் இழுக்கும் கயிறுகள் ஆழமாய்ப் போய் அடித்தூரில் கிடந்த சிறு அளவான நீரைச் சுரண்டும் வாளியின் அவலஒலி இரவின் ஆழத்தில் பதியும். குடத்தில் துணியால் வண்டு கட்டி நீரைப் பிழிகிறார்கள். பாறை இடுக்கில் கசிந்த நீரில் ஆனைக் கிணற்றின் ஊற்றுக்கண் திறந்து எல்லோரையும் பார்க்கும். இருண்ட ஆழங்களில் ஒரு துளைவிழ உயரத்திலிருந்த நீல ஒளியாக அதன் கண் நகர்ந்து செல்லும் மேலே.

பாறைகள் பிழிந்த நீரில் ஊரின் தாகம் அதிகரிக்கக்கூடும். என்னேரமும் கிணற்றுமேட்டில் ஆட்கள் நிற்கிறார்கள். ஆழ்ந்த மௌனத்தில் உருகும் பாறைகளில் நீர் ஊறிவிழும் ஒலி. ஒவ்வொரு துளியையும் எதிர்பார்த்துக் காத்திருக்கின்றனர் உறங்காமல். கயிறுகொண்டு இழுக்கிறாள் சிறுமி, கிணறையே வெளியேற்ற. மர ராட்டு வெறுமையில் கடகடவெனச் சுற்றி ஆழத்தில் மறையும். ஒவ்வொரு பாறையாக எடுத்தாலும் கிணறு மறைந்துகொள்கிறது. உள்ளே ஒளிந்துகொண்டு சிறுமியை அழைக்கும் ஆனைக்கிணறு. கற்கள் உரசும் ஒலி. மேலேறிவரும் நீர்விரல்கள் நழுவி தலை கீழாய்ச் சுழல்கிறது குரல். முடிவில்லாத ஆழத்தில் போய்க்கொண்டே இருந்தது கிணறு. எல்லோரும் போனபின் வெற்று அலைகளை வெளிப்படுத்தி வசியத்தில் ஆழ்த்தும். கயிறுடன் பிணைந்த ஒவ்வொரு ஸ்திரீயாக கிணற்றில் மறைவதை பார்த்திருந்தோர் விலகி மறைந்தனர். ஏனோ, அதிரும் இருள்கொண்ட பாறைகளில் மறைகிறார்கள். கிணறு தன் சருக்கத்தில் மறைந்தப் ஸ்திரீ முகங்களின் மௌனத்தை வெளிப்படுத்தும். கிணற்றைச் சுற்றிநின்ற கல்தூண் பழுத்து அதில் கட்டியிருக்கும் பழமையான காண்டாமணி ஸ்திரீகளின் இருப்பை உணரும். காண்டாமணிக்குள் தலைகீழாய்த் தொங்கும் வௌவால் கூட்டம் கூட்டமாய் வெளியேறி மரணபயத்தில் அலறும். அரளிக் கொடி படர்ந்து காண்டாமணியில் பிஞ்சும் பூவுமாக இருந்தது. அரளிக்கொடிகள் பரவிய கிணற்றுப்பாதையில் பிஞ்சும் பூவும் நெடி வீசும். குருத்துப்பாதங்கள் பாதையில் மறையும். வைலட்பூவின்

நிறம் பரவிய வெளிச்சத்தில் கிணறு தன் மனத்தோற்றங்களை விரித்துத் தானே பார்க்கிறது. நடுங்கிய தூணில் பெரிய மணி அதிர்வதை கேட்க ஆளே இல்லை. காண்டாமணிக்குள் பதுங்கிய விநோதப் பூவின் வைலட் அலை சூழலெங்கும் பரவியது. அந்த வெளிச்சத்தில் மணல்ரேகைகளை யாரோ தொட அலையாக எழுந்து காண்டா மணியில் வகை வகையான விநோதத் தோற்றங்களில் ஸ்திரீகள் வருகின்றனர். கிணற்றிலிருந்த நீர்க்கண்ணாடியில் படியவிட்ட கன்னிமையின் சாயலைக் கிணறு பார்த்துக்கொண்டிருந்தது. கிணற்றில் படும் வெள்ளியின் ஒளி வசீகரத்தில் நீந்தும். நீரில் ஆடும் சுடரில் செண்பாவும் அவள் நிழலும் பெயர்ந்து நீந்தி சுற்றிச் சுழல்கிறது நிழல்.

வெள்ளிச் சிலந்தி ஆயிரம் கால்கள் கொண்டு பின்னிய வலைக்குள் செண்பா வலைபின்னியவாறு நீரில் துடிக்கிறாள். எல்லாத் திசையிலும் அதிர்கிறது சிலந்திவலை. நீரில் மிதக்கும் வெள்ளிச் சிலந்தியாய் மாறிய செண்பா அவள் உடல்சுருங்கி சிறுபூச்சியாகி சிலந்தி வலையில் சரிந்து ஓடுகிறாள் நீருக்குள். கல்யானை மீது துணி உலர்த்திக்கொண்டிருந்த செண்பா உடம்பெல்லாம் ஊக்கு மாட்டித் துணி விலகாமல் கிணற்றில் தலைகீழாக விழுந்து மறைகிறாள். வெளவால்கள் பறந்து பறந்து கூப்பிடுகின்றன... 'வந்துவிடு செண்பா வந்துவிடு...' உலர்ந்துவிட்டிருந்த அவள் ஆடைகளை மார்பில் புதைத்துக் கதறுகிறாள் அமலை. கைநீட்டி அழைத்தவாறே மறைகிறாள் அமலை. பின்னொரு இரவில் நிசப்தத்தில் மூழ்கிய கிணற்றடிக்கு செண்பா தெருவழியாக வந்து போனாள். தெரு பார்த்திருந்தது அவளை. சாவின் பதற்றத்திலிருந்த கல்யானையை தொடுகிறாள் மௌனமாக. கல்யானை காதுகளை அசைத்துக்கொண்டி ருந்தது. நினைவுகளில் மறுபடியும் மூழ்கிப்போகிறது கல்யானை. அரளிப்பூ எல்லோருடைய தூக்கத்திலும் எட்டிப்பார்த்தது. தலையணையில் முகம்தூக்கிப் பார்க்கும் பெண்களுக்கு அரளியில் மறைந்திருப்பவள் யாரென்று தெரியும். பின்னொரு வேளை வேறொரு பெண்ணாக அறியப்பட்ட புவனேஸ்வரி அரளிக் காய்களை நசுக்கி வெள்ளிக் கிண்ணத்தில் பிழிந்து சுண்ணாம்பு யானைகள் பதிந்த மாடவீட்டின் உள்கூடத்தில் நஞ்சுப்பாலில் மெல்ல மெல்ல கண்மறுகி சரிகிறாள். மரவாசனைகள் வீசும் வீட்டுக்குள் கண்ணாடிக் கதவுகள் திறந்து சப்தமெழுப்பி அடித்துக்கொள்கின்றன. அவள் இறந்தபடி கூடத்தைப் பார்க்கிறாள். பலபிம்பமாக அவள் இறந்து கொண்டிருந்தாள். ஒவ்வொரு பிம்பத்தின் கண்களிலும் குடிகொண்ட விஷ மயக்கத்தில் கண்ணாடிகள் சுழல்கின்றன. அன்று அவள்

அணிந்திருந்த தங்கவைர தாமிரவருணிப்படுகை முத்து ஆபரணங் களில் விஷம் வடிந்து துளிகள் தரையில் விழுந்தன. நஞ்சின் நெடி அதிகரிக்க அதிகரிக்க கூடமே ஒளிர்வடைந்த கடைசிகணம் உறைந்துவிட்டிருந்தது வீட்டுக்குள். பூண்போட்ட கதவு திறந்துவந்த செட்டியார் தன் செல்லமகள் அரளிக்குள் மறைவதைக் கண்டு வெற்று அறைகளைத் தடவித் தட்டழிந்து நடமாடியபடி இருக்கிறார். செட்டியார் மகளுக்குச் சேர்த்து வைத்த தங்கக்காசு மாலைகள் கட்டிமுத்து பதுங்கிய ரெங்கூன்பெட்டிகள் பீரோவிலிருந்த பட்டுகளும் பாசிகளும் கற்களும் ஒளி இழந்து துடித்தன. வசீகரத்தை இழந்த வீட்டுக்குள் புதைவுகொண்ட வசீகரமென மறைந்து திரிகிறாள் புவனேஸ்வரி. பெரிய பெரிய மர பீரோவில் ஒளிந்து கொள்கிறாள். ஒவ்வொரு அறைக்குள் நடுவீட்டில் மாடத்தில் வானெளியில் தோட்டத்தில் அரளிகளில் வெற்றிடமாய்ப் பரவுகிறாள். புவனேஸ்வரிக்காக அந்தத் தெருவிலிருந்த வெற்றிடங்களை யாரும் தொடாமல் நகர்ந்தனர். தெருவில் ஆனைக்கிணற்றின் நிழல் விழுவதாகப் பேசியது தெரு. புவனேஸ்வரி இந்த அகாலத்தில் நீர் இறைக்கும் சப்தம் கேட்கும். சுவரில் உரசும் வாளி கிணற்றில் நீரைச் சுரண்டும் ஒலியில் கனவிலிருந்து கேவிக்கேவி வியர்த்து ஊற்ற அரை மயக்கத்தில் புரண்டு பிரமையென செட்டியார் தலையணையில் முகம்புதைவார் பயத்தில். கோயில்மேட்டின் இரக்கத்தில் இருந்த ரேழி வீட்டுக்காரர்கள் அங்காள ஈஸ்வரியைக் கம்பி அழிப்பாய்ச்சிய வீட்டில் பூட்டிவைத்தனர். உடம்பில் துணியே இல்லாமல் உள்கூடத்தில் எரியும் மங்கலான அரக்கு வெளிச்சத்தில் கரைகிறாள். எப்போதுமான இருட்டில் பழகியிருந்தாள். உயரத்திலிருக்கும் ஜன்னலில் எட்டிப்பார்க்கிறாள் ஆனைக்கிணற்றில் நிற்கும் கல்யானையை. அவளைப் பார்த்துத் தன் சிறு கண்களால் பேசக்கூடும். கிணற்றில் நீர் இரைக்கும் சப்தம் கேட்கும் அகாலத்தில். அவள் யாரென்று பேர் சொல்லிக் கூப்பிடுகிறாள் அங்காள ஈஸ்வரி. பிரிந்து சென்ற அவள் நிழல் ராப்பூராவும் கல்யானை அருகில் மௌனத்தில் பார்த்திருக்கும். அரக்கு ஒளியில் அவள் நிழல் இன்றி நடமாடினாள். அவளை நோக்கிவரும் நிழலைக்கண்டு அஞ்சினாள். கூச்சலிட்டுத் தன் முன்நிழலை விரட்டுகிறாள். அவளோடு பெயர்ந்தோடும் நிழலைத் துரத்தித் துரத்தி ஓய்ந்து சரிகிறாள் பூட்டிய வீட்டுக்குள். அவள் நிழல் அழிப்பாய்ச்சிய கம்பிகளில் நின்று ஈஸ்வரி... ஈஸ்வரி என அழைத்தவாறு இருக்கும். வீட்டு உள்ளில் நிர்வாணமாக நடமாடும் போது ஏதேதோ விநோதங்களில் ஆழ்ந்து

முணுமுணுக்கிறாள். யாரும் அடையாத புதிய வெளிச்சங்கள் வந்து மறைந்து எட்டிப் பார்க்கும். அவற்றுடன் பேசுகிறாள் அவற்றின் குரலில். ஒளியின் சப்தங்களை அறிந்து துடிக்கிறாள். விளக்கிலிருந்த அரக்கு ஒளி உடலில் படர்ந்து தைலமாய் மினுமினுத்தது. முதுகில் அரும்பிய கருப்புரோமங்கள் சுழிசுழியாய்ப் படரும் பூரானாய். சுருட்டை முடியை விரித்து அறையில் சாய்ந்தவாறு மேல் ஜன்னலில் வரும் வெளிச்சத்தில் மறைகிறாள்.

கிணற்றில் கடகடத்து உருளும் மரராட்டில் கீல்மையாகக் கசியும் இருட்டு. விநோத சப்தங்களுடன் ராட்டு புலம்பும். ஸ்திரீகள் மாறிமாறிச் சுற்றுகிறார்கள். அதே தெருவில் இல்லாத பலரும் தோற்றத்தில் தெரிந்தவர்களாக மாறி கிணற்றில் குனியும்போது அவள் பெயர்சொல்லிக் கூவிக்கூவி தெரு அதிரும். தெரியாத பாதங்கள் உரசும் ஒலியில் விழிப்படைந்து ஜன்னலில் எட்டிப் பார்க்கிறாள். உள்ளே இருளான அறைகளுக்குள் நடந்து நடந்து பழகிப்போயிருந்தது. எத்தனை வருஷங்கள் பூட்டிய வீட்டுக்குள் நடமாடுகிறாள் என்று தெருக்காரர்கள் அறிந்திருக்கவில்லை. ஆனைக் கிணற்றிலிருந்த அரளிவாசம் அவளை நோக்கி வீசும். அவள் சினேகிதிகள் வாசனையாக வந்து அவளைப் பார்த்து வேதனை கொள்கிறார்கள். பூப்பதும் உதிர்வதுமில்லாத கன்னிமையின் நெருக்கத்தில் ஸ்திரீகளைத் தொடுகிறாள். கிறுகிறுத்துச் சுற்றும் காந்தவாடையில் உலர்ந்த பாறைகள் நகர்கின்றன. வெள்ளை அரளிப்பூ ஒன்று ஈஸ்வரியின் முதுகுத்தண்டில் சுள்ளென்று ஊடுருவும் வலி. இருண்டசுவர் உச்சியில் இருந்தது நிஜமானின் கொம்புகளுடன் மரத்தாலான மான் தலை. அவளோடு சிநேகம் கொண்ட மான்தலை மூடியிருக்கும் கதவை மலங்க மலங்கப் பார்த்தபடி நிலைத்த கண்கள் மான்முகத்தில் தீட்டியிருக்கும். மரமான் திரும்பி, பக்கமெல்லாம் கானகப்பூ விரியும் சுவரிலிருந்து பிய்த்துக்கொண்டு ஓட, மூடிய கதவுகளை சுவர்களை மோதி வெளிப்படத் துடிக்கும் கிளை கிளையான நிஜக் கொம்புகள்.

இமை மூடாமலே அவள் கண் அசைகிறது. கையும் படியாமல் காலும் படியாமல் விழும் அவள் தனிமையின் தடம் குளிர்ச்சியான கிணற்றுச்சுவரில் அடிவயிறு படியக் குனிகிறார்கள். வாசனையுள்ள காற்றை சுவாசிக்கிறார்கள். கண்பரப்பில் வெண்ணிறநீர் உயர எழுந்திருந்தது. எல்லோருமே நீரடியில் அலைவுறுகிறார்கள். ஸ்திரீகளின் உருவங்கள் நீரில் தெரியும் வைலட் பூவில் மறைந்தவாறு இருக்கின்றன. சுழலும் அலையாக வைலட் பூ வெளிச்சமடைகிறது

எங்கும். கண்ணுக்குத் தெரியாத வெளிச்சங்கள் தோன்றி வெண்ணிறப் பூவின் நறுமணம் ஈட்டியெனப் பாய்கிறது மல்லிகா மீது. அவள் ஏக்கம் செடிகளுக்குப் பரவி அசையும். அவள் உரு சலனமடைந்து வேறொரு பெண்ணாகிறாள். அருகில் வருவதுபோல் வந்து மறைகிறாள் மல்லிகா. தெருவெங்கும் அவள் நினைவு நீள்கிறது. அவள் வெண்ணிறக் கைகளும் உடலும் கரைந்து விளக்கில் ஒளிரும். நீர் முகர்ந்து குடத்தில் ஊற்றும் சப்தம். மினுக்கித் தேய்த்த அவள் குடம் தெளிவடையும் கால்களைப் பார்த்ததுமே அவள் யாரென்று தெரியும். வெண்மை குளிர்ந்த அவளின் பாதங்களில் அலையலையாக ரேகைகள் போகின்றன பாதையில். ஓட்டுவீடுகளில் துயிலும் ஸ்திரீமுகத்தில் மழையின் ரூபம் வரைந்திருக்கிறது. வெப்பமடைந் திருந்த ஓடுகள் மீது முதல் மழையில் விழுந்த ஆலங்கட்டிகள் சடசடத்து உருள்கின்றன. ஆலங்கட்டியின் ரகஸியத்திற்குள் ஒளிந்திருக்கும் ரூபவதியான கஸ்தூரி வெண்ணிறஸ்திரீயானாள். தெருவில் பாதம் பதியாமல் தெருவின் ஆழ்ந்த இயல்பில் நடந்துபோகிறாள். யாரும் பார்த்தாலே மறைந்துகொள்ளும் கூச்சத்தில் அவள் நிறங்கள் மாறும். கஸ்தூரியாலான வெள்ளை அரளிப்பூ இதழ் விரிக்கிறது. மஞ்சள் அரளிப்பூவிலிருந்து செண்பா வருகிறாள். கஸ்தூரியும் செண்பாவும் நிறங்களை மாற்றிக்கொள்கிறார்கள். ஒரே உருவில் பிரிந்தும் சேர்ந்தும் தீவிர வாசனையில் மூழ்குகிறது கிணறு. உள்ளே எட்டிப் பார்த்தவாறு தலைகீழாகப்பாய்கிறாள் கிணற்றில். வெண்ணிற நீர் அலைகள் அவளை இழுத்துக்கொண்டே போகிறது. ‘கஸ்தூரி... கஸ்தூரி... போகாதே... போகாதே...’ என செண்பா அழைத்தவாறு சுவர் மீது எட்டிப் பார்க்கிறாள். அலைகளுக்குள் கஸ்தூரி சிரிக்கிறாள் அலையாக. கல்யானை காதுகளை அசைத்து அவள் நினைவில் ஊடுருவித் தோற்றம் கொள்கிறது வெண்ணிறத்தில். கிணற்றில் படிந்த வெண்ணிலவு நகர்ந்து பூவைத் தொடுகிறது. கஸ்தூரியின் வெள்ளை அரளிகள் பனிஊசிகளால் முதுகைத் துளைத்து குளிர்கிறாள் செண்பா.

எல்லாப் பெண்களின் துயிலின் ஊடேயும் நீர் நிரம்பியிருக்கிறது. ஓடுகளில் தூறல் நிற்கவில்லை. நீரடியில் எல்லோரும் கஸ்தூரியை அணைத்து உறங்குகிறார்கள். நீரினால் சூழப்பட்ட ஊரில் வீடுகளும் தெருக்களும் மூழ்கியிருந்தது. வெள்ளிவால் முளைத்த ஸ்திரீகள் நீந்தி அலைகிறார்கள் தெருக்களில். ஒவ்வொரு வீட்டு ஜன்னலிலும் வால் முளைத்த வெள்ளிகள் தோன்றி எதையோ சொல்ல வருகின்றன. ஊர் அழியாமல் நீருக்குள் துயில்கிறது ஊர். ஆனைக்கிணற்றை

எட்டிப்பார்த்து நின்ற பழந்தூணிலிருந்து அறுந்து விழுந்தது காண்டாமணி. கலவரமடைந்த வெளவால்கள் நீருக்கு மேல் வந்து பறந்து பறந்து விபரீதமாய்க் கத்துகின்றன. கிணற்றில் விழுந்த காண்டாமணி நீரில் மிதந்து இறங்குகிறது. அரளியின் வெளுப்பேறிய நிலவும் பறவைகளும் ஸ்திரீகளும் நீருள் மிதக்கும் வெண்ணிற மணியுள் பதுங்குகின்றனர். கஸ்தூரி வெண்ணிற மணியில் ஊடுருவி மறைகிறாள். கிணற்றில் இறங்கும் காண்டாமணி தலைகீழ் கிணறாக மாறும். நீரிலிருந்த எல்லா அலைகளும் தனியே வெளியேறிப் போகின்றன. மணி அலையலையாய் அதிர்கிறது. எங்கிருந்தோ அலைகள் எழும்பி மடிகின்றன. சுழிசுழியாக வரும் சப்தத்தில் ஸ்திரீகளின் குரல் சேர்ந்து இணையும். வெண்ணிற ஸ்திரீ மணியின் உள்சுவர்களில் சரிந்து அலையாகிறாள். அந்த ஊரில் காணாமல் போன பெண்களும் ருதுக்களும் கதையானவர்களும் வைலட் பூக்களைக் கையிலேந்தி மணியின் கூண்டுக்குள் ஆழ்ந்து சுற்றுப்பாதையில் மறைகின்றனர். மணிச்சுவரில் வரிவரியாகக் கோடுகள் வெளிப் படுகின்றன. முன் சொல்லப்படாத தலைகீழ் கிணற்றில் ஸ்திரீகள் எப்போதுமே உள்ள உலகிலிருந்து விலகி தனிமை கொள்கிறார்கள்.

குழிவுகொண்ட மணிச்சுவரில் சாவின் அமைதியில் துயிலும் கர்ப்பஸ்திரீகள் உயிர்பெற்று தன் பிறவாத சிசுக்களின் கனவுக் கோலங்களைத் தீட்டுகிறார்கள் மணிச்சுவரில். புள்ளிக்கோலத்தில் இருந்த பூச்சிகள் எல்லோருக்குமான கோலங்களை வரைந்தபடி நீந்துகின்றன. மேல் சுவர்களில் இருந்த வெண்ணிற யானைகளின் உருவங்களைத் தீட்டியது யாரென்று தெரியவில்லை. வெண்யானை யொன்று மணிக்குள் மூழ்கியபடி காதுகளை அசைக்கிறது. அதன் வெண்காது மடல்கள் விரிகின்றன சிறகுகளாய். தீட்டப்பட்ட புறாக்களின் கழுத்து அசைவுகள் ஆயிரம் பெண்சாயல்களை வெளிப்படுத்தின. வெளுத்தபாசிகள் படர்ந்த சுவர் கீறல்களில் கண்கள் பதிந்திருக்கின்றன. உள்பதுங்கிய நிலவு பச்சையாகி இலைகளுடன் வெளிர் தண்டுகளுடன் பெண்ணின் விரல்களுடன் எல்லாநிற அரளியின் சாயலுடன் வியாபித்திருக்கிறது மணியுள். இன்னும் யார் யாரோ படிகிறார்கள் உள்ளே. மணியின் கர்ப்பக் குகையில் பாசியும் செடிப்பூண்டுகளும் வெண்சுரண்டைகளும் அடர்ந்து உள்செல்ல முடியாமல் புதர் மண்டிக்கிடக்கிறது. அதற்கு மேலே அலைகளும் சுழிகளும் சாவின் இழுவையும் காத்திருந்தது. தலைகீழ் கிணற்றில் பதினெட்டு நாழிக்கிணறுகள் தலைகீழ் மணிகளாக மாறியிருக்கக்கூடும்.

ஒவ்வொரு நீருமே வேறு வேறு நிறங்களில் சப்தமெழுப்பும் ஸ்திரீகள் ஒவ்வொருவராய் வேறு வேறு கிணறுகளிலிருந்து வெளிப் படுகிறார்கள். அரளிகள் வீசின நெடியதாய். தொலைவில் வந்து கொண்டிருந்த தண்டவாளங்களில் நின்றுபோயிருந்த பாசஞ்சர் ரயில் ஓடத் தொடங்கி இடமற்று ஓடியது. கிணற்றின் ஆழத்தில் வரும் அதன் விசில் சப்தம். ஜன்னல்களில் அசையும் பயணிகளோடு மங்கும் விளக்குகள். மழை இரவில் ஓடும் ரயில் தண்டவாளங்களில் பிரக்ஞை அதிகரிக்கக்கூடும். மழையுடன் போகும் பாசஞ்சர் கிணற்றடி ஸ்திரீகள் நிற்கும் தோற்றத்தைக் கடந்து கடந்து போகும். ஸ்லிப்பர்கட்டைகள் முன்வந்து பின்வாங்கி மாறுகிறது திரும்பத் திரும்ப. மங்கலான ஹெட்லைட் முன்னே அசைய கரி எஞ்சின் மழையில் முடிவில்லாமல் போய்க்கொண்டிருந்தது. மூடிய கண்ணாடி ஜன்னல்களில் மழைத்தூறல் பட்டுப்பட்டுக் கண்ணாடி மெல்லியதாய் மாறிக்கொண்டே செல்லும். உள்ளேயிருக்கும் உருவங்களோடு கரையும் கண்ணாடியின் தோற்றங்கள் மாறுகொள்ளும். ஆனைக் கிணற்றைத் தாண்டும்போது கிணறு ஸ்திரீகளோடு நகர்ந்து பின்வாங்கி எங்கோ தொலைவுகொள்ளும். திரும்பவும் கிணற்றடி ஸ்திரீகளோடு கிணறு வரும். வட்டமாகச் சுற்றிக் கூடவே வருகிறது ரயிலுடன். அகாலத்தில் உறங்கும் மயக்கமான வெளிச்சத்துடன் கடந்து கடந்துபோனது ரயில். அகாலத்தில் உறங்கும் மழையில் மறைகிறது கிணறு.

□

19

இறந்துகொண்டிருக்கும் சிறுமியின் கல்சாவி

தெருவில் நீளமாய் ஓடிக்கிடந்தது நினைவு. இறந்துபோன நோயாளிப் பெண் எறும்பைப் பார்த்துக்கொண்டேயிருந்தாள். மயக்கமான கண்களிலிருந்து அந்த எறும்புகள் கல்லில் ஊர்ந்து தப்பிவிடும். கல்லை மயங்கவைக்கவும் அதனுள்ளே மறையும் எறும்பின் முணுமுணுப்பைக் கேட்கவும் அவளால் முடியும். எறும்புகள் அவள் ஞாபகங்களை எடுத்துச்சென்று பூமியின் மர்மங்களில் புதைந்த அரளிப்பூவில் மறையும். முன்னோர் நினைவைத் தேடிக்கொண்டிருந்த கருப்புயெறும்புகள் கல்வரிகளில் பதியும். தேனிறமான தங்கை நீராவியிலிருந்த மரவுருளை ராட்டுகளின் உள்கூடுகளுக்குள் நோயாளிப் பெண்ணுடன் மறைந்துகொள்கிறாள். மரராட்டு கடகடக்கும் இரவுகளில் எல்லோரும் விழித்துக்கொண்டு விடுவார்கள். அங்கு வராமலே அவர்கள் அறியக்கூடும்; அந்த நோயாளிப் பெண்ணை நீருக்குள் படிந்த யாரோ அழைத்துச் செல் கிறார்கள் என்று. ஞாபகங்கள் எல்லாம் நீரில் கரைந்து ஒட்டிக் கொள்ளும். எந்த இடத்திலும் மறைக்க முடியாத ரகஸியத்தை நீரில் வைத்துவிடுகிறாள் நோயாளிப்பெண். கல்லைவிடக் கடினமாக இருந்த நீரினுள் புகுந்தாலும் அவள் இருப்பிடம் தெரிவதில்லை. வண்டிச் சக்கரம் சுழன்று சுற்றி அதன் நடுக்குடத்துள் அவள் இருப்பது தெரியும். மசகு காய்ந்த வண்டிக் குடத்தின் ஓசையில் அவள் நினைவு தனியே செல்லும். யாரும் பின்தொடர்வதில்லை அந்த நினைவுகளை. நோயாளிப்பெண் சாணம்பூசிய நடுக்கூடத்தில் படுத்திருக்கிறாள். சுற்றிலும் பரவிய தானிய வாசத்தில் கன்னிகழியாத பெண் உலர்ந்து கொண்டிருந்தாள். சாமையிலிருந்த அவள் உரு தானிய உருவடைந்து துயில்கிறது கண்மூடி. சுலகில் தவசம் புடைத்துக்கொண்டிருந்த அம்மா கலவரமடைந்து அவள் படுக்கையைப் பார்க்கிறாள். மண்

தரையில் அவள் வெளிறிய விரல்கள் சலனமற்று உறைகின்றன. அவள் முன்பே அவள் அம்மா அழத் தொடங்கி படுக்கையைத் தட்டித் தட்டி 'ஒரே எறும்பாருக்கே... என்ன செய்யும்... என் புள்ளைக்கி என்ன... கண் சொருகுதே.... சொருகிப் போச்சே...' அந்த எறும்புகளின் கால்களில் அசையும் சாவைப் பார்த்து விசும்பினாள். அவள் முதுகில் எறும்புகள் சுற்றிச் சுற்றிவந்தன. நோயாளிப்பெண்ணின் நெஞ்சுக் கூட்டைத் திறந்து மூச்சைத் தடவுகிறாள் அம்மா. அவள் நடுக்கூடத்தில் நினைவுகள் உலவும் ஓடுகளைப் பார்த்தபடி இருந்தாள். நோயாளிப் பெண்ணின் உடலைவிட்டு அகலவே இல்லை எறும்புகள். அவள் தலைமாட்டில் விளக்கேற்றி வைத்தாள் அம்மா. மகளின் கால்கள் அசைந்துகொண்டிருந்தன சாவில். வண்டி கட்டி நோயாளிப் பெண்ணை எங்கோ கூட்டிப் போகிறார்கள். அவள் தங்கை கூண்டு வண்டியின் கீழே போய்க்கொண்டிருக்கிறாள். கூண்டு வண்டி நிழலில் நினைவு நகர்கிறது. ஒவ்வொரு மண்ணும் இருட்டிருள சக்கரங்களோடு சப்தமிடுகிறது. தங்கையின் கால்தடம் மிக மெலிந்து சுருங்கியது. சரள் ரோட்டில் விரிந்த கல் தெளிவடைந்தது. அது இரவு போல உள்ளது. யார்யாரோ பாதைகளில் நின்று பார்க்கிறார்கள் அவளை. ஆனால் அது இரவுதானா எனச் சொல்ல முடியாது. சமவெளியில் வண்டி செல்கிறது. அந்த மரங்களின் கிளைகள் நீள்கின்றன.

தொலைவில் தோகையில் தலைசாய்ந்திருந்த மயில்கழுத்தை வளைத்து சாவை எட்டிப்பார்த்தது. ஊர்க்காரர்களுக்கு அவள் போனது தெரியாது. ஆயினும் தூக்கத்திலிருந்தவர் அவள் போனதை மயில் அகவும் மயக்கமான குரலில் உணர்ந்திருந்தனர். அதைப் பற்றி யாரும் யாருடனும் பேசிக்கொள்ளவில்லை. மரங்களின் முண்டு களைப் பார்க்கும்போதெல்லாம் அவள் வண்டியில் போனது ஞாபகம் வரும். மரப்பட்டைகள் கீறக் கீற உள்ளே அவள் உடல் மெலிவது ஞாபகமாகும். கற்சாவிகளை மிகச் சிறியதாக வைத்திருந்த அந்த நோயாளிப் பெண் போன பின்பு, சாவிகள் பெரிதாகி தூண்களாகி வீழ்ந்தன. நிலவைச் சுற்றிய ஒளிவளையமாக மாறி விட்டாள் அவள். நிலவின் தூரத்திலிருந்து தூண்களைப் பார்த்துக் கொண்டே இருந்தாள் நோயாளிப்பெண். அவள் மங்கலான பார்வையில் சாவின் பதற்றத்தோடிருந்தன கல்தூண்கள். ஞாபகத்தின் சிவப்புப் படிவங்களில் கீறல்வழியே கல்தானே சாவியாகி நிலப் பரப்பில் கிடந்தது. உவர்நிலங்களில் மறைந்த கல்மூலங்கள் பெண்ணுருவடைந்து வெளியேறின. நோயாளிப்பெண்ணின்

பார்வை பட்டதும் கீழ்நதி சலனமடைந்தது. அதில் வரிவரியாக நீர் அருந்தி கல்லை ஊடுருவி வெளியேறினாள். அவள் உடல் படிவங்களில் கசிந்த நீரில் யார் யாருடைய சருக்கங்களோ பதிவாகியிருந்தது. இயற்கையான கல்வரிகளை ஒருவராலும் வாஸிக்க முடியவில்லை. ஊற்றடிக்கும் கல்ஏட்டில் பாகாய் இனித்த நீரிலிருந்து பால்யப் பெண்கள் வெளிப்பட்டு வந்தனர். கல்சுனையில் ஏடு வாஸித்துக் கொண்டிருந்த பண்டாரம் சவமாக வெளிறிக் கிடந்தான். குன்றுகள் சுற்றி நிற்க கண்கள் இருண்டு கொண்டிருந்தன. கல்சுனையில் நீரருந்தச் சென்றவனை முனி அடித்ததென்று ஊரெல்லாம் பேச்சு. கற்படிவ மின்னல்தாக்கி கருகிவிட்டிருந்தான் பண்டாரம். அவன் இறந்தும் உடலில் சொட்டுச் சொட்டாய் அவன் கதைசொல்ல ரத்தம் துளிர்த்தது. ரத்தம் வேகமாய் நகர்ந்து செல்ல, கற்சாவிகள் துணுக்குற்று எழுந்தன. ரத்தவாடை கண்ட மிருகமாய் அங்கிங்குமாக அலைவுறும் ஞாபகங்கள் பேய்கள் எடுத்துக்கொண்ட சாவிகளாய் ஆயின. இரும்பு நெடி வீசும் ரத்தம் பட்ட கற்சாவிகளின் நிரந்தர மௌனம் சலனமடைந்தது. அடுக்கடுக்காய் மறையும் ஞாபகங்கள் சாம்பல் நிறமாகி பின்னும் சமவெளியில் பரவி பச்சைப்பவளமாகும். இலைச்சாறு ஒளிரும் அவள் உடல் பச்சையடைந்து மறைந்தது. அவள் இலைப் பவளங்களில் ஞாபகத்தின் தடங்கள் ஊர்ந்து சென்று சாவின் ஆழங்களில் மறையும். பண்டாரத்தின் மீது ஏவிய காற்று அலைவுறும். ஞாபகத்தின் தைலநிறம் நோயாளிப் பெண்ணின் இலைப்பவளங்களில் கசியும். ஊற்றில் மறைந்த பெண்கள் ரூபமடைந்து அவ்வூரின் தோற்றமாயினர். பார்த்துக் கொண்டிருந்த கற்துவாரங்களின் பழுப்பு ஒளியில் ஊரே மாறுபடும். திகைக்க வைக்கும் மூதோரின் நிழல்கள் உறைநிலையில் இருந்தன.

கற்தூண்களின் சங்கேத மொழி, மஞ்சள் அலகு அசைத்த பறவைகளால் பரிமாறப்பட்டுச் செடிகள் முன்னுணர்ந்து சொல்ல சிதில ஓடுகள் இலைகளாகி கல்லில் ரத்த நார்கள் ஓடி எப்போதுமாக உள்ளவற்றைப் பதிவுற்று, காணாமல்போன பெண்களின் வரிகள் கொண்டு நோயாளிப்பெண்ணின் பேசாத வார்த்தைகளாய்ப் பதிந்திருந்தன கல்லில்.

இறந்து போனவளின் ரிப்பன் பாம்புச்சட்டையாக உலர்ந்து கொண்டிருந்தது தூண்களில். சுள்ளையில் வேகும் மண்பானைகளைப் பார்க்க சிறுவர்களும் பெண்பிள்ளைகளும் கூடியிருந்தார்கள். கல்தூணின் பக்கம் அடியெடுத்து வைக்காமல் ஒதுங்கி பயத்துடன் ஓடையில் நின்ற பனைகளைப் பார்த்தார்கள். பனைகள் சதாவும்

அவள் பெயரை உரசிக்கொண்டிருந்தன. கிடங்காயிருந்த ஓடைக்குள் பெண்கள் மறைவதும் வருவதுமாயிருந்தனர். வேற்றூர் பெண்களாயிருக்கும். பாதையோரம் நின்ற தூண்கள் அவர்களை வசியத்தில் ஈர்த்தன. ஏனோ பலருக்குக் காய்ச்சல் வந்தது அதனால். பார்வை பார்க்கும் அகலமான மூதாட்டியிடம் சென்று திரும்பினர். உச்சிமுதல் நேர்பார்வைகொண்டு குணமாக்குகிறாள் அவள். அதற்குப்பின் அவளைக் கண்டு பலரும் ஒதுங்கி நகர்ந்தனர். கற்தூண்கள் மீதமர்ந்த பறவைகள் மறைகின்றன. ஊருக்கு வெளியேயிருந்த கற்படிவங்கள் எப்போதும் அவள் இருப்பதை உணரும். கட்டாந் தரையில் மறைந்த ஊர், ஆலமரத்துடன் விழுதாகி அசையும் அதன் நிழல்குளிர்ச்சியில் அமர்ந்திருப்பவர்களைத் தொற்றிவிடும் நினைவுகள். ஆலமரப்பாலில் படைபடையாய் எறும்புகள் வாசம் செய்யும். எறும்பின் கால்களில் அசைந்துகொண்டிருந்த சாவு ஆலம்பாலில் ஒட்டிக்கொள்ளும். விழுதுகளில் ஏறி இறங்கிக் கொண்டிருந்த எறும்புகள் எதிரெதிரே ரகஸியம் பேசுவது யார் காதிலும் படுவதில்லை. இலைப் பரப்பில் அசையும் காற்று. மெல்ல மொடுமொடுக்கிறது ஆலமரம். பல நெடிய கால அழிவுகளைக் கண்டு அதன் விதைகள் கல்லாகிவிட்டன. வெளிர்சிவப்பான ஆலம் பழங்கள் சருகுகளில் உதிரும் சத்தம். பழத்தைக் குடையும் கடிஎறும்புகள் பழவாசத்தில் சாவை மறந்து துயிலும். அவற்றின் கால்களில் ஆலம் பழத் தித்திப்பு ஒட்டியிருந்தது.

மூலமரமாகிப்போன ஆரம்ப விழுதுகளில் கிறுக்கப்பட்ட பெண் பெயர்கள்; மரம் வளர விரிவுகொள்கிறார்கள் பெண்கள். அவ்வூர் பெண்களெல்லாம் எங்கு போயினர். விழுதில் முகம்பதிந்த பெண்கள் ஒருவரும் இருக்கவில்லை. ஆலமரம் பெயர்களை அகலமாக்கி தன் தண்டுகளில் பெண்ணுடலைக் கொண்டிருந்தது. அண்ணாந்த விழுது களில் ஆல இலைகள் விரிந்து சமவெளியில் நீண்டு பரவிக் கிடந்தது. ஆலம்பழங்களின் சிவப்பு பறவைகளின் வரி பாஷையில் பதியும். மறைந்த ஊர்நிறமே அது. சமவெளியில் அசைந்து கொண்டிருந்த வெளிர்சிவப்பில் பறவைகள் மறைகின்றன. அதன் சிவப்புப் படிவத்தில் சாவு மறைந்துகொள்கிறது. எல்லோரையும் அழைப்பதற்காக சிவப்பு படிவங்கள் காத்திருக்கின்றன. சிலவேளை பைத்தியம்பிடித்தவர் தானே ஓடிப்போய் பறவைகள் மறைந்த தூரத்தில் மறைந்து திரும்புகிறார்கள். ஊரின் தெருக்கள் வரை சமவெளி யின் அவாந்திர வெளிச்சம் வந்து இரவில் ஊடுருவியது. வெளிறிய கற்றாழைகளின் ஒளிர்வுகொண்டன தெருக்கள். வெள்ளொளிர்வில்

நீந்தும் கற்பாறைகள் தெருவைக் கடந்து சமவெளியில் மிதக்கின்றன. வேறு உலகமாக இருக்கும். எருக்கம்பூ உடையும் சத்தம் நிலவின் இரவில் கேட்கும். ஜந்துக்கள் நிலவில் நகர்கின்றன. பாறைகள் மிதப்பதைப் பார்த்து நச்சரிக்கும் நினைவுகளில் விடுபட்டு ஊர்ந்துவரும் ஸர்ப்பப்பிஞ்சுகள் வெள்ளெருக்கம் இலைகளில் மறையும். சமவெளி இரவில் நிலவின் இருள் வெண்மாவாய்ப் படிந்து தொலைவுப் பாறைகள் சங்கேத மொழியில் உலாவுகின்றன.

எல்லோரும் அதைப்பார்த்து நடந்துபோயினர். தடங்கள் படும் சத்தம் கேட்காமல் நடந்து கைகளை நீட்டி பாறைகளைத் தொடுவதற்காக அங்கே புதைந்த நிலத்தில் மறைகிறார்கள். மிதக்கும் பாறையைச் சுற்றிய ஒளிவளையமாக மாறிப்போய்விட்டாள் நோயாளிப்பெண். ஊரையே மூடும் பாறைகள் நினைவில் தோன்றி மறையும். அவை இருப்பது தெரியவில்லை. காணாமல்போன நினைவுகள் கற்குழிவுகளாகியிருந்தன. அவையே பின்னால் நோயாளிப் பெண்ணாக இருக்கக்கூடும். உள்ளே எட்டிப்பார்த்தால், அவள் குரல் கேட்கும். பாறையில் அதிர்கிறாள். காற்று என்னேரமும் ஊதியபடி இருந்தது குழிகளில். பலர் அதில் விழுந்து திரும்ப வில்லை. அவர்கள் முகம் தெரியாவிட்டாலும் வெறுக்கென்று தள்ளிவிடும் அசைவு இருந்தது அங்கு.

ஓடுகளும் காரைகளுமான மங்கிய வீடுகள். அவள் தெரு மூலையில் நகர்த்தப்படாத அந்தப் பாறைகள் பார்த்துக்கொண்டிருக்கும். ஒவ்வொருவரும் அதைக் கடந்தே போயினர். அவள் பாறையிலே உட்கார்ந்திருந்தாள். சமவெளியாயிருந்த செந்நிற மனத்தோற்றங்கள் மாறி மாறி அவள் கண்பரப்பில் நின்ற பனைமரங்களின் பழைய ஓலைகளும் பொடிப்பறவைகளும் ஊரின் வெளியுருவத்தைக் காட்டி அசைந்தன. அந்த ஊரின் சமவெளி பாம்புச்சட்டையின் வெளிறிய வெண்மையாயிருந்தது. ஊமங்காடைகளின் ஆழ்ந்த குரல் விட்டு விட்டுக் கேட்டது. மௌனத்தை இன்னும் ஆழத்திற்கு நகர்த்தும். கல்லானது அவள் உடல் தொகுதி. மெல்ல எழுந்து தெருவை அசைந்து நடந்து நடந்து சிறுஇடத்தையும் கடக்க முடியாமல் நகர்கிறாள். கரும்பனைகள் நின்றவாறு எட்டிப் பார்த்தன அவளை. நீர் மஞ்சளான அவள் கண்களில் இருந்த மயக்கம் சலனமடைந்து எல்லாக் கல்லையும் அசைக்கும். நீர் மஞ்சள் கண்களில் மிதக்கும் தோற்றங் களில் யாரோ அவளை வந்து கூப்பிடுவதாக கைகளை நீட்டுகிறாள். அவள் விரலைத் தொட்டு அழைத்துச் செல்ல ஒருவரும் வரா விட்டாலும் எதையோ பற்ற நினைக்கிறாள். வெப்பமடைந்த

ஊர் அவள் கண்களிலிருந்த திரவத்தில் உருமாறிக் கொண்டிருந்தது. அவள் வெப்பமான கண் யாரையும் பார்க்கவில்லை. ஏனோ, அவள் பார்வை எல்லோரையும் பார்ப்பதாக இருந்தது. சிறுமணலும் அவள் பார்வையிலிருந்து தப்ப முடியாது. மணலுக்குள்ளிருந்த வெற்றிடங்களை அளந்தபடியே இருந்த அவள் கண்கள் எதிலும் ஒட்டாமல் தவித்துக்கொண்டிருந்தன. அந்தப் பார்வையிலிருந்த ஜுர வேகத்தில் எல்லாமே பற்றிக்கொண்டு ஜுரவேகமடைகின்றன. சிறுபூச்சியும் அவளைப் பற்றிக்கொள்ளும். அவற்றின் கண்கள் அசாதாரணமான பார்வைகொள்ளும். பூச்சியின் ஒரே கண்ணாக விரிவடைந்த ஊரில் சுருண்டு மறைகிறாள் நோயாளிப்பெண். தரையில் படரும் பொடிஇலைகள்கொண்ட பூச்சிகள் ஊரை அடிவயிற்றில் தாங்கிநிற்கின்றன. நோயாளிப்பெண் அதைப் பார்த்தபடி கண்மூடியிருந்தாள், நெடுநாள் அவள் அசைவதில்லை.

அவள் வீட்டுக்குப் பின்னாலிருந்த சக்கரச் செடியில் மஞ்சள் பூக்கள் இருக்கும். அதைத் தொடாமலே பார்த்துவிட்டு எல்லாப் பிள்ளை களும் வீடு திரும்புவார்கள். சக்கரக்காய்கள் உருண்டுவருகின்றன. அந்தக் காய்களில் அந்த நோயாளிப் பெண் இருந்தாள். ஒன்றுடன் ஒன்று ஒட்டிக்கொள்ளும் காய்களுடன் வந்துகொண்டிருந்தாள் பிள்ளைகளிடம். செடியிலிருந்த பனிமுட்களில் ஒளிமாறிக்கொண்டே இருக்கும். அதைத் தொட்டால் விரலைக் கீறிவிடும். ஒரு சொட்டு ரத்தம் கருப்பாக உறைந்து அந்தச் செடியில் ஓடியது. பனிமுள்ளில் துளிர்த்த செடியின் ரத்தம்கண்டு அவள் சிரித்துவிட்டுப் பூக்களைப் பார்வை கொண்டு திரும்பினாள். தெருவெங்கும் மஞ்சள் பூ கரைந்து உலர்ந்துவிடும். மெதுவாக தடம் தொட்டு வரும் நோயாளிப் பெண்ணைப் பார்க்க முடியவில்லை. வெறிச்சோடிய தெருவின் சுவர்ப்பொந்துகளில் வெளிப்படாத ஆந்தைகள் எட்டிப் பார்த்தன அவளை. வாய் திறந்த குகையென பொந்துகள் ஆந்தையின் ஆழமான கண்களாயின. அந்தக் கண்களிலிருந்த தீவிர ஈர்ப்பை அடைந்தாள் நோயாளிப்பெண். அவள் வராமல் கற்சாவிகள் கேட்பாரற்று உறைந்து கிடந்தன. அவை சலனமடையாமல் ஊர் நடப்புகள் அன்றாடச் சலிப்பில் ஊர்கிறது. தூக்கத்திலிருந்த தெருக்களைக் கலைத்து விடாமல் நடமாடினார்கள். மெல்ல மரங்களுக்குள் இருள் பரவ சுவரில் இருந்த கண்கள் திறந்து மூடியதும் இரவு வரும்.

தெரு தன் இயல்பில் விழித்து இருட்டில் திரள் திரளாக உருமாறுகிறது. இரவில் மறையாத அந்தப் பாறையில் தேனிறமான தங்கை உட்கார்ந்திருந்தாள். ஊரிலிருந்த ஒவ்வொரு வீட்டிலும்

சிறு வெளிச்சம் கசியும். அவ்விளக்குடன் சேர்ந்த தேனிற வெளிச்சம் தான் தங்கையாக இருக்கும். அவள் தொடாமலேயே அவள் ஸ்பரிசம் எல்லோருக்கும் இருக்கும். அரக்கு நிற இருளில் படியும் தேனிறத்தில் காணாமல்போன சிறுமிகள் வருகிறார்கள். சிறுமிகளின் குரலை யாரும் மறக்கவில்லை. கிராமத்தையே ஒட்டிக்கொண்ட சிறுமிகளோடு தேனிற ஒளி இருந்தது. சிறு கீற்றில் வந்துவிடுவாள் வீட்டுக்குள். ஊரின் மயக்கமாக தேனிறமான தங்கை மறைகிறாள். வாவாவென்று எல்லோரும் கூப்பிடுகிறார்கள் அவளை. நில்லாமல் மறைந்துகொண்டேயிருக்கிறாள். மனசைவிட்டுவிடாத ஊர்க் காரர்களை இரவில் வந்து அவர்கள் கண்களுக்குள் விரல்பொத்தி உறங்கவைக்கிறாள் அவள். நெடிய துயிலில் யார் யாரோ வந்து போகிறார்கள். பாறைகளில் தெரிந்த நிறங்களில் நோயாளிப்பெண் தங்கையை சிறு பொம்மையாக்கி மடியில் ஏந்தி கல்லில் பழுத்த திரட்சியான கனிகளோடு உறைந்துகொண்டிருப்பது மங்கலாக இருக்கும். அந்தப் பாறைகள் கீழேயும் இறங்கும். தங்கை மட்டும் கீழிருந்தாள். மேலே நோயாளிப்பெண்ணிருந்தாள். அந்தப் படிவ நிறங்களில் இருவர் தோன்றி கிட்டவரவும் மறைந்துகொள்வார்கள் பாறைக்குள். உடனே மறைய முடிந்த நோயாளிப் பெண்ணருகில் இருட்டுப்பூச்சிகள் அவள் உருவை தோற்றத்திலும் மறைவிலும் இருப்பதாக்கும். சற்றுநேரம் காத்திருந்து போனாள் நோயாளிப்பெண். அவள் போனபின் தங்கையைப் பார்க்க முடியவில்லை. கல்யாணமாகி அவள் வெகு தூரம் போய்விட்டதாக எல்லோரும் அறிந்திருந்தபோதும் அவள் அங்கே இருப்பதாக பால்யவனம் சொல்லும்.

துளசியும் காந்தச்செடிகளும் உலர்ந்துகொண்டிருக்கும் பால்ய வனத்து பெண்கள் செடிகளில் காந்தமாகப் பரவியிருந்தார்கள் அங்கு. ஊர் தோன்றியது முதல் கன்னிகழியாமல் இறந்தபெண்கள் அங்கு வாசம் செய்யக்கூடும். அந்தச் சிறுமிகளின் ஆசையெல்லாம் செடிகளாயின. புல்இதழில் அசைந்தசைந்து கிட்ட வரக்கூடும். தெலாக்கிணற்றில் குளிர்ந்த நீர்முகம் தெரியும். பார்க்க ஒளிகொள்ளாத கருமை கரையும் நீரில். ஸ்திதியிழந்து சஞ்சரிக்கும் பெண்கள் மீனுருவில் நீந்துகிறார்கள் நீராவியில்.

பெண்களின் முகம்கழுவியபடி இருந்தது நீர். அந்தப் பால்ய ருதுக்கள் சொன்னதையெல்லாம் சருக்கங்களாகப் பதியும் நீரில் யாராலும் தீர்க்க முடியாத துயரங்கள் கரைகின்றன. தண்ணீரின் மேல்படிகளில் அமர்ந்து பால்ய ருதுக்கள் உறவாடுவார்கள் இரவெல்லாம். மீனுடல் களைந்து படிகளின் மீதேறி பால்ய

வனத்துக்குள் பிரவேசிப்பார்கள். காலில் நழுக்கென சர்ப்பம் பட்டு சுரிந்து நெளிந்து பெண்களின் விரல்களில் முத்தமிடும். வசியத்தில் ஆழ்த்தும் வெறுந்தூண்களிடம் சென்று நிர்வாணத் தூண்களைச் சுற்றி விளையாடக்கூடும். பெண்ணுருவான பால்ய வனத் தூண்கள் பேசாதிருந்தன. தூணின் ஸ்படிக ஒளியிலிருந்து பறவைகள் குமுறுகிற ஓசை. பால்ய விருட்சங்களாயினர் குமருகள். கிளையேறிச் சென்ற பச்சை நிற ஸர்ப்பம் இலைகளில் தலைசாய்ந்து பறவைகளுடன் துயில்கிறது. நீரில் வழுக்கி நகரும் பெண்களைக் கண்டு மயங்கும் பூக்களிடம் பிரமை கொண்டவர் அங்கு பித்தத்தில் வீழ்ந்தனர். மரங்கள் சிரிக்கின்றன. நீராவிப்படிகளில் வீற்றிருக்கும் மாட்டுக்காரனைப் பிரமை கொள்ளவைக்கும் பூக்களில் மோதி மோதி விஷமடைந்து விஷத்தில் மூழ்கி சொப்பனமாய் காடுகளில் அலைந்து திரியவைக்கும் காடே அவன் மனசாகி கன்னிகழியாமல் இறந்த பெண்களே விருட்சங்களாய் இருந்தனர். ஸர்ப்பங்கள் அவளைத் தீண்டாமல் கால்களில் சுற்றிக்கொண்டன. மெல்ல நழுவி புதர்களில் மறையும். அவரவர் சாயலில் இருந்த விருட்சங்களில் மறைந்துகொள்கிறார்கள் பெண்கள். அவள் தடமாக இருந்த எல்லோருடைய தடங்களும் அழியவில்லை. நீர்மேல் நடந்த பெண் தடம் அழியாமல் மாட்டுக்காரன் கண்களில் பதிவதைப் பால்ய ருதுக்கள் பார்த்திருந்தனர். வெள்ளியாக மாறும் பெண்தடத்தை தொடாமல் விழித்திருந்தான் சிறுவன். பால்யவனத்தை விட்டுச் செல்லும் பாதைகளில் அவள் தடம் வரும். கூப்பிடக் கூப்பிட திரும்பிப் பாராமல் மறைகிறாள் இறந்து போனவள். அவள் ரூபம் மட்டும் பதிந்திருக்கும். மறைந்தவளின் சாயலில் ஏன் இந்த வசீகரம்? பால்யவனம் அவள் உருக்கொள்கிறது. எத்தனை எத்தனை பறவைகள் வந்துபோன தடங்கள் அவளைத்தொட வெள்ளி முளைக்கும். நோயாளிப்பெண்ணை முன்னுணர்ந்த பேடையொன்று அவள் சாயலில் மாறியது. மாடுகள் தலை ஆட்டி மறைகின்றன. பனைமரங்கள் சூழ்ந்த மணல்தேரியில் அந்தப் பேடை பனைகள் மீது அலைவுறும். அவள் உருக்கொண்ட செடிகள் பால்யவனத்திலிருந்தன. கூட்டமாய் வந்த இலைக் கணுவில் அவள் நரம்பு சேர்ந்திருக்கும். அவள் ஞாபகம்கொண்ட தான் தோன்றியான பூச்சிகளும் பறவைகளும் மறைந்திருக்கும். தானே வளர்ந்த காட்டுச்செடிகளில் தோன்றிய பூவின் நிறங்களைக் காண நோயாளிப்பெண் அங்கு வருவதாகவே இருக்கும். ஏனோ அவள் பால்யவனத்துக்குப் போவதில்லை. தேனிறமான தங்கைகூட பாறையில் தோன்றுவதானாள். எல்லோரின்

நினைவிலும் பால்ய வனம் விரிந்துவரும். உறங்கும் செடிகளை எழுப்ப அங்கு ஆளே இல்லை. துளசிகள் வீசின நெடியதாய்.

வெற்றிடத்தில் பதியும் அவள் நினைவு மெல்ல முளைத்து அசையும் முளைப்பாரிப் பயிரில் அவள் இருப்பதாய் யாரும் சொல்லக்கூடும். அவள் சகோதரர்கள் எப்போதும் காட்டுக்குப் போனபடியே இருந்தனர். அவர்களிடம் தங்கையைப் பற்றிக் கேட்டால் எவரிடமும் கல்லாக உறைந்து அவள் நினைவை மறுத்தனர். வேறு சிலர் காணாமல்போன போது ஊராரின் தேடல் அவள் நிறமாகிச் சுற்றும். அவளேயான பல பெண்கள் கன்னிகழியாமல் மறைத்திருந்தார்கள். அந்த ஊரில் எங்கோ மறைந்திருப்பவளை, பால்யவிருட்சங்களில் ஊஞ்சலாடும் பெண்பிள்ளைகள் உணரக்கூடும். சாதாரணமாக அவள் மறதியாகவே இருந்தாள். அவள் நினைவு அவளைவிட்டு விரிந்து சென்று அலாக்கல்... அலாக்கல்... என சுவர்களில் அதிர்ந்து ஊரெங்கும் பரவி கல்தூணிலும் படியும். காரைச் சுவர்களுக்குள் இருந்த மலைக் கற்களின் விம்முதல் கேட்டது முதன் முதலில். சுவர்களில் பிதுங்கி விரிசலில் எட்டிப்பார்த்தன. தெருவில் போகிற வருகிறவர்களின் கால்களை உரசி முணுமுணுப்பது கேட்கும்.

காரைவீடுகளின் உதிர் காலக் காற்று வீழ்...வீழ் என சுழற்றி வரும். ஒட்டுமண்ணை வாரித் தெருக்களில் மேவிவரும். முன்தடங்கள் கரைந்து காற்றின் தடங்கள் உயர எழுந்து ஜன்னல்களில் அடித்து உள்ளே இருப்பவர்களைத் தொடும். யாருமில்லாத செம்மாந் தெருவில் காலியான ஓட்டுவீடுகளின் கூடங்களுக்குள் அலையும். ஆட்களின்றி சப்தம் வரும் வீட்டில் வீடே பார்வை கொண்டு காற்றின் அரூபத்தைக் காணும். அவ்வீடுகளில் நிகழ்ந்ததெல்லாம் கோடுகளாகி அதிரும். என்றோ காற்றின் மெல்லியல்பை உறக்கத்தில் அடைந்த சிறுமிகள் எப்போதும் அங்கு இருப்பதாகத் தோன்றும். செம்மாந் தெருவின் போக்கே மாறிப்போகும் உதிர்காற்றில். பொட்டல் பச்சேரியில் கேட்கும் தவில் ஓசையில் மாடுகள் திரிந்துவர காதுகளை அசைத்து குரல் பல உதிர்ந்து தோன்றும் அவள் போன வெட்டாந் தரையில். மேய்ப்பவனோடு மிதந்து ஊரின் அடி ஆழத்தில் மறைந்த சாவுகளைப் பற்றி நினைவு பெறும். தவில் சிதறி கற்தூண்கள் அதிர்வடையும். சாவின் அமைதி தவழும் மாட்டுத்தோலில் உரையிட்ட விரல்கள், நூறாகப் பெருகி அதிர்கின்றன. பச்சேரியில் யாரோ இறந்திருக்கக் கூடும். இரவெல்லாம் பெண்களின் ஒப்பாரி நீண்டுகொண்டிருக்கிறது. குடித்துவிட்டு ஆட்டக்காரர்கள் அரிதாரம் நாற பெண் வேடமிட்டு ஆடுகிறார்கள். தவில் ஓசைக்குள் ஒடுங்கிய

இறந்துகொண்டிருக்கும் சிறுமியின் கல்சாவி ❋ 165

அலிகள் பெண்சிசுவுக்கு முலைக்கச்சை திறந்து ஆண்மார்பில் சீம்பால் கசிய தவிலில் ஓடுகிறார்கள். பகடைகள் ஆடும் கூத்தில் சாராய நெடி பரவ தரையில் சிதறியோடும் தவிலில் ஒரு ஆயிரம் தீவட்டிகள் முளைத்துச் சாவின் ஊர்வலம் மறையும். வெண் சங்கு ஊதி உருக காற்றில் படர்கிறது சோகம். சமவெளியின் ஞாபகங்கள் ஊரைப் பிடித்துக்கொள்ளும். நத்தக்கூறிலிருந்த விநோத மண்படலம் வெண்திரையாக எழுந்து சாம்பல் வாசத்தில் இருக்கும். முன்னாளைய பெண் வீடுகளில் சாம்பல் உதிரும். மென்மை யான காற்றில் வருகிறார்கள் பெண்கள். அந்த நோயாளிப்பெண்ணின் கண்ணிமைகள் மூடாமலே மயங்கும். சூழலே அவள் மயக்கமென எட்டிய வெளியுருவை அவள் சாயையில் கரைக்கும். திறந்து கொண்டே சென்ற ஜன்னல்களில் எங்கோ உட்திறந்த ஜன்னல்களின் மரஓசை எல்லாப் பெண்களின் அழுகுரலில் திறந்தது. இருட்டு படிந்த முகங்களில் சிறுகீறல் வெளிப்படும். பெண்களின் உட்காற்று தெருவில் படர்ந்து ரகஸியம் பேசும். காற்று புகுந்த ஓடுகளில் அபூர்வ ஓசையில் பலரைப் பற்றிய நினைவுவரும். மல்லாந்து படுத்தவாறு மேல் ஓட்டில் ஒளிர்வடையும் செந்நிறம். காலத்துக்கு அப்பால் தெரிந்த வெளிச்சத்தில் மயங்குகிறார்கள்.

சிலரை ஆட்கொண்டது வறண்ட மண்ணின் நினைவுகள். பொக்கு மண்ணில் குடியிருந்த பலகுடும்பங்கள் காடோ செடியாக அலைந்து கால்நடைகளை இழந்து மறைந்தனர். பெண்பிள்ளை மறைந்த வீட்டில் யாரும் இருக்க முடியாது. பெண்ணில்லா வீட்டின் உள் ஓசைகள் இரவெல்லாம் சுழன்று எழுந்தன. வடக்கு வீடுகளில் இருந்த பெண்கள் மூங்கில் தெப்பை அடைத்த வெளித் திருணையில் கூடி ஒருவருக்கொருவர் சீவிச் சிக்கெடுக்கிற ஈருவுளியின் மரஓசை முடிகளைக் கோதி அழகுபடுத்தும். முடிசிலுப்பி ஒவ்வொரு இழையாக எண்ணி முடிவார்கள். அவரவர் சாயலில் சடைப்பின்னல் போட்டு பாம்புச்சட்டை ரிப்பன் மடித்து மையிட்டுத் திரும்புகிறது கண்ணாடி. எல்லாக் கண்ணாடியும் அவள் முகம் கொண்டு சுழல்கிறது. கரும்பொட்டு சிரட்டையில் கரைந்துகொண்டே இரவாகிறது. சீவிப் பொட்டுவைத்த குமருகள் வடக்குவீட்டு ஜன்னல்களில் கழுத்தை நீட்டிப் பார்க்கும். தெருவில் விழும் நிழல் நகர்ந்து போவதில் சேர்ந்து ஓடுகளும் நகரும். மிதியடிகள் மீதிருந்த குருத்து விரல்கள் க்ரிச்...சென சப்தமெழுப்பி மறையும் பாதங்களின் உரசலில் ஆள் பார்த்துவிடுவார்கள் பிள்ளைகள். உறவாடும் தோற்றங்கள் தெருக்களைவிட்டுப் போன பிறகு மூங்கில் பட்டிகள்

பழுத்துவிட்டிருந்தது. செங்கற்களால் எழுந்த மாடவீடுகளில் இருந்த அவள் சிநேகிதிகள் இன்னும் இருப்பதாகவே அந்த வீடுகள் நிறமழியாமல் தோன்றின. ஊசித்தேக்குப் பலகைகள் பதித்த மட்டப்பா வீடுகளில் உன்னமர உத்திரங்களில் யாருமின்றி ஆடிக் கொண்டிருந்த ஊஞ்சலில் கல்யாணமாகிப்போன அவள் சிநேகிதியின் அரூபம் தெளிவடைந்து உருக்கொண்டு நிற்கிறது. வடக்குமாட வீதியை யார் அமைத்தார்களோ, அகலமான கோட்டைக்குள் தானியக் குதிர்கள் நிரம்பி சிதறுகிறது தானியம். என்னேரமும் குருவிச் சத்தம் ஓயாத தானிய வீடுகளில் ஒவ்வொருபெண் பிள்ளையும் ரகஸியமாகப் பேணிவந்த சாமை, காடைக்கண்ணி, வரகும் தவசப்பளிங்குகளில் ஒளிந்துகொள்ளும். சுற்று வட்டாரமெல்லாம் அந்த அபூர்வதவசங்கள் மறைந்து போயின.

ஆனால் இந்த ஊர்ப்பெண்கள் சிந்தாமல் சிதறாமல் அந்த தானியங்களைச் சேமித்துவைத்துக் காடுகளில் தூவினார்கள். ஒவ்வொரு தவசத்திலும் பெண்பிள்ளை மறைந்துகொள்ளும். காட்டில் விதைத்த தவசமாய் வளரும் குமறுகளை ஐப்பசி கார்த்திகையில் பார்க்க வேண்டும். குருத்து வளரும் ஓசையில் பெண்ணுடல் வளரும். சாமையின் சாம்பல் நிறத்தில் இருந்தாள் நோயாளிப்பெண். தானியத்திற்குள் நடமாடித் திரிகிறாள் தேனிறமான தங்கை. விளக்கே இல்லாத நெடிய தூண்களிடை இருந்த சிறுமியைத் தனியே விட்டிருந்தார்கள். அவள் நோய்வாய்ப்பட்டபின் வரகுத்தவசம் போல் உலர்ந்துவிட்டது அவள் உடல். யாரும் அவளிடம் நெருங்குவதில்லை. அவளிடமிருந்து எல்லா உறவுகளும் பிரிந்து சென்றாலும் தவசங்கள் அவளோடு சேர்ந்து நகர்கின்றன. தவசத்திற்குள் உறங்கும் நோயாளிப் பெண் வெகு ஆழத்தில் மறைந்துகொள்கிறாள். அந்த நோய் ஒட்டிக் கொள்ளும் என்று தொலைவில் இருந்தார்கள். அந்த வீடுகளில் இருந்த பல குடும்பங்களின் தூர்மண்கூட இல்லை. ஏனோ சிலவகை தவசங்கள் அவர்களோடு காணாமல் போயின. கடைசியாக அழிந்தன திருணையிலிருந்த கோடுகளும் காவி நிறமும். ஏனோ, அங்கெல்லாம் இருந்த இடைப்பெண்கள் தம் ஆன்மாவைச் சமவெளியில் மேய்ந்த ஆடுகளுடன் தொலைவாக வைத்துப் பிரிந்தனர். ஆடு மேய்ந்த காடுகளில் மரஞ்செடிகளும் காணாமல்போன பிறகு, அவற்றின் கிளைகள் அழியவில்லை. பசுந்தழைகள் அசைந்து மறைய பசிய நிறம் மட்டும் தங்கியிருந்தது காட்டில். நெடிய கந்தம் வீசியது. காட்டுத் துளசியும் தும்பையும் ஊரை நோக்கி வீசிய வாசம் எல்லோரையும் மோகத்துள் ஆழத்தி மெல்ல மெல்லக் கரைக்கும். செட்டிய வீடுகளும்

தொண்டைமார் தெருவும் பூக்காரவீடுகளும் தடம் தெரியாமல் போயின. அவ்வீடுகளில் பெண்கள் நிறைந்திருந்தார்கள். பெரிய பெரிய உள்கூடங்களில் நடமாடியபடி தையல்வேலையில் ஈடுபட்டிருந்த சப்தம் இடைவிடாமல் கேட்டது. பெண்கள் பேச்சுடனான மதியத்தெரு விநோத முகங்கொள்ளும். தெருவில் பொட்டி வியாபாரியின் ஆழ்ந்த குரல் கரகரத்து அசையும். சாயுபு வீட்டுக் கிழவி ரெங்கூன் பெட்டியில் அழகுசாதனப் பொருட்கள் விற்கவருவாள். அவள் முன்கூடிய முகங்கள் எல்லா மூலையிலும் தெரியும். பண்டார வீட்டாருக்கென்றே விடப்பட்ட பால்யவனத்து விருட்சப்பெண்கள் ஊரின் ஆன்மாவில் பதிந்து இலைகளை அசைக்கிறார்கள். அந்த பால்யருதுக்களின் சாயல் கண்ட இளையவர்கள் இருளில் தேடுகிறார்கள் அவர்களை. பூக்காரப்பிள்ளைகள் பாத்தி கட்டி செடிகளுக்கு முளைவைத்துக் காத்திருந்தனர். தெருப் பெண்கள் அங்கு போய் கூடி முளைவிடும் பருவங்களில் மாறுகிறார்கள். இரவு பகலாய் சேதிபேசி மறையும் பட்சிகளுக்கு அவர்களைத் தெரியும். பூக்கார அத்தைகள் பால்யவனத்தில் மறைந்திருந்தார்கள். புதர் வளரும் பால்யவனத்தின் மதில் இடிந்து குத்துச்செடிகள் மண்டியது. மதில்மீது கால் வைத்து நின்ற மயில் மையிட்ட கண்களால் வனத்தைப் பார்க்கும். அதன் இறகுவார்களில் நூறு நூறு கண்கள் பளிச்சிட பால்யருதுக்கள் பதறியோடி விருட்சத்தில் மறைகிறார்கள். இறகுக் கண்களின் தீவிர ஓட்டத்தில் விருட்ச நிழல்கள் ஓடுகின்றன. உதிர்காற்றில் வந்த பூக்காரப் பெண்ணின் தோற்றம் ஊரையே உலர்த்தி அவள் போன திசையில் காத்திருக்கிறது பாதை. பூக்காரப் பெண் நடந்து மறைகிறாள். அரளிப்பூ ஒன்றைப் பறித்துச் சென்று நோயாளிப்பெண்ணிடம் கொடுத்திருந்தாள். வெள்ளை அரளியால் நோயாளிப்பெண் வெளிறிவிட்டாள். திரும்பும்போது நோயாளிப் பெண்ணை பால்யவனத்துக்குள் அழைத்துப்போனாள் அவள். அவர்கள் இருவருக்குமாகக் காத்திருந்த அரளிப் பூக்கள் நீராவியில் முகம் படிந்து அசைந்தன. நீரில் தெரிந்த வெள்ளரளிப் பூவில் மறைந்து போயினர் இருவரும். நீரில் மறையும் அந்த மாயவெள்ளரளிப் பூக்கள் தினந்தினம் நீராவியில் தோன்றவும் மறையவுமாக விதிக்கப் பட்டிருந்தது. நீரிலேயே வெள்ளரளி இதழ்கள் சருகாகி மறைவதை நீராவி பார்த்து வந்தது.

உதிரும் பொக்குச் சுண்ணாம்பு தெருவை வெண்மையில் மூழ்கடிக்கும். படிந்த சாம்பலில் பூத்த வெள்ளரளிகள் தெருவின் மறைவுகாலத்தை உணர்த்தக்கூடும். மலைக் கற்கள் பாவிய வடக்குத்

தெருவில் இருந்த அவள் வீட்டில் நான்குபக்க திருணைகளில் பூண் போட்ட மரத்தூண்கள் எல்லாப் பெண்மையிலும் ஆழ்ந்து தெருவைப் பார்க்கும். ஆறு தூண்களும் தைலம் வற்றாத மரக்கூட்டத்தின் நினைவுகளைப் பற்றியிருந்தன. ஒவ்வொரு மரத்தில் செய்த அத்தூணின் அதிர்வுகள் மௌனத்தில் கரையும். நினைவாற்றல் கொண்ட ஆறு தூண்களையும் மாறி மாறிப் பார்த்தபடியே இருந்தாள் நோயாளிப்பெண். அவன் கண்களில் கொட்டிய பசியயிலைகள் இரவெல்லாம் சொரிந்தன. வேறுவேறு மரரூபங்கள் எட்டிப் பார்க்கும். மரத்திரட்சியில் பட்சி ராசிகளின் அவலமான குரல் உரசும். சப்தமெழுப்பிய இலைகளைப் பார்த்து தூண்கள் தன் இலைகள் நகர்வதைப் பார்வைகொண்டு பேசாதிருந்தன. முன்வாசல் நிலையிலிருந்து சருகுகளை மிதித்துச் செல்லும் நீராவிப் பாதையில் அவள் தனியாகப் போய் இன்னும் வரவில்லை. இந்த நல்ல தண்ணீர் நீராவியில்கூட சுற்றி நிற்கிறாள். அவள் தங்கை அங்கிருந்த கல்தொட்டி மீது உட்கார்ந்திருந்தாள். போகிற வருகிற எவருக்கும் அவர்கள் தெரிவதில்லை. பகல் இரவுமில்லை. யார் கனவிலும் அது என்னவென்று தெரியாமலிருந்தது.

ஞாபக ஆரம்பங்களிலிருந்து கலங்கிய நிறங்கள் தெருவாக இருக்கக்கூடும். தெருவில் தூக்க நிறங்களினூடு வாசல்களில் இருப்பவர்கள் செல்கிறார்கள். நோயாளிப் பெண்ணின் மறதியின் நிறங்கள் யாருக்கும் தெரிவதில்லை. எல்லோரும் அந்த மயக்க நிறங்களில் சென்று மறதியில் மறைந்தனர். தெருஞாபகங்கள் அவர்களைத் தொட்டு மறையும். உடன் தொற்றிக்கொள்ளும் நோயாளிப் பெண்ணின் நினைவு தூண்களை நோக்கி நகரும். ஏனோ கற்சாவிகளை யாரும் பார்த்துவிடவில்லை. கண்ணில்பட்டும் தப்பிவிடும் சாவிகள். இருட்டி இருள கற்சாவிகள் திறந்த பாதைகள் தெருவுடன் சேர்வது யாருக்கும் தெரியாமல் இருந்தது. எல்லோரின் கனவுகளுக்காகவும் ஏன் பாதைகள் காத்திருக்கின்றன? அந்தப் பாதைகள் வந்த தெருவில் நிலைப்படிகளும் உறைந்துவிடும். வீட்டுத் திருணைகளில் படும் வெண்ணிறத்தில் அவள் சாயல் கரைந்து தூணைச் சுற்றி நிற்கிறது. தனியே இருந்த வாசல் திறப்பில் மாய உருவங்கள் அசைய கற்சாவியில் காந்தமாக ஒட்டியிருந்த செடிகள் வாசலில் கவிகின்றன. எல்லோரும் கண்ணை மூடாமல் பார்த்துக் கொண்டிருந்தனர். அந்த மறதிப் படிகத் தூண்கள் யார் ஞாபகத்திற்கும் வராது; ஞாபகத்தை விட்டும் போகாது. ஒவ்வொருவரும் சாவதற்கு முன்பு அதை அடைந்துவிடுவர்.

பூச்சிகளுக்கும் தூண்களின் ஞாபகமிருந்தது. பூச்சிகளின் ஞாபகம் மிகப் பெரிதானது. ஞாபகங்கள் தூணை உரசிக்கொண்டிருந்தன. அது யார் கனவையும் தட்டி எழுப்பாமலிருந்தது. எல்லாச்செடிகளும் கனவுதான். அது கற்சாவிகளுக்குத் தெரியும். அந்தச் செடிகளுக்கு ஊரிலிருந்த எல்லோரையும் தெரியும். எல்லோரின் மீதும் செடிகளின் தொடுதல் இருப்பதால் ஊர் இயங்குகிறது. செடி எட்டிப் பார்க்கும் முன்னோர் வரைக்கும். முன்னோர் ஞாபகங்கள் செடிகளுக்கு இறங்கி கனவாகிறது. செடி ஒளியாலானது. அந்தச் செடிதான் ஊரின் வெளிச்சம். எல்லோருக்கும் இது சாதாரணமாகத் தெரியும். கண் தெரியாதவர்களுக்குக்கூட செடிகளின் இருப்பிடம் தெரியும். செடிகள் இருப்பதை உணர்ந்து கண்ணற்றோர் இருக்கக்கூடும். செடிகளாலான ஞாபகப்புதரில் கிடைத்துவந்த அதிசயத்தை இருளில் கண்டுவருகிறார்கள். இருட்டைக்கண்டு பதறியோடியபின், அகண்டு கருகருக்கும் இருளில் துளைந்துவிரல்களை நகர்த்தி நகர்த்தி செடிகளின் ஸ்பரிசத்தை அடையக்கூடும். தொடாமலேயே செடிவாசத்தை அடைத்துவிடுகிறார்கள். சதாவும் இருளில் ஊடுருவிய செடி குருடர்களின் கண்மலர்களைத் தொடுகிறது. கண்மலர்களைக் கையில் ஏந்தி செடிகளின் மீது நட்டுவைக்கிறார்கள் கண்களை. ஊர் கோடியில் இருந்த பால்யவனத்திற்கு அவர்களால் போகமுடியும். அங்கிருந்த மூலிகைப் பாத்திகளில் பெண் பிள்ளைகளின் பிஞ்சுக் கரங்கள் அவள் கண்களைத் தேடும் போதெல்லாம் வீடுகள் விளக்கேற்றப்பட்டுவிடும். நெடியதூண்கள் விளக்கில் தெளிவடைந்து அசைகின்றன. அவள் வீட்டுத் தூண்களில் தான் ஊரே நிற்கிறது போலும். குருடர்களைச் செடிகள் வளைத்துக் கொண்டு தழுதழுக்கின்றன. தூண்கள் அருகில் நோயாளிப்பெண் சாய்ந்திருக்கிறாள். தூணில் மறைகிறாள்.

□

20

சின்னப்ப நாயக்கன் குளத்து பிரதிமைகளின் புனைநிழல்

கௌசிகமுனிபுங்கவர் ஓலைமுறியும் எழுத்தாணியும் மிதந்து கொண்டிருந்த குளத்தில் காமுகர்கள்வாசியாநின்ற ஏடு மூழ்கிவந்த குளத்தில் சந்திரனானவன் முக்குளித்த மாத்திரமே பெண்ணாக உருமாறினான். கௌசிகமுனியின் இந்திரிய முத்து நீர்விதானத்தில் மிதக்கும் ஏடுகளில் சலனமானது. அந்த உதிரவேகச் சுருளில் சந்திரனது விதிமாறிக் கன்னியாகி அவன் உடல் முழுவதும் யோனியின் பச்சைச்சாறு கசிய ஆதிசேஷன் எனும் பாம்பில் துயில்கொண்ட கருநீலன் காமத்தழல் பட்ட புண்வடுக்களோடு ஆலிலையில் தவழ்ந்து குளத்தில் எழுந்த சந்திரக்கன்னியுருவில் புகுந்து விடம் தீர தேய்பிறை சுற்றி அமாவாசைக் கருப்பில் கர்ப்பம் தரித்தான் சந்திரன். நிலவு எரிந்து வளர்பிறையுடன் சிசுவும் வளர்ந்து தேய்பிறைக்குள் அரிச்சந்திரனாய் ஆலிலையில் ஜனித்த குளத்து நீரின் கோடு கௌசிகமுனிபுங்கவரின் எழுத்தாணி கீறிய புராணமாய் தொடர்ந்தது சாபத்தில். குளத்தின் கருங்கரையில் முடிநீவிய இருபத்தேழு சந்திரமனைவிமார் பதிவிரதைகளாயிருந்தும் துக்கப்பட்டு உயிர் மாய்க்க குளத்தில் மூழ்கவும் கௌசிக ஓலைமுறி நீரின் மேல்வந்து தானே வாஸித்த அசரீரி சொன்னவாக்கில் முழுகி மூர்ச்சையான இருபத்தியேழு பதிவிரதைகளும் நீர்மட்டத்தில் ஆண்களாகி உருமாறி மேல்வந்து சந்திரனைக் கண்டு காமுற்று ஆண்பார்வையால் உடல் முழுவதும் கீறின யோனி பேதங்களில் முளைத்த கொங்கைகளில் பதிவிரதைகள் வருடிய சந்திரமுலைக்கண் வெதுவெதுத்துப் பொங்கிய பால்ஒளியே கௌசிக வனமெங்கும் பனியும் ஒளியுமாய் உமிழச் செடிகளும் இலைகள் படர்ந்த விருட்சங்களும் பால்மாறி ஆணும் பெண்ணும் பேடியும் பும்மையுமாய் மனித விதிகளுக்கு அடைபடாத பாறைகள் நில ஒளியில் முணுமுணுத்து உராய்ந்து

கவர்ந்து விலகி மோதி வெடித்து பிழம்பாய் பொங்கிய இந்திரிய சுழற்சியில் கௌசிகனின் சடைமுடி அசைத்த ஆலமரம் நிழலாய் குளத்தில் அசைந்து பதிவிரதைகள் இருபத்திஏழு பேரும் கரையேறி வில்வேடர்களாய் கான்புக தங்கள் அத்தனைபேரின் ஒரே காமக் கிழத்தியான சந்திரனோடு முனிவன் கபாலத்தில் தேக்கிய குண்டலியம் தலைகீழ் பாய்ந்து காமத்தால் உருக்கலைந்து இந்திரிய சுழலாய் சந்திரனுள் கிரணங்கொள்ள பூமி இருண்டு பிறைநிலவு கீறிச் சிரித்தாள் கன்னியுருமாறிய சந்திரயுவதி. இருபத்தேழு வில்வேடரும் குளத்தை ஆட்கொண்ட கௌசிகரின் காமாக்கினிக்கு எதிராய் தலைகீழாய் குறிவைத்த இருபத்தேழு விட்கள் தெறித்துப் பாய்ந்த பாண வர்ஷங்கள் முனியின் கபாலத்தை மோதித் திறந்து அதில் முளைத்த கண்களுடன் சுழன்று பறந்த கபாலம் விண்மீது சரிந்து பால்வீதியில் பறந்தது.

சந்திரனை நோக்கி அம்புகளைத் தலைகீழாக எய்தினர் வில் வேடர்கள். அவை காமனின் பாணவர்ஷங்களால் சரதல்பத்தில் குற்றுயிராய்க் கிடந்தாள் சந்திரப்பெண். தன் உருவடையாத வில்வேடர் குளத்தைச் சுற்றி காவலிருக்கிறார்கள் நிலவு காயும் இரவுகளில். பால் மாறி நின்ற குளத்துநீரில் மேல்வந்த மஞ்சள் ஓலைகளில் காமசூத்திரங்களில் படாத வரிகள் பார்த்தவர் கண்ணில் தோன்றி அர்த்தநாரியின் பூடக ஏடுகளில் தொனிக்கும் அனந்தகோடி ஜீவனின் கலவி ஒலித் தொகையாய் சலனித்தது குளத்துநீர். தானே சொன்ன நீரின் பூடகவரிகளில் யார்யாரோ குரல் கொடுத்து மறைந்து கொள்வார் குளத்துக்குள். சர்ப்பங்களும் பெருமூச்சுவிட்டு நீர் மீது சுழற்றிச் சுழற்றி எழுந்து பார்க்கின்றன நிலவின் மஞ்சளை. நீலவெளி நீரில் அசைந்தசைந்து உருமாறும் சின்னப்பநாயக்கன் குளத்து கல் பிரதிமைகளின் புனைநிழல் நீந்தி அலைவுறும் காலத்துக்கு வெளியில். வன்னிப்பூ திறந்து பட்டமரமும் தழைய சித்திரமும்கூட சிரம் அசைத்து நாசகாளி கல்நீலி உயிர்பெற்று முதிர்மாதுளம் தோல் சிவக்கக் கூறிய கூளப்ப நாயக்கன் காதல் விறலிவிடு தூதுச்சுருள் மக்கி பாசிபடர உலர்த்திய ஏடு பிரித்து உள்செல்ல ஊடுருவிய காலம் பழுத்த அரிமானங்களில் சிதைந்த அம்மணருதுக்களும் சூரியசக்கரச் சுழலில் எரிகற்களோடு புணர்ந்த கிரணநிலை கூறினாள் நீலி. பதினாறடிக் கூந்தல் இழைபின்னிய மாயப் பரப்பில் விதிர்த்த முலைகள் நீலத்துள் அண்ணாந்து துளையும் வேட்கையில் உருளும் கிரகங்கள் விதிமாறும். விழுநிழலிலா பாவையின் பிடரியில் நீலயிறகு முளைத்து வெளி மிதக்கும் மௌனம். கேசம் விரித்து

நீர்மேல் புரண்டு கன்னி தேக தாஸ்டிகத்தில் வதங்கடித்து நெடுங்காம மேகமெல்லாம் ஆகாயத்தை விட்டு குளத்தின் சரீரமான ருது உடலில் வசிக்க அவள் கொங்கைமேல் அமர்ந்த நீலக்காகம் சொன்ன சூதில் நீலியின் சுருட்டைமுடி குளத்தின் குறுக்கே நீண்டு இலைகள் படர்ந்த விருட்சங்களிடையே மறைய முலையுயர்ந்த மங்கையின் சுழல் சுற்றுடைய ஒற்றைமுடி நீண்டு காலில் சிக்கிச் சுருட்டி யானையைக் குளத்தில் வீழ்த்தியது. நீலியின் முடி சுருட்டை சுழலில் பாதாளம் போனது என நீலக்காகம் சொன்னது. ஞாபகத்தில் காமம்கொண்ட யானை அவள் கனவில் வந்தது வெண்நிறத்தில். வெண்பூவுடன் படிகளில் இறங்கி நீர்மேல் மறைந்தது என்றாள் நீலி. மறையும் யானை உரு இருபதுபிரதிமைகளாய் அலையில் செல்ல நீர்மேல் சிலந்தி வலைபின்னும் நீலியின் கூந்தல் இழை.

மங்கிய மூலிகைமையில் மறையும் கொங்கையின் ரகஸிய இழைகள் அழிந்து வெளித்தோன்றி சிதிலப்பெண்களின் உயிர்க் கோடுகள் சாவிலும் பின்தொடர நாய்முகரை முன்வாய்ப்பல் நீட்டி பிலாக்கணம் சன்னமாய் நீளப் பார்க்காத பெண்களின் துயரம் மஞ்சநிற வேதனை தருவதாகி கதறுகிறது மௌனமாய். ஆழக்குமிழ் நெருப்பில் உயிர்ச்சரம் ஓட தீப்பாய்ந்த கன்னிகள் சருக்கம் சாபம் கொடுத்த மொழிவரைந்த தச்சன் மறைந்துபோன சிந்திரக்காரத்தெரு பாழ்பட்டு அவனை அழைத்தவாறு உதிரும் காரைச் சுவர்களில். கல்பாவிய வீதிகடந்து கோடுகொண்ட சித்திரப்பெண்கள் எங்கு போயினர். தூண்களில் உருக்கொள்ளக் காத்திருந்த அவளும் கூளப்பன் சுதையில் எரிகிறாள் போலும். கால்பாவா கன்யா எரி நட்சத்திர வேகத்தில் திறந்த விண்முளைத்த கண்ணால் பார்க்கிறாள் குளத்துப் பிரதிமைகளை.

நீலவொளி நெளியும் சூனியத்தை அர்த்தப்படுத்தும் ருதுவின் கண் விண்மிதக்கிறது. அலைகளாகிவிடும் கூந்தலிழை அடுக்கில் சுருதிகாணாப் பெண் தனிமை. பிளக்கும் நீல வெறுமையின் சூல் கொள்ள உயிர்ப்புழு வளைந்து வாய்கீறி சினைப்பையில் பெண் ஆண் அலியெனக் கருக்கொண்ட இன்னொரு உலகைக் கர்ப்பத்தில் தாங்கி உருமாறும் பூச்சியிடம் உரையாடும் தொன்மை ஒலி. பாஷைகளுக்கு முந்திய காற்று வெளியில் ஒலிபல அதிரும் கர்ப்பத்தோல்.

உள்சுவரில் ஜீவநாடி நுண்ணிய சுருதியில் கமகங்கள் சிசுவின் தைலமிதப்பில் கத்திமுனையாகித் திறக்கும் ஒரு கோடிக் காற்று ஒலிகளை திசைமாற்றி சுரமண்டல அசைவுகளில் நீந்தும் உயிர்ச் சுருள்.

காலத்துக்கு வெளியிலுள்ள காலத்துள் நீந்தும் சுருதிகள் நீரில் கரைந்து நிசப்தமான அலையாகி கர்ப்பிணியின் காதில் உயிர் மதுரமாய் மௌனத்தில் உணரக்கூடும்.

நீல அவாந்திரவெளியில் முடியுலர்த்தி நீர்பிரதிமைகளோடு அந்தரத்தில் சாய்மானங்கொண்டு நீராக மாறி குளத்தில் கிடந்தாலும் விண் உயிர்தானே பெண். சலனமடைகிறார்கள் ருதுக்கள், கச்சையில்லா முலைகள் அண்ணாந்து வெளிர் ஒளியாகி கண்திறக்க அலை வுறுகிறாள் பேதை.

மூலிகை பூசிய ஆறுவகைப் பெண்களின் அந்தரங்க வாசனைகளில் பூவின் பிரதிமை அடிமௌனத்தில் ஒளிந்திருக்கும் தொண்ணூற்று எட்டுப்பூ வகையில் வேறுகொள்ளும் பாவை. அலாதிப் பூவில் மறைகிறாள். வாசனைகளின் மர்ம அடுக்கில் ஒவ்வொரு மடந்தையுமே வாசம்கொள்ள விதியின் புதிர்தான் அவள் போலும். முன்னிரவில் உயிர்கொள்ளும் வாசனை ஏனோ கனவில் முன்னுணர்வு கொண்டு நிலவில் படரும். பகலில் கூடாத பூ நெடி இரவில்தான் துலக்கம்கொள்ளும் போலும். பூவெடுத்து பரிமாறி மயக்கத்தில் கண்சொருகி விம்முகிறார்கள் மோகித்து. ஒரு நாளும் கூடிவராத சேர்க்கையில் சென்றவனின் ஞாபகம் நிற்காது விநோதமாகப்படும். தெரியாததற்குள் வரும் போகும் யுவனின் வாசனையில் முடியாததற்கும் நீர்மேல் பிரதிமைகள் அபத்தமெனப்படும். குளத்துப் படிகளில் பேசிப்பேசி மோகத்திலிருந்து விடுபட்டு விலகிப்போகிறான் வெறுமையால். அர்த்தம்கொள்ள ஏதுமில்லாததில் வார்த்தைச் சலம்பல் உதிர்ந்த மௌனத்தில் ஆட்கொள்ளும் தாவரங்களின் வளைந்த நெருக்கத்தில் பூ நெடியில் உள்மறைகிறார்கள் ருதுக்கள். குளத்துநீரில் மங்கலான பிரதிமைகள் வேகமாய் வசீகரித்து எதிர்பாராத ஒருவனுடன் ஏதேதோ சமிக்ஞை கொள்கிறாள் தெரிவை. குளத்துப் படிகளில் சாயல்கொண்ட பெண் தேடித்தேடிப் பித்தர்கள் மெலிந்து திரியக்கூடும். மங்கலான வேளை கல்படிகளில் மாறுபட்ட மடந்தையர் சட்டை உரித்து மோந்து பார்த்து கைகோர்த்து கூந்தலில் முகம் புதைத்து தண்டு உடலை நீரில் படியவிட்டு உள்மறைந்தவர் மீது நட்சத்திரப் பிரதிமைகள் நீரில் சலனமடையும். தலைகீழ் விண்ணிலிருந்து அலைமேல் வால் நீட்டி வெள்ளி சுழல்கிறது. முங்கி எழுந்த ஒருத்தியின் மேல்தூக்கிய முலைகளில் படர்பாசியில் உருமாறும் உடல்.

கொங்கையின் ரகஸிய இழைகளில் சிக்கிய கல்மந்திகள் கலவி

கொள்ள முகத்தொலி சிவந்து பரவிய கூளப்பநாயக்கன் லிபிகளில் யோனிவாகு மாதுளை வித்துக்களாய் அடுக்கிய குருத்தில் ஈரநெடி நுகர்ந்த மந்திகள் கரணமிட்டு வால்நுழைத்தன நீரில். குளத்துப் படிகளின் அடுக்கும் உதிராத மாதுளை வடிவ இறங்கு படிகளின் கீழ் குகை.

ஈசான மூலையில் செதுக்கிய எந்திரப்பாவை அழைப்பில் கருங்கல் நகரத்தின் கல்பூனைகளால் மார்புக் கச்சை அவிழ்த்து கடிக்கவிட பஞ்சு நுரை முலையுயர்ந்த எந்திரப்பாவை நகர் அதிரச் சிரிக்கிறாள். கர்ப்பப் புடவில் ஒளிவெள்ளமாய் பூனைகளை விரட்டுகிறது. அதிகரித்த ஒளியில் கூசிய பூனைகள் உடல்மறைக்க ஓடுகின்றன அழுதவாறு.

தனிமையில் பேசும் எந்திரப்பாவை முன் சதுர்பதுமை சுதிகான பாதவிரல் அடுக்கில் தலைகவிந்த அலியொருவன் அவள்பாதம் ஏந்தி செம்போத்து இறகால் கலவிக் கோலம் தீட்டி பாதத்தில் காது வைத்துத் துடிக்கும் தாளகதி கேட்டு நயவார்த்தையாடி மயங்கும் கஸ்தூரி நெடி பரவி விரகாக்கினி தூண்ட கூந்தல்விரித்து விழுந்து புரண்டான் பூமிமீது. பற்றிப்பரவும் அலியின் கூந்தல் இழைச்சர்ப்ப கோபம் கல்நாகத்தின் இந்திரியமாய் கக்கிக் கக்கி சதுர்கணிகையின் பாதம் படர பச்சைவிஷ உருக்கன்னி கண் கொத்திச் சாரையாய் பிணைந்து உயர விசும்பி ஆடும் நாகசாரை சர்ப்பதுள்ளலில் சின்னப்பநாயக்கன் குளத்து பிரதிமைகள் கணம் உறைந்து கல்படிகளாகி ஒடுங்கின பயத்தில்.

வாழைப்பூமுலை துவர்த்து தாவரராசியுள் சல்னிக்கிறாள் நீலி. புளிப்பும் கைப்புமாய் சுவைகொண்ட நீரில் பாசியும் அவள் உடல் படர்ந்து மோகிக்க இச்சைவெறியில் காரண்டப் பட்சி கிழக்கில் அலறும். நகங்கள் வளைந்து பல்லும் முன்வளைந்து கட்டுக் கட்டாய் உடல் வரி கொண்ட நீலி படிவுகளில் ஏறி கான் புகுந்து அலறுகிறாள் புலியாகி. மேகங்களில் இடிகேட்டு விருட்சங்கள் இருண்டன. வேடர் குழுமி உடுக்கும் கொம்பும் வலையும் கத்தியும் வீசிவர முகமும் தாடையும் புலியாக மாறிய நீலி வேட்டை நாய்களை விரட்டி புதர் மறைகிறாள். கணப்பறை ஒலி கேட்டு சிரிக்கிறாள் இடியாகி. அசையும் விருட்சங்கள் பூடகம் பேசி பெண்புலி உறுமும் திசையில் வேடன் பாதங்கள் நகர்ந்துவர திமிழ்காலில் சிக்கும் வராலிக்கொடி சீறிப் பிடிப்பட்ட வேடனைத் துடைக்கிடையிலடக்கி புலிநகங்கள் வேடன் மார்பில் கவ்விய காமப்பிடியில் மயங்கிக் கிடக்கிறான் தோள்புறமும் வில்லுடன். வாழைப்பூக் கொங்கையின் பூடகம் வேடன் மார்பின்

புகுந்து கணம் வெறிக்க அலியான வேடன் இடதுபாகத்தில் வாழைப்பூ கொங்கையின் தலைப்பாகம் காம்பு மொட்டாய் இறுகி வாழை இலைவிரிய பச்சை நரம்புகள் வேட உடல்சுற்றிப் படர்ந்து நர்த்தன ரூப அர்த்தநாரி. நீலி உடல் இணைந்த வேடன் ஒன்றாய் படர்ந்த கானில் உடுக்கை ஒலி பரபரக்க காகம் எரியக் ககனங்கள் தூளாகும் தாண்டவம் கன்னிமூலையில் செதுக்கியவடிவம்.

விறலிவிடுதூதுச் சுவடியில் வெளிர் மஞ்சள்நிற உலர் தொலியில் ஊடுருவிச் தெரியும் பூ நரம்பு மூத்திரதாரை நிதம்பம் கருப்பை சினைப்பைகளில் பேசும்தாவரங்கள் அடியில் உருளும் சுக்கிலம். மச்சவாய் உதடுகீறி சிப்பிகள் வாய்பிளந்து சுக்கிலக் குமிழில் உமிழும் வால் நட்சத்திரம். பீஜம். சுக்கிலாசயம் சுற்றி ஆமையின் சாம்பல் கழுத்து நீண்டு உள்மறையும் இருள். அடைகிடக்கும் பாம்பு சினந்து கர்ப்ப வாய்க்குள் நீளும் காளான் குளிர் இரவில் வளைந்து உதிரவேகத்தில் தேடும் பசுமிலை நரம்போடிய இமை திறந்த கண்ணில் உருளும் கிரகங்களின் விழுநிழலிலா ஜந்துக்களும் பட்சியும் நத்தையும் முரலும் மிருகமூச்சும் தொட நிழல் நிழலாய் குருதி ஊறும் நெருப்புக்கல்லில் ஜனநேத்திரியங்கள் கோளங்களாய்ச் சுற்றிச் சுழன்று செல்ல யோனித்தோல் ஒளியில் காளான்.

வாகையும் புளியும் குழுமி நிற்கும் அப்பெரும் முனிவனத்தூடே சின்னப்பநாயக்கன் குளம். நீர்மேல் நட்சத்திரங்கள். சலனமற்ற ஸ்படிகத்தில் மிதந்து திரியும் நீர்ச்சிலையாக சின்னப்பநாயக்கன் மகள் சுயம்பிரபை. கூவி அழைக்கிறாள் நீரிலிருந்தவாறே. அவள் குரல் தெற்கே சரிந்துபோய் வெட்டாந்தரைக்கு அப்பால் எதிரொலித்தது. பேய்க்கணஞ் சூழ இறைவியாகிய பிடாரியே தலைமாலை சூடி பல்துருத்தி நிற்கிறாள். அரவங்களின் அசைவு. பிடாரியின் விதிர்த்த உண்ணாமுலையில் வெதுவெதுத்துப் பொங்கிய அமிர்தத்தின் உருக் கொண்ட ஒருமகள் இவ்வனத்தில் வெட்டிய குளத்தில் நீராய்ப் பேசுகிறாள் பிடாரியோடு. சுயம்பிரபை கணவனை நீங்கி கானகம் திரிகிறாள். பாங்கிணற்றில் தன்னையும் பிள்ளைகளையும் போட்டு கொலைபாதகம் செய்த கணவன் வேற்று ஊர் மறைகிறான். ஊர்களுக்கு வெளியே போகும் பழந்தடங்களிலெல்லாம் இடி கிணற்று மேட்டில் மூளியாகத் தலைமூடி அழும் அவள் உருக்கண்டு வழிநடப்போர் பாதைமறித்த நீலியை வணங்கிப் பதைத்து விலகினர். நீலியால் சூழப்பட்ட வெறுங்கிணறுகளில் ஒவ்வொரு நீருமே பயந்து இருள்கொண்டு வற்றி ஆவியாகி வேறிடம் புகுந்தது.

சிதறிக் கிடந்தாலும் ஒவ்வொரு நீரையும் ஒன்றுசேர்த்து நீலி உருவாகி விடுவாள். கருநீரின் துயரத்தில் அவள் பிள்ளைகள் மச்சங்களாய் சிப்பிகளாய் உதடு துடித்து சுவாசித்துவரலாயினர்.

சர்ப்பத்தின் காமரேகை படாமல் நீலியாக நீரின் மர்ம அடுக்கில் உருவற்ற உருவாய் மிதக்கும் நீல ஒளியில் நீர்ச் சிலையென திரண்டு விண்பருந்தாய் நகர்ந்து முற்பிறப்பில் சென்று மறையும் நிலவெளிகளில் பாழ்பட்ட வசீகரத்தில் சிதிலமான படித்துறையில் தைலநீரில் தன் அரூபம் கண்டு துன்புறுகிறாள் சுயம்பிரபை. பாதைகளின் விநோத மறைவிடத்தில் நின்ற தூண்களில் மறைகிறாள். வெளிர் இரவுகளில் சிதைந்த உருக்கொண்ட குளத்துப்படிகளின் மாயப் பிம்பங்கள் உயிர்பெற்று உயிர்குடிக்கும் வசீகரம்கொள்ள யாருக்காகவோ காத்திருக்கும் மயங்கியவேளை வழிப் போகும் அரூபங்கள் தொடுவானம் தாண்டி மறையும்.

முன்னிருந்த அவள் பிரதிமை மறையாத ஊரில் பிரமை தானே திறந்துகொண்ட ஜன்னலில் கண்வைத்துப் பழைய தன்னுரு நகரும் கால்சிலம்பின் ஓசைகேட்டு மரக்கூடத்தில் தைல மரச்சட்டங் களினூடே பதிந்த பாதரஸ ஆடியிலிருந்து பார்த்த நீலி எனும் ருது கண்களில் கொண்ட ஈரவசீகரம் இமை கருத்தும் குலையாமல் எதிர்நின்ற ஜன்னலின் ஊடே தொலைவில் வரப்போகும் பிறவாத பிறவி கண்டு நூறு வருஷ இடைவெளியில் பார்வை சுழன்று ஊடுருவி அர்த்தப்படும் கண்களின் வசீகர மாயையே இச்சையென நீண்டுபோய் பாதரஸத்தில் பட்டு உருக்கொள்ளக் காத்திருந்தது. நீர் உருக்கொண்ட சலனமாய் பிரதிமைகளில் மாறி மாறிக் கடந்த உருஅடைந்த சுயம்பிரபை நீலியின் பாசிவுடல் தொட்டு தைல மரக்கூடத்தின் நடுவில் என்றோ காணாமல்போன பறவைகளின் பெருங்கூட்டமான ஒலித்துகள்கள் பரவ மரவாசனையின் நீண்ட கனவில் அவள் கண்ட நனவின் தோற்றத்தில் முன்தெரிந்த யாவும் நிசப்தத்தில் மெல்ல அலைவுற ஒளி வேகத்தைச் சற்று கடந்து திரும்பும் கூடத்தில் ஜன்னலில் நின்ற தேசல் ஒளி எதேச்சையில் பார்வை கொண்டது.

மௌன வாசனை கொண்ட பாழ் வெளிறிய விரல்களால் பிரதிமைகளைத் தொட உதிரும் ஞாபகங்களைவிட்டு வைத்தனர் போலும். நீலியின் பாதரஸவுடலைப் பின்னி ஒருவரையொருவர் பார்த்தனர். கண்மேல் கண்சுற்ற ஒன்றுமீது ஒன்றுமாறி திரும்பத் திரும்பும் பார்வை யார் எவரென அடைபடா மௌனம். இன்னும் எதுவோ கூடத்தில் மறைந்திருக்கும் சாயைகள்.

அருகே இருப்பதாகத் தோற்றம் கொள்ள நிசப்த அலைகள் சூன்ய கூடத்தில் அலைவுறுகிறது. நீரின் மாயப்பரப்பில் மிதக்கும் பிம்பமாய் சுயம்பிரபை. நீலி அருகே காதுகளில் கெஞ்சுகிறாள். 'போய்விடு... இனி சாவின் மறைமுக வாசனையை நுகர்ந்து மாய்வோமோ?'

'இல்லை. ஒளிப்பூச்சிகளுக்கு முடிவில்லை. ஊடுபாயும் பார்வை நிற்கிறதே கற்பகாலமாய்'

'உயிர்தானே நீலி. வெறும் உடலின் பெயர்தானே நீ'

'இடைவெளியில் இருக்கும் பார்வைப் புழு நெளிந்து சுருண்டு நீள்கிறதே அதுவா'

'இல்லை'

மார்பில் கசிகிற ஈரத்தில் தலைபுதைந்த பாதரஸநீலி கண்சொருகி மயங்குகிறாள். சுயம்பிரபையின் உடலில் பச்சைநெடி பொங்கி இலைகளும் கந்தப்பூக்களும் விநோத நிறங்களும் அலையாகி காமம் கொள்ள பொட்டுப் பூச்சியும் இலைப் பூச்சிகளும் அதிர்ந்து சுற்றிவந்து இருவர் நிலையில் கோடுகொண்டது. மயக்கத்தின் உள் பாதரஸ மயக்கவெளியில் இருஉடல் மறையும் சூனியத்தில் மறையக் காத்திருந்த உருக்களின் பின்னே பாதரஸநீலியின் உரு மறைந்து பச்சை வெளிர்நிறம் எஞ்சி அரூபமாகி ருதுக்களின் வாசனையும் சாயல்களும் இல்லாது தோன்ற பெயர்களின் பால் மாறுபாடுகளின் பிரக்ஞையற்ற வெறும் பாதரஸ ஆடியில் எதிர் தோன்றும் நீரின் பிரதிமை. சாயைகளுக்குமுன் எது நிற்கிறது. பின்னே சாயல்கள் உருக்களாகி நேர்முகம் கொள்ள எல்லாம் களையும் ரஸக் கரைசலில் வெளிர் சூனியமென உயிர்ஒளிர்வுகொண்டு இருவரும் ஒருயிர் கொள்ள சற்று இடைவெளிதான் இருந்தது போலும்.

ஏனோ சுயம்பிரபையின் கூந்தலிழை நீந்தும் கட்புலனாகா பிரதேசத்தை நீர்பார்த்து பிரதிகொள்ள கன்னிமை மாறா வெகுளியாய் காலத்தின் பின் முன் நகரும் நீராய் அலைவுறுகிறாள் குளத்தில். ஊசி வலையாய் நிகழும் காலவிதியெனும் முள்ளெலிப் பல் கவ்விய கண்டத்துடன் வளர்கிறது தீராத பல்.

குளத்தில் நீந்தும் ருதுக்கள் காணாமல் போகிறார்கள் ஒவ்வொரு அந்தியிலும். எங்கே போயினர். எத்தனையோ ருதுக்களைக் கொண்டுவிட்ட குளம். திரும்பாத சொப்பன ருதுக்களைத் தேடி வரக்கூடும். ஒவ்வொரு பெண்ணாக குளத்தில் மறைவதைக் கூனியே பார்த்திருப்பாள். வலை கொண்டுவந்த ஊரார் மூழ்கி

அலசியும் நழுவி எங்கோ போய்விட வழியேதுமில்லை குளத்தில். ஏழுவகை நரம்பு வில் அதிர நீர்மேல் குனிந்த வேடர் செலுத்திய தலைகீழ் அம்புகள் நீரைக் கிழித்து உட்புகுந்து தரைகண்டு மேல் வந்தது. அம்புமாறி அம்பு புகுந்து நீர்பிரதிமைகளை ஊடுருவிச் செருகிக்கொண்ட பாணவர்ஷங்களால் சரதல் பத்தில் சல்லடைக் கண்களாகி துயில்கிறார்கள் காலமற்று.

கால்வைத்த கல்படியில் நீலகேசி எனும் சர்ப்பத் தோட்டத்தில் மறைகிறாள். படிகளில் செதுக்கிய கல்தேள் எனும் நிமித்திகன் கொடுக்கை வளைத்துக் காமத்தால் தீண்ட விஷப்படிகளில் ஓடி பாம்புமேல் இருந்த தோட்டத்தில் புகுந்து அங்கு சூழப்பட்ட பழந்தின்னி வெளவால்கள் முற்பிறப்பு சருக்கம்கூறி உடல் சுற்றிப்பழவாடைக்குள் மறைகிறாள் பெண். கட்டுக்கட்டான சர்ப்பத் தோலில் கீறிய பிரதிமைகளின் மர்ம அடுக்கில் சென்று காலத்தின் இணைப்பேதும் இல்லாத திராட்சைத் தோட்டத்தில் கனிந்த ருதுக்கள் வாசனையால் மீண்டும் கன்னியாயினர். பூமிமூலக வாசனையாகி மறையும் தோட்டம்.

கல்குளத்து சுவர் சுற்றி குமாரத்திகள் சித்திரம் தீர்ந்த அரண்மனை மூலைக்கற்களைப் போலவும் இருப்பார்கள். மங்கித் தெரியும் ஆயிரத்து இருவகை கலவிரூபங்களில் கரடி முன்தாடை பெண்ணின் முகத்தில் சேர அம்மண முனிவன் மீது தொடை நீட்டிய தாடகையும் கல்நண்டு நிதம்பத்தில் பற்றிக்கொள்ள பெரிய ஓணானைக் கலவி கொள்ளும் மெலிந்த ருது கான்மயங்க வைக்கும் துடிகல்லில். கீறிய கோடுகளில் பாம்புக்கோலங்கள் படிகளில் வளைந்து சுழன்று சீறிவர தாஷ்டிக முலைகளில் காளான் முளைத்த விரல்கள் அழுந்த ராட்சஸன் கச்சிறுக்கிய பருத்த ஸ்தனங்களுடன் கருங்கணங்களுடன் ராட்சதஸ்திரீ சூர்ப்பனகை முலையை மூக்கையறுத்த கோடுகள் சினந்து அழுத கண்ணுடன் ஓடும் வரிகள். பிறிதொன்றில் விரகாக்கினியால் வெந்தெரிந்த சடைமுனிவர் தாபம் பெருகியதால் வில்லுடன் வந்த மேனகையோடு கூடித் தோள்புரண்டு அவள் அம்புராவில் சர்ப்ப அம்பெடுத்து மேனகை இடது பாதத்தில் காமக்கோட்டி பிடித்த முனி அம்பினால் கீறிய லிபிகளில் முளைத்தது பாதக்கண். சகல கதியை நிஷ்டை நுட்பத்திலறிந்த முனிவர் காமலிபிகள் சர்ப்ப அலையலை யாய் சீறிச்சென்று ஆரணியத்தில் ஒளிந்த யோனிச் சுழிகளில் சுற்றி திக்குக் கெசங்கள்வரை வரிகள்கொண்ட கல்படிகளில் வெட்டிய கேட்டை மூலம் சத்துரு அரபி உத்ராடம் பூச நட்சத்திரங்களும் சூரிய வட்டமும் பெயர்ந்து ஒவ்வொரு ஸ்திரீயின் ருதுவேளைப்படி

இடம்மாறும் ராசிகளை முனிவர் எறிந்த சர்ப்ப அம்பு வாய்திறந்து காமாக்கினியால் விழுங்கியதைக் கண்ட பிடாரியின் சாபத்தில் கல்லாகி உறைந்த விஸ்வாமித்திரனும் படிக்கல்லில். ரிஷி பிண்டம் ராத்தங்காதாகையால் மேனகை உடனே கர்ப்பந்தரித்து சகுந்தலையைக் குளத்துப் படிகளில் ஈன்று முனிவரை வெட்கப் படுத்திய கோடுகளும் வெட்கத்தால் கல் சிவந்தது. வண்டோட்டும் சகுந்தலை நீலகேசியெனும் பாம்புமேல் நகரும் தோட்டத்தில்.

கல்லில் கணம் உறைந்த சிற்ப உருக்களை அசைத்து இச்சையில் நீண்டமுனி வனத்துக்கு மேனகை பாதத்தில் முளைத்த கண்ணில் வடித்த கிரகங்களும் மச்சங்களும் முதலையும் தேளும் காகமும் புறாக்களும் ஆமையும் வாய் பிளந்தவாறு படிகளில் கோடுகொள்ள மேனகை பாதக் கண்ணில் உருமாறும் முனிவனம். சின்னப்ப நாயக்கன் குளமே மேனகை இடது பாதத்தில் முளைத்த கண்ணாகிச் சுழல்கிறது.

முனிவனம் புகுந்த பெண்கள் நீராடி நில ஒளியில் படிகளில் அமர்ந்து சிணுக்கோலியால் ஈக்கியால் ஈருளியால் முடிசிலுப்பி மோந்து பார்த்து இழைவிட்டு இழைமறையும் பேன் பார்த்து நக இடையில் பலியாவதற்குமுன் கொங்கையின் ரகஸியத்தை ஸ்திரீகளும் தெரியமுடியாத கனவின் நீலஸர்ப்பங்கள் கூந்தல் இழையாகி சுழல்வதை புஷ்பராகக்கல் ஒளி தெறிக்கும் நீலக்கண்களின் ஒளியில் நகர்ந்தது பேதையான பேன். கனவுப் பாம்பின் நீலக் கண்ணில் மறைந்திருக்கும் வாசனையில் மயங்கும் முனிவனத்தின் அறியப்படாத சருக்கத்தில் கனவின் மர்ம இழைகள் செல்லும். கதைகூறிக் கதைகூறி ஈரும் பேனும் தப்பிவிட தலை சொறிந்தனர் பேசாமடந்தைகள். ஏழுதலை நகரும் பேனின் இழைவழிகளில் கூடிப் பேன் பார்க்கும் ருதுக்களுக்கு பூவின் அந்தரங்கங்கள் சொல்லும். விரல் ரேகையில் நகர்ந்தவாறு நீண்டுவரும் வால் நட்சத்திரத்தால் நேரப் போகும் கேடுகளை சகுனம் கூறி மறையும். தாழை மஞ்சள் மடல் விரிந்த ருதுவான கன்னியின் உடல் கற்றாழை நெடி பரவ அவள் உடல் மேல் சென்று மயங்கி கருங்கூந்தல் வனத்தில் அலைவுறும்.

மூதா எனும் கிழக்கூனி தேய்பிறை இரவுக்குள் வளைந்து போய் சின்னப்பநாயக்கன் குளத்து பிரதிமைகளிடம் தனியே உரையாடுகிறாள். நீலியின் தாய் நான். பேய்ப்பிள்ளையைப் பெற்றுவிட்டேன். இலவுகாத்த பூதத்தின் தத்துவம் கூறும் நீலியை எருதுச் சங்கிலியால் பிணைத்த அவள் கணவன் மண் தாழியில் நீலி உடலை வைத்து

கொண்டுபோன முதுகாட்டில் சிதையர் கீழ்மக்கள் நெறியிலார் கைக்கிளை பெருந்திணையோர் சூழ்ந்திருக்க இரவும் வந்த வேதாளி முனிச்சந்திரபட்டாரகனான பாதகனை பலிபீடிகையில் வைத்துக் காமப்பேய் வனத்தில் பேய்களே பேதையராய் அழும்குரல். நரபலிக்காட்டில் மந்திர உடுக்கு அதிர எரியும் ஊன் விளக்கில் உடும்புத்தோல் நெரு நெருவென உறும பருந்துப்பிடாரி அசைய கூகைமுகம் கருக்கிருட்டில் விரிய கொண்டலத்தி நாக்குநீட்டி கீரிச்செவி கூர்ந்த நிசப்தத்தில் புனுகுப்பூனை காலடிகளை நகர்த்தி முன்செல்ல பச்சை மயிலிறகு ஆயிரம் கண் ஊர்ந்து நகரும் விரிவனத்தில் இராவெள்ளி எரிந்துவிழும் வேளை நெருப்பைச் சூழ்ந்த ஆதிமகளிர் பிடாரிக்குக் கொடையெடுத்து, குலவை ஒலி சூழ்ந்த கானில் வேடனால் குடிகெடுத்த கிழக்கழுகின் ஆவி தூரத்தில் நின்று கூவ மண்டியிட்ட வேடன் அம்பில் கிழக் கழுகின் குருதி எரிந்து பலிபீடிகையிலிருந்த பளிங்குக் கண்களில் நீலநிறக் குருதி. சாம்பல் நீலக் குருதியின் வாசனை கழுகின் குடல் வயிற்றில் பாய மந்திர வனத்தைச் சுற்றிச் சுற்றி மலையிருளர் தீராத பகைகொண்ட கிழக் கழுகின் ஆவி சூழ்ந்து நிற்க பலி மிருகங்களும் பன்றியும் காட்டெருதும் தானே தலை நீட்டும் பீடிகை மீது எருதுக் கொம்புகளில் பாயும் குத்துவாள். எருதுத் தலை கழுகின் சிறகு விரித்து கான்புக மாடுகளின் அவலக்குரல். இருட்டின் நிசப்தத்தில் மந்திரப் பாறைகளின் துடிப்பு. மிருகங்களை ஈர்க்கும் பழுத்த பாறைகளின் வெதுவெதுப்பில் அனாதியாய் துயிலும் சாவதானம். புலியாகி கான் உலவும் பெண்களின் பிரதிமைகள் மாந்திரீக குகைச் சுழலில் உள்புகுந்து புடவின் வெக்கையுள் தகதகவென உயிர்கொள்ளும் இச்சை. பாறைகள் நடுங்க முட்டி இறுகும் கலவி மூர்க்கத்தில் படபடவென வெண் சிறகுகள் சப்திக்க கவ்விய நாசிகளில் உயிர்ச்சரம். நிலப் பரப்பே பிடாரியின் உண்ணாமுலையில் உருகி விரிந்த பாறைகளின் வளைவில் வனந்திரியும் இருளர் பெருங்காட்டில் உறைந்த பேய்களைக் கூவி சுழலும் குரல். ஊன் உண்ணுமாறு மரபான சடங்குகளின் ஓலமும் நாய்களின் ஊளையும் ஆதிமகளிர் குலவையும் சுருண்டு மோகப் புயலாகி பிடாரியின் பிரதிமைகளின் சுழல் சுற்றுடைய கேச அலை இருளில் துயிலும் மூதா எனும் கூனியை உசுப்பி பேதையின் முலை ஒளியில் சித்திரக்குளம் நோக்கி நடுங்கி நடக்க வைக்கும்.

வெளவால் முதுகுத் தொலியாய் சுருங்கிய கூனி காட்டின் அடிவாரம்வரை கால்நீட்டி அசைந்தவாறு நீரிடம் பேசுகிறாள். ‘சின்னப்ப நாயக்கன் குளத்து கல் பதுமைகள்... நீலகேசி எனும்

பாம்பு வாலில் விசும்பி உயர எழுந்து நிலவை விழுங்கும் இரவில் தோட்டம் செங்குத்தாய் தொங்குந் தோட்டமாகும். 'நிலவில் நீட்டிய தங்க இலை பறிக்க வருகிறேன் சித்திரக்குளம் தேடி' என்றாள்.

நீர் விளையாடும் மனவூர் சிறுமிகள் தானே மேயும் மாடுகளை விட்டு கறுத்தவுடல் மூழ்கி நீந்துகிறார்கள். குளம் தோன்றிய ஞாபகம் யாருக்கும் இல்லை. அவ்வூர் கிழக்கூனிக்கு காணாமல் போன சந்திரப்பெண்களைத் தெரியும். ஒவ்வொருவராக மறையும் இரவில் தங்கயிலை பறித்து வருகிறாள் கிழக்கூனி. ஏழுநிறவில் தலைகீழாய் அதிர அதிரச் செலுத்திய பாணவர்ஷங்கள் கன்னிகளைப் புண்படுத்திய கோபத்தால் தரைமீளவில்லை போலும். அத்துவான காட்டில் உச்சிவேளையில் கூனிவந்து நீருடன் பேசுவதை மாடு மேய்க்கும் சிறுமிகள் பார்த்துக் கூடியமர்ந்து கேட்கக் கேட்க கண்ணெதிரில் தோன்றும் அம்மணப்பெண்களின் வெளிர் மஞ்சள் நாசியில் குமிழும் மூச்சு பெரும் மயக்கத்தைக்கொண்டிருக்கும். மச்சகன்னிகள் தீராக் காமத்தின் இழைகளைப் பின்னியவாறு இச்சைகொள்கிறார்கள். சித்திர ருதுகன்னிகளின் மங்கியத்தோற்றம் பாழ்பட்ட கற்களில் உயிர் கொண்டு காத்திருக்கிறார்கள் யுகம் நோக்கி. விதியால் பிரிந்துபோன ஒவ்வொரு நீரும் அந்தரங்க உறவு கொண்டு பிரதிமைகளை உயிர்ப்பிக்கக் குளத்தின் மடுவில் சேர்ந்து சுயம்பிரபை அலையாகிறாள். யாருக்கும் தெரியாத உள்ளுணர்வு கொண்ட நீர் பரவிக்கிடக்கிறது குளத்தில். நீரில் மிதந்துவரும் பிரதிமைகளால் சூழப்பட்ட கூனி பழங்காலத்தில் சென்றுவருகிறாள். நீர்மேல் கூனியுரு யுவதியாக இருக்கக்கூடும். எட்டி வளைந்து தோன்றுவதின் சாயலில் மூப்படைந்திருப்பாள் சுயம்பிரபை. மிதக்கும் பிம்பமாய உருக்கொள்ளும் காலமே முதுமைகொண்டு எதேச்சை கொள்ளுகிறது. இரவு கவிந்து எங்கும் இருள் பூச்சிகள் வளைக்கும் நட்சத்திரப் புள்ளிகள் சுழன்று சுழன்று காலத்துக்கு வெளியேயும் உள்ளேயும் வட்டமடித்து அலைகொள்கிறார்கள் ருதுகன்னிகள். கருக்கிருட்டில் மெல்ல மெல்ல சரிந்து நீராகிறாள் கூன்கிழவி.

□

21

அல்ப்ரூனி பார்த்த சேவல்பெண்

பஞ்சமாபூதம் பார்த்த மொழி ஆடிகளில் நான்குவரி கொண்ட இருபத்தி நாலு ஆதி எழுத்துகளை வரிவடிவங்கொடுத்த கோடு முழுபூமியையும் வளைக்கிற சேதுபுராணமாய் நீண்டிருந்த வில்முனை உடைத்த சேதுபந்தனம் நோக்கி பாயே ஒருபடகில் பாய்மரமும், ஒரு படகில் மிதந்து இரவில் சொன்ன அரேபியப் பேழையுடன் வந்த அல்ப்ரூனி எனும் யாத்ரீகனின் பயணக் குறிப்புகளில் காலமற்ற உறைநிலையின் கணம் உருகித் திரண்டு ஆயிரத்தி ஒரு கதைகளில் விழித்த விருச்சிகப் பெண்ணின் ஸர்ப்பச் சுரிகுழலின் ஒலிநாவுகள் சீறி நெளியும் புரானிகவரிகள் எழுதப் பட்டிருந்த சாம்பல் தீவுகள் பதினாறில் பத்மபுராணம், அத்ரி ஸ்மிருதி, ஜாபாலி, நாரதர், தேவலர், மனுஸ்மிருதி, மார்க்கண்டேய புராணங்களில் திருப்புல்லாணி நொண்டி நாடகம், பல பட்டடையின் தேவையுலாவும் வில் முனையால் கீறிய தனுஷ்கோடி எனும் தீவின் சாயைகள் சிதைந்த ஓலைத் தூக்குகளில் புரட்டிப் பொதிந்த அரேபியனின் வரைபடத்தில் கதாரூபமாய் நின்ற நடுகறகள் எண்ணாயிரத்தில் பொறித்த இடதுகை வில்லும் வலதுகையில் குறுவாளும் காலுக்குப் பக்கத்தில் பாயும் நாய்களும் நெற்றியில் பாய்ந்த அம்புகளுடன் சிதை புதைந்து கிடந்த தனுஷ்கோடி மூழ்கிய துயரம் வாய்வழிக் கதையாகி கரகரத்துச் சுழலும் பூமி விசையின் துருப்பிடித்த ஓசையுடன் வில்வடிவில் வளையும் ராமேஸ்வரத் தீவுக்குள் கருநாக்காய் நீளும் ரயில்தொடரின் கதவுகள் பரந்த வெளியில் கிடுகிடுக்க மஞ்சள் பிடிகம்பியில் கைவைத்து நின்ற பழைய நாடோடி அல்ப்ரூனி மீண்டும் திரும்பிவரும் பிரமிப்பிலிருந்து பேசும் ஜன்னல்கள் ஆயிரம் கண்களாய் ஊர்ந்து செல்லும் ஒலிமுகவாசலில் நகரும் படிக்கட்டுகளில் கால்வைத்துக் குனிந்து தரையில் சுற்றி

பின்போகும் மரங்களில் காற்று கிசுகிசுத்த சொல்மடிப்பில் அவன் கடந்த நகரங்களின் நிறங்களும் உதிர்சுவர்களும் சிமிளிகளும் குதிரைலாட ஒலிதெறித்த பொறியும் ஈட்டிகளின் வேகத்தில் நீளும் ரயிலருகில் விண்...ணென்று இரையும் தந்திக் கம்பிகளின் குளிரில் அமர்ந்த கருங்குருவிகளின் தனிப்பாடலை அண்ணாந்த அலகுகள் கொறித்து சிறுசிறு கண்களுக்குள் புகுந்து செல்லும் பழுப்பு ரயிலில் தொலைந்துவிட்ட அதிசய ஜன்னல்கள் எதிரெதிரே பார்வைகொள்ள உருளும் நகரங்களின் அடியில் எழும் குகைகளின் கிளைகளில் புகுந்து வளையும் ரயில் பனிஉதிர் வெள்ளிச் சிதறல் மங்கிய பாதையாகி நீள முணுமுணுக்கும் கோலியப் பெண்களின் விரல்கள் ரயில்கண்ணாடிகளில் தாளமிட கண்கள் பார்த்து படபடக்க திறந்த கதவுகள் மீது அசையும் உருவங்கள் சாம்பல் நிறவரி அசையும் ஞாபகச் சந்துகளின் அலறல்கள் ஓடும் குவிமாட லாந்தரில் சுழலும் ஸ்திரீகளின் தும்புருவாத்திய அதிர்வுகள் சாயும் தலைகள் முனகும் ஏதோ மனிதரின் ரகஸியக்கூவல் மூக்கை நீட்டும் கண்களின் ஈரத்தில் அடையும் இருட்டில் வரும் பாலங்கள் தானே பேசிப்பேசி உதிரும் காரைகளின் முணுமுணுப்புடன் கதகதப்பான குருதி இழைகள் விந்தையாய் குமுறும் கடல் பேச்சின் நாழிகை சென்ற சாதாரண வாழ்வின் ஒப்புதல் தண்டவாளங்களில் கரிய துருப்பிடித்த உறுமலில் உடைந்து சிதைந்த நிழல் கூட்டமாய் ஓடிவரும் அடிவானில் இருள் படரும் கரிஎஞ்சின் புகைவாலாய் சுழற்றும் புகைவளைந்து நெளிந்து மறைந்த நகரின் உயிர்ப்படலம் கடல்கொள்ள புகைவால் வெட்டிய பழுப்புநிற நகரின் ரயில்நிலையம் நிசப்தத்தின் ஆழத்தில் அசைய கடலடியில் புலம்பும் நீர்ரயில் பாம்பன் பாலத்தில் அதிரத்தூண்டிய நினைவுகளில் திறந்த கடலாடிகளின் ஜன்னல் களில் அசையும் சிறுவர்களின் மர்மமான கண்களில் உதயமான சூரியோதயத்தின் செந்நிற விடிவு தலைகீழாய் ராமேஸ்வரக் கோபுரம் சுற்று வீதிகளும் மேல்வரும்.

எலும்புமீன் செதில்முட்கள் கடல்சிப்பிகளால் கட்டப்பட்ட மண்டபம் கேம்ப் ரயில்நிலையச் சுவர்கள் உதிரும் காரைகளில் குடையும் பூச்சி. நின்றுபோயிருந்த ரயில் திகைத்துப் பார்த்த வெளிறிய உப்புநீர் ஆடிகளில் வந்த பிரதியொரு ரயிலின் மீது மழைத்தாரைகள் கண்ணாடிகளில் தெரித்து மெலிந்தது. மயக்கமூட்டும் பழுப்பு ரயிலில் எலும்பு துருத்திய மனிதர்கள் உடைந்த வல்லத்தின் மரத்துண்டு களுடன். சிறுவர்கள் கைகளின் மீன்படகுகள் பத்திரமாய். நச்சுவலை களில் மூடிக்கிடந்த மனித உருக்கள். விலங்குகள் பட்சி சாலங்கள்

கதுவாலிக் கூண்டுகள் மற்ற அகதிகளான இனச்சேவல் கூடுகள் மண்டியும் மகிளியுமாய் பாசிபடர்ந்து வெளிறிய தனுஷ்கோடித் தாவரங்களின் இலைதழைகளுடன் வாசம் பரவி வந்தரயில் பக்கத்து பிளாட்பாரத்தில் நின்றுகொண்டிருந்தது. வாசலில் தலைப்பாகை கட்டிய கிராமத்தார் புகைபிடித்தவாறு பொட்டணங் களுடன் தூங்கி வழிகிறார்கள். கக்கூஸ் குமட்டலில் நெருக்கியடித் திருந்த குழந்தைகளோடு பெண்களும். இடம்விட்டுஇடம் மாறிப் போகும் லம்பாடிக்கூட்டம் அடுத்தடுத்த பெட்டிகளில். தேசங் களுக்கிடையில் அலைந்துகொண்டிருக்கும் அனாதிரயில் தொடராயிருக்கும். அது சென்ற வெளியெங்கும் சிதறிக்கிடந்த கடலடிப் பவளக்கூம்புகளில் சங்கு முட்களின் உலர்ந்தமீன் வாடையில் பழமையான நிலத்தோற்றங்கள் வளையும். ரயில் பெட்டிகளின் மேல்கூரையில் குத்தி முளைத்த நீர் அல்லிகள் கோரைகள் பழுப்புவேர் இறங்கி விளக்குகளில் புதைந்திருந்தது. நீர் கசியும் கண்ணாடிகளில் சாம்பல் ஆமைகள் சின்னச் சின்னக் கையசைத்து மிருதுவான விரல்களால் நீரைத்தழுவும் அசைவு சாவின் நிசப்தமாயிருந்தது. அரித்த உடல் கூடுகளில் வளைந்த எலும்புகளில் உலகின் புதிரான வரைபடம்.

அறுந்த கடல் வாலாய் துடித்த தனுஷ்கோடி ரயில் ஹோ... ஹோ... யென அலறும் இருட்டு. அலைமேல் சுழன்றுவரும் விநோதப் பக்கங்களில் அரேபிய நாடோடியின் குறிப்புகள் கற்களின் வட்ட எழுத்து சிதிலக்கல் வரியில் பார்த்த லிபிகள் ஊமை மீன்களின் துயரத்தில் சப்தமிட்டு மெல்ல ஊர்ந்து காதுகளில் கொஞ்சும் குரல்கள். ஈரக்காற்று ஊளையிட்டது. குளிர்பதன அறையில் வைக்கப்பட்ட பஞ்சமாபூதத்தின் கனவு உயிர்த்திருக்கும் வரிகள். இடமற்று ஓடிய பாதைகளில் அவன் நின்ற நகரமான அலாதித் தனுஷ்கோடியில் நீர் வீதிகள் பார்த்த பழுப்புரயிலில் இறங்கிய அகதிகளை நகரின் புதைபேழைகள் மீது அமைத்த கூடாரங்களில் அடைத்திருந்தனர். கயிறுகளில் கட்டித்தொங்கும் தலைகளுடன் இறகுபறித்த மனித உரிமைகளோடு பாதுகாத்த துருப்புகள். உறைநிலையிலிருந்த சில நிமிஷங்கள் உள்ளே பல வருஷங்களாக மாறி அகதிகள் முகாம் கோழிப் பண்ணையாக உருமாறியிருந்தது. பெண் அகதிகள் உடல் மீன் வலையால் மூடி திறந்தவெளியில் விடப்பட்டிருக்கும். வகைவாரியாய்ப் பிரித்து தனிக்கூடுகளுக்குள் ரெக்கை படபடக்க தலைகீழாய்க் கட்டியிருந்தது பொது பலிபீடங்களில். காவல் துருப்புகளின் சாம்பல் துப்பாக்கிக் குழல்கள் ஊளையிட்டன

கோழிகளைப் பார்த்து. அதிகக் கதிர்வீச்சில் எரியும் விளக்கு ஒளியுள் தலைநீட்டி வரிக்கொண்டைகளை அசைத்துப் பார்க்கிறார்கள். பைத்தியமான யுவதி உயரமான சேவலின் கழுத்தைக் கட்டித் தழுவியவாறு அதன் கோர அலகில் ஊஞ்சலாடுகிறாள். இடைவிடாத கலவியில் மயங்கிய சேவலும் யுவதியும் நீண்டுவளரும் சேவல் கழுத்தில் ஸர்ப்பமாய் பிணைந்து நடுகற்களில் செதுக்கிய வீரர்களின் கல்பார்வையை ஆட்கொண்டு பெருங்காமத்தில் துடிக்கும் அரக்கநடு கற்களின் லிபிகள் தானே பேசத்துவங்கி சேவல்கள் தானே போய் காவுமுள்ளில் உடல் புதைந்து சாவு மௌனத்தில் குருதி உமிழ்கின்றன புராணங்களின் வாக்கில் உள்ளவாறு. அலையடித்து சிதறித் தெறிக்கும் கல்தூண்களிலிருந்து மரணமெய்திய யுவர்கள் இராவெள்ளியுடன் காத்திருந்தார்கள். சேவல்பெண்ணை தனிமையில் சந்திப்பதற்காக.

கழைக்கூத்தாடியான சேவல்பெண்ணின் முகத்தில் கருமை குடித்த கண்கள் படமாய் நெளிந்து பாம்புச்சட்டையுள் புகுந்து உடல் கண்ணாடியின் பார்வையால் கடலையே வசப்படுத்தி அலைவீச்சை நிறுத்தி சப்தாசரத்தைக் குடித்து நிசப்தத்தில் மூழ்கடித்தாள் கடல் மந்திரத்தால். நெருப்பு உமிழும் தாஷ்டிகமான கொங்கைகளை விரலால் திருகி அரிந்த பறவை முட்டைகளை வீசினாள் கடல்மீது. நீர் சுழியில் ஊடுருவிய சாம்பல் முட்டைகள் சுழன்று கருக்கொண்ட உலகங்கள் திசாதிசைகளில் சீறித்திரிந்தன நிலப்பரப்பில். முட்டை ஓடுகள் கீறிய திசைகளில் வலிய பிடரியுடன் ஜனித்த ஈழாப் பறவைகள் அவள் திரும்பும் பார்வையில் பறந்து சரிந்து அவள் தோளில் அமர்ந்தது கால்வைத்தது. விதவித உச்சிக்கொண்டையின் கருஞ்சிவப்பு தும்மர், யாக்கூத், வெளிர்அரக்கு பீலா, சேவல் தலைகளில் அசைந்தசைந்து பயமுறுத்தும். நெற்றியிலிருந்த சேவல் கொண்டைப் பூவின் மடிப்பில் கருங்கீரி, செங்கீரி, மிளகாய் பழங்கொன்றம், அசீல் ஒவ்வொரு இனத்தின் ரகஸிய அடையாளம். வெள்ளைச் சீதா, சடையபாளையம் நூழா, கள்ளக்கெட்டு கத்திகள் பாய்ந்து கூட்டம் வெளியேறும் கோழிகளின் கத்தி சொருகிய வர்ணஇறகுகள் உள்நாட்டு இனத்தவை நூழா. மாறிப் பிறந்த கலப்பின மேனியில் பதித்த கத்திபட்ட அடையாளங்களில் மரண முத்திரை. நகரின் இடிபாடுகளின் மேல் காவல் காக்கும் சண்டைச் சேவல்கள் மஞ்சள்அலகு திறந்து கொக்கரித்தன சீட்டுவிளையாடும் துருப்பு களைப் பார்த்து. கழைக்கூத்தாடி டேரட் கார்டுகளை போட்டுக் குலுக்கியவாறு வலம் வந்துகொண்டிருந்தாள் முகாமைச் சுற்றி.

நடக்க இருப்பதின் முன்குறிகள் கூறிச் சிரித்தாள். சேவல் பண்ணையில் ரத்தம் பூசிய வட்டத்திடலில் மூணுசீட்டு ஆடும் கிரிமினல் காவலர்கள் மற்றும் நேசத்துருப்புகள் பரிமாறிக்கொண்ட திருட்டு கட்டு வைத்தும் அகதிகளின் குடலில் அறுத்தெடுத்த தானியங்களையும் பொற்காசுகளையும் சூதுமேஜையில் கடல் உலாவி நீந்தும் பாபர் வளர்த்த அசீல், ஹெதர் ஜாவா கத்திச்சேவல் வர்ண இறகு தூக்கி விரித்து விசிறி உரசும் சேவல் கட்டு. நேச நாடுகள் இரண்டுக்கும் இடையில் வெற்கால் போர் முடிந்து சூரிமுட்கள் கட்டிய மஞ்சள்கால் கரணையில் தெறித்த இனரத்தம் குமுற வெறிபரக்கும் வதைமுகாம். சேவல்கள் மீதும் அவற்றின் ஒய்யாரக் கொண்டைகள் மீதும் பணம்கட்டி கத்திக்கட்டு யுத்தம் நடந்த எல்லைகளில் தெறித்த அகதிப் பெண்களின் குருதியின் மறைமுகப் பாதைகளில் வெப்பமான அதிர்வுகள் முகாம்களைத் தாண்டி தனுஷ்கோடி வீதிகளில் உலவியது. முகத் தொலியை சிராய்த்தும் கத்திக்கீறல் குத்துத்துளைகளில் கசிந்த வீடற்றவர்கள் உதிரம் கல்வில்லில் தெறித்து புராணம் சிலிர்த்தது. நாக்கை நீட்டி கட்டுக் கத்திகளை உடலில் பாய்ச்சி குருதியுற்ற சேவல்கள் சரிந்து குதித்து ரெக்கை வெட்டி சடசடத்துக் கிறங்கி குளிர்ந்தது உயிர். அகதியின் ஒவ்வொரு மரணமும் லட்சம் கழுமுள்ளால் குத்திட்டு நின்றது ஏனோ.

மஞ்சள் கரண்டிமூக்கில் விடும் சிறுமூச்சின் அதிர்வில் குழந்தைக் குரல்கொண்ட பேதை வாத்துக்களோடு அலைந்து திரிந்த பைத்தியக்காரிகளையும் கொண்டுவந்தார்கள் தனுஷ்கோடிக்கு. நீளமான கழுத்தில் இணைந்த பெண்கைகளும் வாத்துக் கழுத்தும் வடிவொத்த சித்திரமாய் கூடாரத்துள் கலந்திருந்தனர் மறைந்து. பேதைவாத்துக்களின் நீட்டிய கழுத்திலிட்ட இரும்பு வளையங்களின் அடிமை சாஸனம். மடவாத்தின் சாந்தமான கண்களிலிருந்த சாதாரண நியதியை அழிக்கமுடியவில்லை எவராலும். குள்ளக்கால்களிலிருந்த நட்சத்திர விரல்கள் பதித்த சுவடுகளில் அகதிகளின் அடையாளம். பழுப்புநகருக்குள் படைபடையாய் அழிக்கப்பட்ட வாத்துக்களின் கண்கள் மிதக்கின்றன கடல் மீது. அவற்றின் பார்வைகொண்ட நீல ஒளி கடல் ஆடிகளில் சுழன்று உயர எழுந்து நீல அலைகள் சுருண்டு மடிகின்றன நட்சத்திர ரேகைவிரல்களில். மஞ்சள் நட்சத்திரவிரல்கள் அடுக்கி அடுக்கிப்போன பாதையில் மடிப்புமடிப்பாய் செல்லும் அலை. அறுபட்ட மீன்தலைகளை முகமூடிகளாய் அணிந்த சேவல்கள் மதில் மீது அமர்ந்து பார்க்கின்றன தனுஷ்கோடியை. மீன்கண்களின் கபிலநிற சுழல்பாதையில் ஆதியின நூழாவகை

கழுத்து வளைந்து அலகு நீட்டிப் பயத்தில் துணுக்குறும் நிசப்தம். நகரை ஊடுருவிச் செல்லும் கொக்கித்தலை வாத்துகள் குழந்தைக் கால்களை அசைக்கும் துயரமான மணல்படுகை. இல்லை யாரும் அருகே. ஆளற்ற வெறும் நகரில் மரபுரிமையிழந்து உயிரோடு புதைந்த அகதிகள். பஃறுளி ஆற்று பொன்றச் சேவல் வந்திறங்கிய படகுகளின் சாம்பல் வானம் முழுவதும் வெளிறியது. சொந்த இனக்கோழிகள் தலைமீது பொருந்திய மீன்முகமூடிகளில் பழந் தீவுகளில் இருந்த மொழியின் வரி. அரக்குச் செவுள் திறந்த மீன்முகமூடிகளின் சித்ரவதை முகாம்களில் மீன் முள்ளில் கழுவேற்றும் படலம். விசிறிய செவுள் அடுக்கில் நினைவுகள் சுருங்கி விரிந்து மூச்சுவிட மாற்றிக்கொண்ட முகமூடிகளில் அதிரும் சாவு. ஒவ்வொரு நிமிஷமும் பதைப்பு. விதிவசத்தால் நாடு கடத்தப்பட்ட குழந்தைகளுடன் தனுஷ்கோடி ரயிலில் உலவும் சாம்பல் ஆமைகள் நீந்திச் செல்லும் பழுப்புரயில் கடல்மடுவில் புகுந்து மறையும். நீர் மூழ்கிய ஸ்டேஷனில் சிதிலமான பெட்டிகளில் புயலில் சிக்கிய குழந்தைகள் மரங்களாகி அசைந்து அழைத்தவாறு முணுமுணுக்கிறார்கள். பச்சைக் கபாலங்களில் விழித்த கண்கள் வேறுமுகமூடி இனத்திலிருந்து அறுத்து உருமாறும் இனத்தில் பொருந்திய கழுத்துடன் தைக்கப்பட்டிருந்தது முகமூடி. மணல் மேடுகளில் முகமூடிகளின் கூக்குரல். எங்கிருந்தோ சுழலும் குரல்களின் அனாதித்துயரம் மணல் சுற்றிப் படரும். கூட்டமாய் நீட்டிய கழுத்து நீண்டு வாய்திறந்து அலறும் சிதிலங்களின் கீறல் ஒலி.

செந்நாவுகள் சுழற்றி எரிந்து பரவும் நெருப்பின் ஆடல். வா...வா...வென அலைகள் மேல் சுருண்டு கவ்வும் கால்களை. விரைத்த மஞ்சள்நிற நட்சத்திரப் பாதங்கள் நீரில் மிதக்கின்றன உறைந்த நினைவுகளில். கொக்கிகளாய் கழுத்து வளைந்து தொங்கும் அசைவில் சாவு. கூட்டம் கூட்டமாய்க் கழுத்தை நீட்டி சோக நாடகத்தில் அசீலின் உரையாடல். ஈயபெயிண்ட் அடித்த கோழியினத்தை பிரத்யேகக் கூண்டுகளில் அடைத்து துப்பாக்கி ரவைகளை ஈயத் துகள்களை இரையாகத் தூவினார்கள் நேசத்துருப்புகள். மஞ்சள் அலகுதிறந்து நாக்கை நீட்டி கொக்கரிக்கும் தொல் இனப் பொன்றச் சேவல் கழுத்தை நீட்டி நடமாடும் முகாம்களைச் சுற்றி கம்பிவலை அடைத்து தீவனச்சாக்குகளில் சேவகர்கள் தூவிக்கொண்டிருந்த இரைத் தவிடு சிதறிய தூசுப்படைக்குள் சிவப்புக்கொண்டைகள் அசையும். வட்டக்கண்களில் தெரிந்த சாவின் வசீகரத்தில் இருள் துகள்களை மரண ஒலியுடன் கொறித்து அங்கும் இங்கும் சுற்றி

நடமாடும் இருளின் கால்கள். அகதிகள் முகாமில் ஆதியின அசீல் சேவல் தனித்து அடைபட்ட சல்லடை வலைக்குள் அதிக வெளிச்சமுள்ள மின்விளக்கடியில் மேஜைமீது நின்று சிதறிய விநாடிகளை கொத்திக் கொத்தி தலைதூக்கிப் பார்த்து உஷாரடைந்து விரையும் துருப்புகளுக்குக் காவு கொடுத்து நேயவிருந்து மேஜைகளில் அமர்ந்த கிண்ணங்களில் நீர் பருகின அண்ணாந்த சேவல்கள். தினம் பழுப்பு முட்டைகள் விளையாட்டுக் கைத்துப்பாக்கி குருத்து எலும்புகளில் நர்த்தனமிடும் முட்டைக்குள் கண்திறவாத குஞ்சின் பாடல் விடுதலையில் கீறல்விட்டு வெளிவந்துவிடும். தீவின் தனிமையில் கீறிப்பறக்கும்.

மாயத்தைப் பிரிக்கும் சாம்பல் கத்திகளில் துரோகத்தின் கண் பளிச்சிடும். பின்னோக்கிச்சுடும் துப்பாக்கிகளின் உறுமல். முட்டைகள் உள்ளிருந்து பாயும் கடலைக் கிழித்து நீரில் புதைத்து பிறந்துவிடும் நீர்கோழியின் அனாதித் துயரம். வெளியில் மிதக்கும் விலாவில் கசியும் பறவைகளின் ரத்தவாடை கண்ட கருப்புபூனைகள் வாலைப்பரசி முகாம்களுக்கிடையில் அலைவுறும் கண்களின் சந்தேகங்கள்.

துருப்புகளின் அமைதித் துப்பாக்கிகளுடன் இந்தோ-சிலோன் போட்மெயில் அதிர்வுகளில் தப்பிமறையும் முகங்களில் எழுதப் பட்டிருந்த வார்த்தை ‘அகதி’, இறந்த மீன் கூடைகளுடன் கடத்தப்பட்ட ரகஸியக் கடிதம் பெயர்தெரியாத பெண்ணின் முகத்திலிருந்த மருட்சியில் கடலுக்கு அப்பாலிருந்த தேசத்தின் இருள். இந்த இரவில் காலியாக இருக்கும் ரயில்பெட்டிக்குள் எரியும் மங்கலான டியூம் விளக்குகளின் தனிமை. பாம்பன்பாலத்தில் செல்லும் எஞ்சின் ஹெட்லைட் மஞ்சளாய் நீண்டு முன்விழுந்த வெளிச்சத்தில் மணல்மேடுகளும்கூட நகரும். வந்த அராபியனின் இறகுவிரல் எழுதிச்சென்ற குறிப்புகளில் தனுஷ்கோடி ரயிலின் பழுப்புநிற வரை உருவம் சித்திர வரிகளில் முடிவற்றுப் புரண்ட பக்கங்கள் பாம்பன் பாலத்தின் மீது மேல் வந்த நீர் சுழிகளின் பாடலை இளகிய நாவினால் அராபிக் ஒலியசைகளில் கீறிக்கொண்டிருக்கிறான். பாத வடிவத் தீவின் வரைபடத்தில் ரேகைச் சுழிகளாய் நீர்த்தடம். சேதுபுராணத்தின் நிலத்தோற்றங்கள் நீர்ப்பறவைகளாய் தலைகீழாய் பாய்ந்து ரயில்ஜன்னலுடன் சேர்ந்து மிதக்க அவற்றின் கண்களிலிருந்த தனுஷ்கோடியின் மறைபொருளான இழந்த சொர்க்கம். நிலப் பார்வையில் மேல் வந்த கரும்பனைகளும் வெண்ணிறமணல் பாடுகளும் ஊடே செல்லும் பாதங்களின் தனிமையும் வந்தவனை

ஆட்படுத்திய ஓலைகளின் உரசலில் உதிர்புராண அசுரர் காவியம் வில்லாய் பூமியை வளைத்து விண்...ணென்று தெறித்த முட்டைகள் உலகங்களாய் சுழன்று கிரகராசிகளோடு எரிந்து பறக்கும் தனுஷ்கோடி முனை. தூர தூரமாய் நின்ற பனை முட்டிகளின் புலம்பல். ஒவ்வொரு மணல்மேட்டிலும் புதைந்த பானைகளில் மர்மப் பூச்சிகளின் சுழல் இரைச்சல். கேங்க் கூலிகள் தண்டவாளங்களை மூடும் மணலை இரவுபகலாய் அப்புறப்படுத்தும் அசைவு. இரும்பின் ஓசை எங்கும். பனி கக்கும் மணல் முகத்தில் அகதிப் பெண்ணின் பதைப்பு. இருப்பதற்கோ என்ன ஏதென்று தெரிந்து கொள்ள முடியாத தொலைவுக்கு தொலைந்துவிட்ட அராபியன் திரும்பவும் இரவிற் சொன்ன அராபியக் கதைகளின் போக்கில் கடந்துகொண்டிருந்தான் புரானிக நிலப்பரப்பை. பெயர்மாற்றி அழைக்கப்பட்ட அவளை வேறு பேரில் கூவினான். திரும்பிப் பார்க்கிறாள். நீர்மேல் பெரிய முள்சுமந்த மீன்கள் உலர்ந்த எலும்புகளாய் நீந்தி வருகின்றன அவனை நோக்கி. செத்த மீன்கள் குத்தும் ஊசி ஊசியான முள்ளின் அருகில் சாவின் அசைவு. சாவைத் தள்ளிப்போடும் கடற்பயணத்தின் அதிசய வர்ணங்களை தனுஷ்கோடி வில் வர்ணங்களாகத் தீட்டி மறுசொல்லில் புத்துருவாக்க மடைந்துகொண்டிருந்தது அராபியப் பேழை. பெரும் சத்தத்துடன் எஞ்சினிலிருந்து நீராவி பிரிந்து வெளிப்பட்டது. கடும் இருட்டு உறுமிய தனுஷ்கோடி ஸ்டேஷனில் இருள் வரை யுருவங்களாய் யார் யாரோ காத்திருக்கிறார்கள் அராபியக் கதாச் சுருளுக்காக. துப்பாக்கி ஏந்திய எல்லைத் துருப்புகளின் கவனமான கண்களின் ஓரம் தப்பிவிடும் இருட்டில் மழை தூவிக்கொண்டிருந்தது சத்தத்துடன்.

இடையிடையே லாந்தர்களின் ஒளி அருகில் வருவதும் தொலைவில் தேய்வதுமாய் நகர்வு. முணுமுணுக்கிறார்கள் சிலர். மணலில் பாதங்கள் பதியாமல் நடந்த கால்களின் ரேகையை படமெடுத்துக் கொண்டிருந்த நிபுணர்கள் மனிதநேயக் கூட்டமைப்பின் போதகர் சிலரும் குனிந்து மணலில் பிடித்த ரேகையில் தப்பியவர் களின் அடையாளம் பதிவதை நூதனக் கருவிகள் பதிந்துகொண்டே சுற்றியது கடற்கரையில். இந்த வெறுமையான ஸ்டேஷன் அல்ப்ரூனிக்கும் சேவல்பெண்ணுக்குமிடையில் அசைந்தது. மணல் காற்று எல்லோருடைய அர்த்தத்தையும் மூடிவிட மணலில் பதிந்த பெயர் தெரியாதவர்களின் சாயலை மணல்காற்று கிழக்காக அடித்துச் செல்லும். புயலால் சுழற்றி எறியப்பட்ட நகரம் பல்வேறு கண்களால் பார்த்தது. அந்த ஒவ்வொரு கண்ணுக்குள்ளும் மறையும்

அகதிகளை தேடும் துருப்புகளின் இருள் காலணிகள் தனியே அசையும் மணலில். தனுஷ்கோடியில் விழுந்த நட்சத்திரங்களிலிருந்து பெயர்ந்து வந்த எலும்புகளாலான நகரம் காரை உதிர்கிறது தீராமல். குடிமயக்கத்தில் தள்ளாடும் தனிமைக் கோட்டையின் துருப்பிடித்த ஆணிகள் பலகைகள் மரக்கதவுகளின் பித்தளைப் பூண்களின் களிம்பேறிய நிறங்கள் அசையும் துருப்பிடித்த பூட்டுத் துவாரங்களின் ஊளை ஓநாய்களின் மோப்பமான பாதையில் மீன் முட்களின் கொடிய ஊசிப்பார்வை சென்றது எலும்புக்கோட்டைக்கு. திசா திசையைச் சுற்றிவளைத்த மதில்களின் உலோகக் குமுறல். கடல் கூம்புப் பவளப்புனல் சங்குகள் ஆயிரம் பேதங்களில் விசில் ஊதிய கற்றை ஒலி நூல்களில் தொங்கிய இரும்புத் தலைகளுடன் காவல் துருப்புகளின் கண்களில் புதையும் பார்வை. பச்சைக் கபாலங்கள் சுவர்களில் புதைந்து வெளியைத் தழுவும் அபாயமான காற்று.

அகலமான கதவுகளும் நங்கூரச் சங்கிலிகள் குலுங்கும் திமிலங்கத்தின் தாடை எலும்புகளால் கதவு நிலைகள் பொருத்தப்பட்டு கடல் பசுவின் துருத்திய பிடரி எலும்புகளாலான சாளரங்களில் தேயும் காற்று நிலைகொள்ளாமல் பேசியது. கடலடிக் கற்களின் ஓசை கோட்டைச் சுவர் சுற்றி எதிரொலித்தது. கடல் ராசிகளின் மௌனமான உரையாடலால் தைக்கபட்டிருந்த அடுக்கு அறைகளில் ஆவிமீன் வேதாளங்களின் மொழியில் பாடியது தனுஷ்கோடி வில் அதிர்வை. பதினாறு தீவுகளில் இருந்த அசுரர்கள் அவ்வெலும்புச் சுவர்களில் உதிரும் புராணங்களின் துகள்களில் தங்கள் இனத்தின் வேதாளிகளின் காமத்தில் எரிந்துகொண்டிருந்தது தனுஷ்கோடி வளைவு. கடலில் மூழ்கி இறந்தவர்களின் கனமான சாவும் அமைதியும் உணர்வுகளை ஊடுருவியது. பெருமூச்சுவிட்ட மதில்களில் உலகின் பாஷைகளால் செதுக்கப்பட்டிருந்த மந்திரவெட்டுகளை வந்த அல்ப்ரூனி வாஸித்தவாறு வரிகளில் அலைவுறும் வெண்ணிற என்புகளின் பழுப்பு நினைவுகளில் மூழ்கி மலைத்து மெலிந்துவிட்டிருந்தான். தோளில் ராஜாளிஒன்று பாஷைகளின் ஒலித்தொகையும் தானே பரவி அலைந்தது மதில்வெட்டுக்களில். பொந்துகளில் வளைந்து கொக்கி மூக்கில் தொங்கும் ராஜாளி அராபியப் பேழை மீது காதல்கொண்டு ஐந்து நாளாய் மழை அடையடையாய் சாம்பல் கக்கி புயல்சுற்றி அடிபட்டுக் குடல் சிதற வல்லங்களும் லாஞ்சுகளும் வளைக்கச் சென்ற தோணிகளும் அடிபட்டு இழுக்கும் சாமச்சூறை சூறாவளியாய் சுற்றி ஊரழிந்த சருக்கத்தை சொல்லிவர தலைக்குமேல் நீர் புரண்டு வந்த வீடுகள் புதைமணலில் முங்கியது. இடிமழைக்கு அசையாத

சேதுப்பாலம் குமுறியது துயரத்தில். புயல் அலைகள் தாவி விழுங்கிய தனுஷ்கோடி மேலெழுந்த எலும்புக்கோட்டை எல்லா ஜீவனின் குரல்களால் அலறியது சன்னமாய். இரையும் ஊளையில் யார் யாரோ ஓடும் பதைப்பு. இரும்புப்பாலத்தை மடக்கி எறிந்தபுயல் கோட்டை முன் சுழன்று பாடியது. ஆங்கார வேகமுடன் வாரி அடித்த மணல் வாட்களின் வீச்சில் அசுரர்கள் வெகுண்டெழுந்து வில் முனையை உடைத்து வந்த குருதியின் ஞாபகம் புராணங்களில் ஊர்ந்தது. செத்தமீன்கள் நீந்திவர அலையும் புயலும் தீராத்துயர் கொள்ள கிழக்கில் மணல்வீடுகள் கீறும் வளையர்கள். துருப்பிடித்த பூட்டுகள் அசையும் நிசப்தத்தின் நடுக்கம். கோட்டைக்குள் பச்சைக் கபாலங்களின் சிரிப்பு. சுண்ணாம்புச் சிப்பிகளின் முனகல். அசையும் கோட்டைக்குள் பதுங்கிய என்புகள் கொதிக்கின்றன இரைந்து. இருளாகவும் மழையாகவும் வந்த சாவின் சமீபத்தில் மதில்களின் திணறல். நிழல்கூட்டங்கள் பதுங்கும் தனுஷ்கோடியின் என்புக் கோட்டைக்குள் பலிபீடிகை. மூழ்கிய காப்பியங்களில் வரும் மூதோர் திரும்பத் திரும்ப பலிகொள்ளப்பட்டு குருதி வார்க்கப்படும் கழுமுள்ளில் அசுரரின் உதிரம் உவர்நீரில் கலந்து நீலச் சாம்பலாகிறது உதிர்ந்தது.

காணாமல் போனவர்கள் பற்றி சேவல்பெண் டேரட் கார்டுகளைக் குலுக்கி எடுத்த சித்திரத்தின் விதியை ஒப்பித்தாள் மெதுவாக. அவள் சொன்ன வார்த்தைகள் ரயில் முழுவதும் திரும்பத் திரும்ப ஒலித்தன ரகஸியமாய். சேவல் உயரமான கழுத்து நீட்டி கொஞ்சம் கொஞ்சமாய் வளர்ந்து பெரிதாகி, தொலைதூரத்திற்கு நகர்ந்து கொண்டிருந்தது அவளுடன். இந்தக் கணத்தில் சற்றுச் சற்றாகப் போய்க் கொண்டிருந்தாள் அராபியனைவிட்டு. பாலத்தில் அதிரும் ஓசை எப்போதுமே பிரக்ஞையைத் தட்டுகிறது. ஒளி வருடங்களில் அதிரும் இரும்புப்பாலத்தின் அசைவு. தங்கச்சிமடம் ஸ்டேஷன் எங்கும் குத்திட்டு நின்ற பூம்பனைகளின் சாம்பல் உருவத்தில் இனசனங்களின் இருட்டு மணலில் நிழலாய்ப் படிந்து கீறிய ஓலை மடிப்பில் மணலின் வெண்ணிறம். குளுமையும் காற்றும் தூறலாய் மணலைத் தூக்கிச் சுழற்றிச் செல்லும் சுழிக்குள் வார்த்தைகள் மடிந்து நெளிகின்றன ஓசையாய். மணல்வாரிக் காற்றின் புலம்பல். நட்சத்திரங் களை மூடும் உயரத்தில் எழுந்த மணலில் உயரமான கழுத்தில் சுற்றிய சேவல்பெண்ணின் உரு தோன்றி மறைகிறது அங்கே.

சாம்பல்நிறத் தீவுகளில் இருந்த ஆமைகள் வெந்நண்டுகள் வரிச்சங்கு சிப்பிகள் மெதுவாக ஊர்ந்து முயங்கிப்புதைந்த அவள் உடலில்

பாசிபடர்ந்த சிறுமிகளும் மீன்கன்னிகளும் செதில்முகச் சிறுவரும் ஒட்டி ஓசைப்படத் திரும்புகிறாள் கடலாடியில் தெரிந்த சேவல் பெண். மனிதர்களின் விதிகளுக்குப் புறம்பான நீர் அனந்தகோடி ராசிகளின் ஒலி நாவுகளில் அகம் கொப்பளித்து உயிரூட்டிய கனவு தனுஷ்கோடியில் அலைவுற்றது தீராமல். சேவல்பெண்ணின் உடம்பிலே நாடோடி ரத்தம் ஓடுகிறது. விசித்திரமான முத்துவெள்ளை நிறமாக அவள் இருந்தாள். காற்றும் கடலும் இசைத்த பின்னணியில் ஒலித்தமணி அதிரும் ஊசிக்கோபுரம் மணல்மூடிக்கிடந்தது. நாள் பூராவும் மணல்கரையில் சேதுக்கடல் குரல் தருவதையே கவனித்தவாறு புலம்பினாள். காதில் விழாமல் பாடும் கடல் மெதுவாக அலைகளால் அவளைத் தொட்டது. இரு பெரிய கரும் பாறைகளுக்கிடையில் உலர்ந்துகிடந்த அவள் சோம்பலான வெண்மணலில் அமைதியாகத் துயிலும் குழந்தையாகக் கிடந்தாள் காலமற்று. அவள் உடலை மிருதுவாகத் தொட்டுச் செல்ல, மறுபடி வந்து அவள் தலை முதல் கால்வரை தழுவிச் சென்றன அலைகள். வெளிர்நீலக்கடலுடன் கிசுகிசுந்துப் பேசினாள். ரகஸியங்களைத் திறந்து கொட்டியது கடல், சேவல்பெண் மீது. கொஞ்சிய கடலின் ஸ்பரிசமானது அவள் உடலெங்கும் பரவி வெதுவெதுத்தது. வானம் இருண்டு அவள் தூங்கிக்கொண்டிருந்ததும் விழித்துக்கொண்டிருந்ததும் கலந்து மயங்கிய வேளை சேவல்பெண்ணின் கண்களுக்கெதிரில் தூரத்திலிருந்து லட்சக்கணக்கான சிறு சுடர்கள் நகர்ந்து வருவதாக இருந்தது. அருகில் வந்ததும் ஜுவாலையில் அசைந்து உயரம் வரை எழுந்து நீருடல்கள் ஆடின லயத்தில். ஒவ்வொரு சுடரும் ஒரு பெண்ணாக மாறியது. ஆயிரக்கணக்கில் பெண்களின் முகங்கள் இருண்டும் வெளுத்தும் பளப்பளத்த கடல்மேல் மின்னலாய் வெட்டிப் பிளந்து அசைந்தன விநோதமாய். சிறுசிறுகைகள் கடல் நீரில் அலைகள் மேல் தோன்றி அழைத்தன சேவல்பெண்ணை. திவலைகள் சுருண்டு உள்ளிருந்த முத்துவெள்ளைகள் திறந்தன கண்களை. வர்ணஜாலம் முத்துவெளிர் தேகத்தில். மீன் கன்னிகள் துடுப்பசைத்துக் கிசுகிசுத்தனர் சேவல்பெண் காதுகளில்.

வந்ததும் காணாமல்போன சிறுசுடர்கள் பாதங்களைத் தூக்கி அசைக்க விரல்களில் நெளியும் மீன்கண்கள் ஜுவாலைகளாய் உறிஞ்சிய கருந்துளைகளில் சேவல்பெண்ணின் தன்யங்கள் திருகிய சாம்பல் முட்டைகள் கன்னிகளின் தோளில் உருண்டு நகர்ந்தன இடமற்று. கற்றை ஒளி இழைகள் புரண்டு சீவி வளைந்து கடல்கூந்தல் கொண்ட அலையலையான அப்ஸரஸ்கள் நடுக்கடலில் அசைகிறார்கள்

மோனத்தில். அப்பாலிருந்த சாம்பல் தீவுகளின் கடல்மடு சுரந்த முத்து வெள்ளையில் உடல்கொண்ட ஒளிர்வு உயரம்வரை எழுந்து ஆட கடல்காற்றின் நூறு ஸ்வரக் கோர்வை பிரதிகொண்டு அலைந்தது அலைகளில். திருகிய தன்ய மயக்கத்தில் விசிறிப் பறந்த முட்டைகள் தொலைதூரக் கண்களாய் பார்வைகொள்ள கீழே நீர்நகரம் கடலடியில் ஊர்ந்துநகரும். தனுஷ்கோடி விளக்குகள் மேல் சிறுசுடர்கள் ஸர்ப்பங்களாய் விசும்பி எழுந்து நீரடி உலகில் மெதுவாய்ச் செல்ல கூடவே ஆயிரம் கைகளுடன் துடுப்புகளின் சலம்பல். வீடுகளில் புதையுண்ட படகுக்காரர்கள் வளையர்கள் தீராத மீன்வலைகள் பின்னியவாறு மீன்கன்னிகளோடு உரையாடும் பாடல். ஒளிவிட்டுப் பிரகாசித்த அராபியப் பேழை திறந்த நகரின் மீது மேல்வந்த சிறுசுடர் விரல்கள் வெளிச்சத்தில் கீறும் கோடுகளில் இரவு வரிகள் கூம்புகளாய் உயர்ந்து மர்மமான கடல்ரேகை மணல் வெளியில். தனுஷ்கோடி மூழ்கிய நீர்விதிகளில் பசுமை உலகமானது பத்தாயிரம் நுண்ணிய வாய்களால் குமிழ்மூச்சுவிட்டன வீடுகள். துயிலமைதிகொண்ட நீரைத்தவிர வீடுகளின் கற்களாலான பவள இதயம் சுழன்றது அலையாய். நீர்தேவதையின் வெண்ணிறமான தொண்டைக்குழியில் ஒட்டி இருந்தது கடல் சங்கு.

திசா திசைகளிலிருந்து வருகிற ரயிலுக்காகக் காத்திருக்கிறான் அராபியப் பேழையுடன். குறிப்புகள் நிரம்பி வழியும் அவன் பயணப் பையில் உதிரும் கோடுகள் கைவிடப்பட்ட நகரின் அனாதியுடன். பலமுகங்கள் எட்டிப்பார்த்து அழைக்கின்றன சமிக்ஞையாய். எட்டிய நீர்வெளியில் மூழ்கிய நகரம். நீர்வீதிகளில் சிறுவர்களும் சிறுமிகளும் விடுபட்ட காலத்தின் துடுப்பசைத்து மீனுருவினராய் வயது வரம்பற்ற நீர் ஜன்னலில் எட்டிப்பார்த்து மௌனமாக உரையாடுகிறார்கள் கண்களால். முத்துவெள்ளைக் கண்களே ஆழத்தில் புதைந்து சிப்பிகளால் மூடியிருந்தது. கண்ணைக் குருடாக்கும் கொடிய இருட்டில் விளைந்த கடல்முத்து தானே திறந்த பளிங்குப்பார்வை நகர்ந்துசெல்ல அவற்றின் ஊமையான பாஷைகளை ரயில் கதவுகளில் எழுதுகிறார்கள் சிறுமிகள். குகையுள் கிளைபரப்பிச் செல்லும் பழுப்புரயில் தாவரநீர் மட்டத்தின் வெளிர் தண்டுகளில் தலைகீழாய் நகர்ந்து ஊதும் விசில். இலைகளில் துயிலும் சிறுவர்களும் ஆமைக்குள்ளிருந்து வெளிப்பட்ட பிஞ்சுக் கரங்களும் தழுவிப் பிணைந்த மெந்நீரின் உயிர்ப்பசை பூசிய தனுஷ் கோடி ரயில் கருநீர் சுழிகளுக்குள் வளையும். தொடர் வண்டிக்குள் மீன்முகச் சேவல்கள் கூட்டமாய் அமர்ந்து இமையில்லாத வட்டக்

கண்களுக்குள் பாழ்விதி ரேகை ஓடுவதை யாரோ கண்டுகொள்ள வளையும் கழுத்து திரும்புகிறது உள்ளே.

வளைந்து குலைந்த பித்த உருக்கொண்ட கல்லுருவான அவனைப் பீடித்த சேவல்பெண்பார்வை பின்தொடர தனுஷ்கோடி ரயில் நிலையத்தில் காத்திருக்கும்போது சில நேரங்களில் கடற்கரையிலிருந்து ஒரு சொற்றொடரானது நீரில் நழுவி ஊர்ந்து தெளிவில்லாத பேச்சின் தொனியில் கடந்துவரும். யாராக இருக்கும். திரும்பிப்பார்த்தான் ஊர் சுற்றி. முன்பே தன்னைக்கடந்து போனவர்களிடமிருந்து நழுவிவந்த வாக்கியமா. வெறிச்சோடிய ஸ்டேஷனில் யாருமில்லாத போது முடிவுபெறாத பிரிவுகளை கேவல்களை தனிமைகொண்ட ஸ்டேஷனின் புலம்பலை வாக்கியங்களின் மறதியிலிருந்து கொண்டுவருவது காற்றின் மௌனமாகத்தானிருக்கும். திறந்தகதவு வழியே காணாமல் போகிறார்கள்.

திரும்பவும் திறந்த கதவுக்குள் நுழைந்து காக்கிமஞ்சள் மர இருக்கைகளில் எதிரெதிர் பார்த்து தனக்கு முன்னே அமர்ந்து ஜன்னலோடு நகர்கிறார்கள் கடல் வெளியில். லட்சக்கணக்கில் நீர் இழைகள் சப்திக்கும் ஏற்ற இறக்கங்களோடு நீர்மேல் வகுந்து நுழையும் தனுஷ்கோடி ரயில். மணல்மீது நகரும் உரசல். திரும்பித் திரும்பி வரும் வில்முனையில் அதிரும் சாம்பல் முட்டை ஒன்றுமேல் ஒன்று சுழல்கிறது அதிசயமாய். காற்றை ஊதி ஊதி முட்டையின் அதிசயத்தில் கண்கள் விரிய ஏதோ தோன்றிவிடும் மர்மத்தின் பாதாளத்தில் தலைகீழாய் நகர்ந்துகொண்டிருக்கும் நூறு நூறு சக்கரங்களின் மணல் உரசலில் ஒளியும் ஜன்னல்களும் பார்க்க சுழிநீர் புகுந்து ஓலமிடுகிறது புயல். மறைந்துபோன தனுஷ்கோடி ரயில் நிலையத்தில் மீதமிருந்த சில கோடுகளில் மறைந்தவரின் ஓசை விட்டுக்கேட்டும் தேய்ந்தவாறு. அவன் மணல் அருகில் புதைந்தவர் ஓசையைக் கேட்டான் மறதியிலிருந்து. கரைந்து படிந்த மணல் வடுவில் தேயும் நுண்ணெலும்புகளின் ஓசை வருஷங்களுக்குப் பின்னே அலைவீசிச் சுழன்றுவரும். ராட்சஸக்கல்லறை அவர்களுக்குள் மொத்தமாய் பதிந்த ஈமப்பேழைகளில் பதிந்த தனுஷ்கோடியின் வில்லெழுந்து அதிர்ந்து பாய்ந்து செல்லும் பழுப்பு முட்டைகள் திசாதிசை நகரங்களாய் சுழலும் வெளி. கல்வில்லில் வரிகொண்ட ராவணம் கொதித்துச் சீறும் நரம்புகள். புராதன எலும்புகளின் ஆழ்ந்த அமைதி கலங்கப்படாமல் துகள் துகளாய் வெடித்த நகரின் மீது எலும்புக்கோட்டை தனிமைகொண்ட வெறுமையில் காவல் புலிகளுடன் காத்திருக்கும். உள்ளே பலிபீடிகையில் ஊறும் ரத்தம்

இடைவிடாமல் உரையாடும் சுவர்களுக்குள் அரக்கர் கபாலங்களின் ஊளை. பழம் போராளிகளின் எலும்புகளைத் திருடும் கள்ளர்கள் இரவெல்லாம் கோட்டைக்குள் ஊர்ந்து தோண்டும் இரும்போசை. எலும்புகளின் ஞாபகங்கள் நீர்வீதிகளில் உலவிவரும் வேளை உப்புடன் கலந்த நீராய் புராணவரி படிந்த பாழ்நகரின் இடிபாடுகளில் கடல்தேவதைகளால் பேசப்பட்டு, நீர்ராசிகளின் செவுள்களில் சேகரமாகும். பாணவர்ஷங்கள் பாய்ச்சிய புராண உடல் புதைந்த ராட்ஸதக் கல்லறைகள் தனுஷ்கோடிக்குக் கீழே.

தனுஷ்கோடி ரயிலில் வந்த நேசதேச எலும்புகளைப் பிரித்து ஈமப்பேழைகளில் வைத்து, கபாலங்களைக் கழுவிக் கழுவி மந்திரத்தை பூசினால் முறுக்கும் பேழை திறந்து எவையெவற்றின் சாயைகளோ கடந்து போகின்றன இருட்டில். கிழக்கில் வெகுதூரம் போய் சூனியக்காரிகளை அழைத்துவந்து ஈமப்பேழைகளில் மறைந்து கொள்ளுமாறு சடங்குகளில் எழுதப்பட்டிருந்தது. ஆழ்துயில் கொண்ட நீரில் நட்சத்திரங்களும் நகரவிளக்குகளும் பாய்மரக்கூட்டமும் சிறு துயிலில் மயங்கும் வெளிச்சம். தலைசுற்றும் தொலைவைக் கடந்து வெகுதூரக் கோளினுடைய நெருப்பு ஊசிகளைக் கையில் வைத்துக் கிழிந்து கந்தலான நகரின் அதிசயத்தைத் தைக்கும் சூனியக் காரிகளால் பீடித்த வெறுமை குடிகொண்டிருந்தது தனுஷ்கோடி. வெள்ளிக்கண் கொண்ட அவர்கள் ஊசி ஒளியால் கோர்க்கும் கடல் முத்தின் பழுப்பு வெளிச்சத்தில் நிசப்தமான கடல். வெள்ளை மணல் ராட்ஸத சுறாமீன் எலும்புகள் மணலில் கலந்து பிணைந்த ஊழியிலிருந்து மணலையும் சுறா எலும்பையும் பிரிக்கும் நிலவு காயும் மயக்கத்தில் கரியகடலின் வட்டமான கருவிழி நகர்ந்து மெல்ல நீளும் கடல் துயரம். எலும்புத் துகள்களில் பிறை ஒளிநகர உள்நாட்டு யுத்தத்தில் கொண்டு வரப்பட்ட சிதைந்த போராளிகளின் சமீபத்திய துகள் உறுப்புகள் மின்மினிகளாக மணலில் ஊர்ந்து இறந்தவர்களின் ஒளி மிளறும் தனுஷ்கோடிமுனை.

மின்மினியின் நிழல்கூட மின்மினிதான்.

சூனியக்காரிகளின் கையிலிருந்த யுத்த வாக்கு உவர் நீரில் கலந்து உதிரவாசனையாய் ஏதேதோ பழம் நினைவுகளைக் கூற தீவுகளில் மறையும் கன்னிமீன்கள். கல்லறைப் படிவங்களின் மீது அமைந்த தனுஷ்கோடி நகரின் வீதிகளுக்குள் புகுந்த கருநீர் இருட்டாகி மையுறும்.

இருளில் நகரும் கோடுகளில் பயணமான ரயில் தொலைவில்

பாம்பன் பாலத்தில் நகர்ந்துவர தண்டவாளங்களில் சீறும் ஒலி ஒளிவருடங்களுக்கு முன்பிருந்த நீர் ராசிகளின் நாவுகளாய் சுழல் கொள்ளும். போட் மெயில் வந்துசேரும் நேரத்தை அனுமானிக்க முடியவில்லை. தனுஷ்கோடியில் கடலுக்குள் துருத்திக்கொண்டிருக்கும் பாலத்தின் அருகில் சிறு லாஞ்ச் டி.எஸ்.எஸ். இர்வின் நிறுத்தப்பட்டு இருந்தது. கடலுக்கு அப்பால் செல்லும் செட்டிநாட்டு வியாபாரிகள் வழக்கமாக தங்கும் விடுதியில் நிழல் தங்கியது. வெறிச்சோடிய ஸ்டேஷனில் காற்றுவரும் புகைச் சுருள்மணல். நகரும் மணல் மேடுகளின் உயரத்திலிருந்து திகைத்துவரும் போட்மெயில்.

கடல்வெறி கொண்ட நாய்கள் நின்று போயிருந்த மணல்மேடுகளில் விதம்பல மணல் உருளும் ஓசையைக் கேட்டவாறு சென்று விடுகிற துகளை பின்தொடர்ந்து ஓடிவருகிற வேகத்தில் கடல் நாய்களின் ஊளை சுருண்டு எழுந்து மணல் சுருட்டுகளாய் சுழற்றி இடிபாடுகளில் செங்கல் சுவர்கள் ஊடே துளைக்கும் ஜன்னல்கள் விரைந்து வருகிற வேகத்தில் மணல் வெறிச்சோடிய தனுஷ்கோடி ரயில் நிலையத்தில் காத்திருந்தான் அல்ப்ரூனி. உயரம்வரை அலைநீட்டி எழும் கடல் ஆடிகளில் சேவல்பெண் தோன்றி ஆழப்புதைந்தவாறு நீரின் இருட்படலத்தில் சிரிக்கிறாள். கருநீர் ஆடிக்கு அருகில் போய் மெல்ல தொட்டு தாளமிடுகிறான் அவள் உடலில். நீர்ப் பதிகத்திலிருந்த சேவல்பெண்ணின் மெல்லிய உடலைத்தூக்கி தழுவ அவள் உருமாறி வேறு பெண்ணாகிறாள். உடனே கலவரத்தில் திரும்பவும் அவளை நீராடிக்குள் விடுவித்து பைத்தியம்பிடித்த காற்றில் படபடத்து நிற்கிறான் அல்ப்ரூனி. திரும்பவும் அடிவானில் கோடு கோடாய் அலையும் நீர்ப்பதிகத்தின் வசீகரத்தில் அவளை நோக்கி ஓடுகிறான். சுழல் சுற்றுடைய அலைகள் அவனை வெளியே தூக்கி தத்தளிக்கின்றன தழுவி. திரும்பவும் வெறிச்சோடிய ஸ்டேஷனின் கருகருப்பான இரும்புக் கோடுகளில் விறைத்த ஸ்லிப்பர் கட்டைகளைப் பார்க்கவும் எல்லாம் உறைந்துவிட்ட நிலை. வெறும் ஆடி மட்டும் கடலில் தோன்றி சாம்பல்தீவுகளில் இருந்த பவளப் பாறைகளில் புராணகாலச் சொற்களின் ஒழுங்குவரிசையில் புதிரும் ஒளியும் நிழலும் பின்னிப்பிணைந்த சாம்பல் ஆமைகளும் பழுப்புக் கோரைகளும் மூடி மண்டிய சேவல்பெண் உடல் பச்சையாகி அவனை அழைக்கும் கண்ணாடிகளின் சமிக்ஞை. பவளச்சிப்பிகள் ஊர்ந்து வருகின்றன அவனை நோக்கி. நீர்மடிப்புகளில் மாறும் பலமுகம் கொண்ட சிறுசுடர்கள் நெளிந்து மேல் சுழித்து குமிழ் நெருப்பு உள்பரவ எல்லா மனிதரின் சாடையும் சேவல்பெண்

முகவெட்டில் தோன்ற வெட்கத்துடன் வெறிக்கிறான் ஆடியை. தனித்தனியே சூழ்ந்த பதினாறு தீவுகளின் பாகமாக மறைகிறாள் சேவலோடு பிணைந்த யுவதி. அவள் உருவத்தில் கிறுக்கிச் சென்ற பவளப்பூச்சிகளின் விரல்அடுக்கில் கடலின் மர்மமான வரைபடம். குருசடைத்தீவை நோக்கித் திரும்பிப் பார்த்தான் ஸ்டேஷனிலிருந்து. சேவல்பெண்ணைப் பின்பக்கமாகத் தொட்டுத் திரும்பும் பார்வையிலிருந்து விலகி விலகி மணலில் சரிந்து விழுகிறான். கச்சத்தீவு நண்டுகளாக உருமாறி மூழ்கி மேல்வர வரைபடத்தில் மிதக்கும் தீவுகள் பதினாறும் புராதனக் கடல் விலங்குகளாக மூழ்கி மேல் எழும்பி சீறி உமிழும் ஜுவாலையின் வெளிச்சத்தில் தனுஷ் கோடியின் அடியில் அரிக்கப்பட்ட பாதவடிவத் தீவின் விரல்களில் படிந்த கோடுகளில் வளையும் கருமணல் வரிகளில் அதிர்கிறது சூறை.

கிளிஞ்சல்கள் பாசிபடர்ந்த இடிபாடுகளுடன் மனிதரை இழந்த அகாதத்தில் சூல்கொண்டு வளைந்த மணல் பரப்பு. அதுவரை புலப்படாதிருந்த எலும்புக் கோட்டையின் சித்திரம் அழிந்த கல்விதானத்தில் நண்டும் ஆமையும் முள்ளானும் கீறிய வரை உருவக் கூம்பின் புனல் ரூபத்தில் மீண்டும் உருவாகியிருந்தது தாவரவில் அதிரும் தனுஷ்கோடி. நீர்வீதிகளில் ரயில் வந்துகொண்டிருந்தது குழந்தைகளோடும் கோரைப்பூச்சி நண்டுகளின் கால்களோடும். அனந்தகோடி நீர்புழுக்களின் நிசப்தமான ஒளியுடல் நெளிந்து ஆடும் நாட்டியத்தில் குட்டித்தொடர் வண்டிகள் சின்ன உயிர் பசையில் லட்சம் நாக்குகளில் ஜுவாலை நடுங்க நீரை உறிஞ்சும் பூச்சித்தொடர். காற்றின் அழுத்தத்தில் விசில் பறக்கும் கடலின் சுருள்மூச்சு மேல்பரவும். கூடவே மிதந்துவரும் தீவுகள் விநோத நிறங்களாகி படர்பாசிகள் முளைத்து நீள இலைக் கற்றைகள் அசைய ரயிலுடன் சேர்ந்து சுழன்றுவரும் நீர்ப்பாதை. ஊமைவார்த்தைகள் நீர் ஜன்னல்களில் கசிந்து உவர்நீரில் கரையும் சப்தமே சிற்றலைகளாய்த் தேம்பும் உயிர்ப்பரப்பு. குழந்தைகளின் அதிசயமுத்து வெள்ளையான உடல்நீந்தி வண்டித்தொடரின் திறந்த கதவுகளின் மஞ்சள் பிடிகம்பிகளில் தலை தொங்கி கடல்பார்த்து கூச்சலிடும் சுழல். தனுஷ்கோடி ரயில் ஜன்னல்களில் உருளும் நிழல்கோடுகள் சப்தங் களுடன் வேறெங்கிருந்தோ தொலைந்துள்ள எந்திர அமைப்பில் இருந்து சுழல்கிறது.

கண்ணுக்குத் தெரியாத மாயங்கள் நிறைந்த மணல் இடமாறிக் கொண்டே இருக்கவேண்டும். மணல்கோடுகள் நிறைந்த நீர்மேல்

கண்வைத்துப் பார்த்தான் யாத்ரீகன். மீனுருவான கண்களிடம் நகர்ந்து செல்லக்கூடும் கூம்புவடிவ தனுஷ்கோடி. பிறந்ததும் வலையில் அகப்பட்டுப் போகும் மீனின் கண்களை உற்றுப்பார்த்தால் தெரிந்துவிடும் தனுஷ்கோடியின் பழமையான உலகம். மறையும் தனுஷ்கோடி மீது எழுந்த காளான்களுக்குள் முளைத்த சேவல்பெண் இருட்டுக்குள் திரியும் மீன்களைக்கூவி அழைத்தவாறு உள்புகுந்த படகில் போகிறாள் தனிமையில். கடல்கோடுகளில் நிழல்மீன்கள் வந்து அவளோடு பேசுகின்றன முணுமுணுத்து. நீர் பூடுகளும் மகிளியும் அடர்ந்து தாவர ராஜியத்தில் இடமற்று நகரும் தனுஷ்கோடி நகரம். அதன் நீர்விதிகளில் அலைவுறும் சேவல்பெண்ணைத் தேடி தாவரராசிகள் படர்ந்து சுற்றிக்கொள்ள நழுவிச்செல்லும் துடுப்புகளுடனான பழுப்புப் படகில் அவள் சலனமடையாத நீரைக் கடக்க உடன்வரும் கூட்டமான நிழல் உருவங்களோடு மணலும் சேர்ந்து நகர்கிறது தேய்ந்தவாறு. சுறாவின் தண்டுவட எலும்பில் நீண்ட நிலப் பரப்பாய் வடிவடையும் தனுஷ்கோடியை நீருக்குள் ஓடும் ரயிலில் இருந்தவாறே பார்க்கிறார்கள். மூழ்கும் ஜன்னல்களில் சிறுமியர் முகங்கள். உயிருடனிருந்த வீடுகளின் கதவுகளில் கடல்பசுவின் தந்தம் கைப்பிடியாக இருக்கும். மணல்கால ஜன்னல் உருளும் ஓசை முடிவில்லாமல் கேட்கிற சிப்பிகளின் கூடுகளில் புகுந்த நீர் உறுமியபடி ஆமைகளிடம் மிருதுவான விரல்கள் சாவதானமாய் அசைய தனுஷ்கோடி ரயில் ஜன்னல்களில் பிடித்திருந்த விரல்கள் அசைப்பது குழந்தைகளாகத்தானிருக்கும். திறந்தவெளியை பயங்கர சித்ரவதைக்குள்ளாக்கியது இழந்தப் பள்ளிக்கூடம்தான். கருங்கூரையின் கீழ் சிறுமிகள் துயில்கிறார்கள். இருளை நோக்கி முன்னேறிவரும் அலைகள் திறந்த கண்ணின் அமைதியில் பின்வாங்கி மடிகிறது மெல்ல. புலம்பலும் இரைச்சலும் நுரையும் பாடலும் மீன்முள்ளின் அடுக்கைக்கொண்ட விசில்கற்றையும் நொறுங்கிப்போன தனுஷ்கோடி ரயில்நிலையத்தில் அலைவுறும். தனிமையில் வந்தவன் தொலைதூரம் போய்க்கொண்டிருக்கிறான் நீர்மேல். அவன் கக்கத்தின் ஒருபக்கம் அராபியப் பேழை மறுகை இடுக்கில் தனுஷ்கோடியில் கண்டெடுத்த சேவல்பெண். எட்டிய கடல்பளிங்கில் ஸ்படிக அடுக்கில் நடந்து மறைகிறான்.

□

22

அயோனிஜா

ஒற்றைக்கண் ஆசாரியின் ஒளிசிதறிய மறுவிழியில்
சுரோணிதக்கண் முளைத்து ஒளிபுகா வனம்நோக்கி பச்சையொளி
சரிந்து சரிந்து மரத்துக்கு மரம் மோந்து பார்த்து அயோனிஜா
ஜனித்த ஏர்க்கலப்பையை மறுபுராணமாகச் செதுக்கும் சத்தம்
இரவெல்லாம் மெல்லக்கேட்கிறதுஎன்றவாறு...

புராண பீடிகை

இடப்புறம் மேனோக்கிய வளைவுடன் வலப்புறம் சாயாத சுவாச வடிவம்கொண்ட தூக்குநாசிக்காரியின் தொடுதல் ராத்திரிகளின் தூக்கத்தில் வெள்ளுழுவை உரசுவதாய் உணர்ந்தான். சுண்ணாம்புக் காரை பெயர்ந்த கீத்தோலை எழுதும் லேக்ககர் வீடு ஏடுகளாக உதிர்ந்து கொண்டிருந்தது. ஏடுகள் நீந்திவந்த திருவேடக நாதருக்கு எழுதியும் வந்தனர். சூக்குமசிவர் முதலில் அருகவணக்கம் செய்துவிட்டு படைப்பில் உருவ அமைதி சேர்வதற்கு நிகண்டுகள் கோர்த்த கழுவன் கிரியா கவாலத்தினை வரிந்தார். மேற்கு மலையெங்கும் சூக்குமசிவர் நடந்தே கோடுபோட்டுச் சென்றார். அக்கோடுகள் சரிந்ததில் உப்போடை தோன்றி எழுதும் மரபும் படிந்துபோயிற்று. இயற்கை மறைந்த குன்றுகளில் ஈரேழ் சமணபடுக்கைகள் சுற்றிப்பாவிய குகைகளில் சூக்குமசிவர் மரபினர் 'சபடகம்' என்ற காரைவீட்டு ஏடகத்தில் மறைந்திருந்தனர். அந்தக் காரைவீட்டைப் பிரியாமல் இருந்தான் காசுக்கரட்டி. முள்ளுப்பூவென சுவாசமிடும் நாசியால் அட்சரம் வீசி உரசினாள் லேக்ககர் வீட்டை. ஆனால் அரக்கியரைப் புண்படுத்திய புராணங்களின் வாக்கியங்களால் லேக்ககர் பரம்பரை வீட்டையே வெறுத்தாள். ஆனால் கதையின் உள்புதைகிற ஏர்க்கலப்பையில் பிறந்தவளென திரேதாயுகத்து மேழியில் உழுதவர்கள் அவளால் கலப்பை ஒடிந்ததென்றார்கள். கொழு முனையில் வீழ்ந்துசெத்த சம்சாரி ஒருவன் அயோனிஜாவை

பலராமனின் ஏரில் தார்க்கயிற்றால் கட்டிவைக்கச் சொல்கிறான். 'ஏர்க்காலில் ஜனித்தாள் அயோனிஜா' என்றது வெப்பக்காடு. ஒடிந்த கலப்பையில் கொடிசுற்றிப் பிறந்தவளுக்கு உன்னமரத்தில் செண்பகப்பாலைக் கொப்பில் மரத்தொட்டில் செதுக்கினார் ஆசாரி. பெண்சிசுவைத் தாலாட்டும் ஊஞ்சல் கட்டியதற்காக வனமூர்த்தி ஆசாரிக்கு ஒருகண் ஒளிசிதறி ஒற்றைக்கண் ஆசாரியானார். சில நேரம் விழிப்படலம் சேர்ந்துவிடும். அழிக்காளியின் அசரீரி கேட்டு கொசக்குடியே கூடிவந்து அயோனிஜாவை ஒரு குத்துப்பெட்டி சோளத் தவிட்டுக்கு வாங்கினார்கள். கொசவச்சிகளிடம் பாலுக்குப்பால் இடமாறிய பாதையில் பாலமடைத் தயிர்க்கார இடைச் சிவந்து மாத்துப்பால் கொடுக்கையில் அழிக்காளி பிரசன்னமானாள். 'சபடகம்' திறந்தோடும் உப்போடையின் உச்சியிலிருந்து வளையும் சிறுகோடுகள் ஏடுகளிலும் தெரியும். வற்றிய சுக்காங்கல் ஆறு படைப்பமைதியைத் தன்வசம்கொண்டிருக்கும்.

வெகுகாலமாக அரைக்காசக்கா மகனை மாராப்பில் தொட்டிலிட்டு சுமந்து உப்போடை நெடுகச் சுற்றிச்சுற்றி விறகொடித்தாள். இந்த உப்போடை ஆறு நீர்கண்டு நாளாச்சு. வெள்ளம்போய் வருசமாச்சு. அக்கினி ஆற்றில் சிம்மாசனமிட்டு அமர்ந்திருந்த அழிக்காளியை கொசக்குடி பெத்தனஞ்செட்டி கைநடுங்க கல்லாத்து மண்ணெடுத்து சிலை பிடித்ததில், உலர்ந்து வற்றிய இந்த உப்பனாறு அக்கினித் தடமாய் அவள் பாழ்முலையிலிருந்து தகதகத்தது. அதில் வெள்ளூழுவையாக அயோனிஜாவைக் கோடுகோடாய் நீந்தவிட்டு லேக்ககர் வீட்டு ஏடுகளை உரசவிட்டாள். ராத்திரியெல்லாம் அட்சரம் கறும்பவந்த வெள்ளூழுவையானாள். அரைக்காசக்கா சுப்புலா புரத்திலிருந்து சுக்கிரவாரம்பட்டு வழியாக உப்போடைக்கரை நெடுக நடந்து கொசக்குடிக்கு வந்து பானைசுடும்போதெல்லாம் சாயக்காரத் தெருக்காரர்களுக்கு மண்மொடா பசைப்பல்லா வாங்க வருவாள். சுப்புலாபுரம் பாவடித் தெருவில் கெச்சிலை நூல் எந்நேரமும் அலைந்து கொண்டிருக்கும். அட்சரங்கள் உள்புதைகிற அனுபவத்தை லேக்ககர் வீட்டில் அடைந்தாள். காசுக்கரட்டியைச் சந்தித்த ஒரு கணம் ஏடுகளை விட்டுக் கடக்கமுடியாமல் இருந்தது. இவ்விரவில் அவனைக் கடந்துபோய் மதுரைப் பனையோலைச் சந்தில் ஒருபக்கம் எழுதும் நயம் பேணும் ஓலைகளை தானியத்துக்கு வாங்கிச் செல்ல வந்தாள். மதுரைக்கெடி ஜட்காவில் குதிரைகள் அருகில் வாங்கிய ஏடுகளுடன் நிற்கிறாள். சக்கரங்கள் ஈரத்தில் உருண்டு

மங்கம்மாசத்திரம் திரும்பியதும் பெருமூச்சுவிட்டாள். யாரோ வண்டிக்காரனைக் கூப்பிடும் சத்தம் விரட்டிவர மூடுதிரையை இறக்கினாள். அது சுருண்டிருந்த நாடகப் படுதாவாய் அசைந்தது. ஓடி அலையும் கூட்டமான இசைநாடக நிழல்கள். அழுதுவடியும் சாலையோர விளக்குகளைக் கடக்கிறார்கள் வேஷப்பெட்டியுடன் 'உன்னை எனக்குத் தெரியும், உன்னை எனக்குத் தெரியும்' என்று பெண் வேடமிட்ட நடிகன் கைரிக்ஷாவில். குளம்படிகளில் கொண்டுவந்த ஏடுகள் உருளும் ஓசை மெல்லிய இழையாக அவற்றின் மூச்சொலி. தெரிந்தவர்கள் யாரும் தென்படவில்லை. தெரியாதவர்களும் தெரிந்தவர்களாய்த் திரும்பிப் பார்ப்பதை உணர்கிறாள். 'அரைக்காசக்கா அரைக்காசக்கா, துட்டத் தா துட்டத் தா' கிளிக்கூட்டு மண்டபம் திறந்து தம்ம லிபிக்காரர்கள் சிதைந்த சுவடிகளைக் காட்டுகிறார்கள். ஊர்க்கூட்டத்தில் எழுதிய ஓலைச் சுவடிகளை பாராயணம் செய்வோர் பனையோலைச் சந்துக்குப் போகிறார்கள். ஜட்காவுக்குள் மதுரை நடுங்குவது போல ஆட்டம். பிறகு ஆனைக்கல்லில் சக்கரம் மோதும் ஒலி. திகைப்படைந்த அரைக்காசக்கா ஏடுகளைப் பார்த்துக்கொண்டதில் பாதுகாப்பை அடைகிறாள். நெற்றியைச் சட்டகத்தில் இடித்துக்கொண்டாள். கிருதமால் நதி மதுரைக்கடவில் ஒளிந்துகொண்டது. கொல்லம் மெயிலுக்கு நேரமிருக்கு என்றான் வண்டிக்காரன். ஜட்காவின் வெகுநேர சுழற்சியில் உள்ளே சுற்றும் உருவங்களின் ஓட்டம். மதுரை செழுங்கலை நியமத்து ஏடுகள் எரியும் தோற்றம் அஞ்சவைக்கும் உணர்வுக்குள் நரம்புகள் சுருண்டு ஏடுகளைப் பற்றுகிறாள். அறிந்துகொள்ள இயலாத உப்போடை அவள் ரேகைகள் படிந்த ஊர். ஒருகாலத்திலிருந்து அதற்கு முன்பாக கொல்லம் மெயில் தொடரும் பயணத்தில் அவளுடன் பிரதிகாரர்களும், பரமாரர்களும் கிறுக்கலாக எழுதும் குடில லிபிக்காரர்களும் ஊருக்குத் திரும்புகிறார்கள்.

எல்லா ஏடுகளிலும் சாவின் இறுகிய விறைப்பை உணர்ந்ததும் ஜன்னலில் சாய்கிறாள். 'அரைக்காசக்கா அரைக்காசக்கா' என நிராகதியடைந்தது அவள் முனகல். பிறகு நீரிலா உப்போடையில் நீந்தும் வெள்ளுழுவை கவனத்துடன் சுக்காங்கல் உருளும் உப்போடையில் மகனின் கைத்தாங்கலில் நடந்தாள். சுண்ணாம்பு ஒளியிடும் உப்போடையில் பலவெளிகள் கற்களில் பாவாமல் அந்தரத்தில் மிதந்து கொண்டிருப்பதில்,

'காசுக்கரட்டி... காசுக்கரட்டி... உன் அம்மா அரைக்காசக்கா

ஏன் லேக்ககர் வீட்டுக்கு வந்து வாழவில்லை.'

'அவளுக்கு என் தாத்தா பாட்டியைப் பிடிக்காது. எனக்குப் பாட்டியைப் பிடிக்கும்.'

இரவில் வெளிவரும் தூக்கமயக்கமான தூரங்களுக்குப் போகும் அம்மாவின் பாதையைத் தொடுவதற்காக அயோனிஜாவுடன் வறண்ட உப்போடையில் பிரம்மையில் நீந்துகிறான். கலவரப்படாமல் வெளியேறும் வேளையும் வந்தது. தொலைவில் தூங்கிக்கொண்டிருந்த பாவடிக் கற்களின் நிழல் நீண்டுவந்து சுப்புலாபுரத்தைத் தொட்டுப் பேசியது. தெருவில் கண்ட நாயும் வெளியே வந்து பிலாக்கணமிட்டு அவனைக் கண்டு ஏடுகளில் மறைந்திருக்கும் நாய்களின் பிரசூதிசக் கதைகளைக் கேட்டு மோப்பத் தடம் நீட்டிக் கூட்டிச் செல்கிறது. சிலவேளை நாயின் ஒலி கொசக்குடி சுள்ளையில் எரிந்த சுள்ளிகளின் முனகலானது. பலகாலமாய் உடைந்த மண்கடவுள்களின் வாய்கள் காற்றில் ஓசையிடுவதில் அவ்வூர் கொசக்குடி ஆவிகளுடன் பழமையானவர்களும் வறண்ட உப்போடையின் நீர்விரல் களால் களிமண் பிடித்துவைத்த சிலைகளாக நடுங்கினார்கள். உப்போடையில் ஓடும் சுக்காங்கல் பூமியின் ஆழம்வரை நெளிந்தது. அதில் காதுவைத்துக் கேட்டார்கள் இருவரும். அலாக்கல் அலாக்கல் என்ற சத்தம் கேட்டு பயமாக இருந்தது. நீர் அருகிப்போன உப்போடையில் எவ்வளவு காலத்திற்குத் தப்பியிருக்க முடியுமென்று கவுளூர் நாடி ஜோசியன் உடுக்காடி மறைந்தான். மழையை ஏற்றுக்கொள்ளாத சுக்காங் காட்டில் அரணைகளும் ஓணான்களும் நீர் குடிக்காத சீயான்களாக இருக்கக்கூடும். கரட்டாண்டி முட்டை யிடாத காடுதான் இதுவென்று சாகுருவி சா... சா... என்று வீரிட்டது. உடனே சபடகம் திறந்து உலர்ந்த ஏடுகளும், யௌவனபத்ர இலைகளும் ஆடிப் பேசின. அந்த முதன்முதலில் ஓலையினை இந்த நெடுவாலப் பனைகளிடம் உப்போடைதான் வேண்டிப் பெற்றது. குறிப்பிட்ட வடிவில் இவ்வோலைகள் அறுக்கும் கத்தியை மடக்கினால் எழுத்தாணிக்காரத் தெருவாகிவிடும். 'சபடகம்' என்ற சொல் எழுத்தாணிக்காரத் தெருவில் முதலோலையில் எழுதிக் கீறிய சங்குகளை அணிந்திருந்த புலவன் முற்காலப் பூழியர்களின் ஓலைச்சுவடி நூலகத்தையும், அதன் அழிவையும் பற்றிப் புலம்பித் திரிந்தான். இந்தச் சங்கறுத்துக் கீறும் புலவன் கிணற்றோடு சிக்கிப்போய் தடாதகையின் மும்முலை பூசிய ஏடுகளைத் திறந்து ஒரு கருயிழை பறந்துகொண்டிருக்கும் புதுமண்டபத் தனிமை வேளையில் நாழிக்கிணற்றை வாசமிட்டுக் குளிக்கிறான். கிளிக்கூட்டு

நந்தவனம் இருந்த சுண்ணாம்புக்காரத் தெருவில் முத்துச்சாவடியில் பகலெல்லாம் தூங்கும் வெட்டியான கதையோகிகள். அங்கிருந்த சூக்குமசிவர் உப்போடைக்கு வந்து பல தலைமுறையானது. அங்கிருந்த காரைவீடு சூக்குமசிவரின் சீயான் 'ஓலைநாயகம்' நாளோலை எழுதும் விண்மீன்களை வசப்படுத்தி விவசாயம் செய்தும், கலப்பையின் பின் ஏடுகளை விதைத்தும் சென்றான். மானாவாரி மந்திரவோலைகளை வரியில் இடுதல் காட்டில் விதை யிடுதல் என்றானது. அந்தச் சமயத்தில் அயோனிஜாவோடு பெரிய காரைவீட்டுப் பெண்களால் கீறப்பட்டவை அகவுலகப் பரிணாமத்தில் இருக்கும் வரிவடிவம் பெறாத சப்தஜாலப் பட்சிகளின் எச்ச உருக்களாகவும் பல்லுயிர் ஓசைகளால் உண்டான பூமியை புல்லுக்குள் ஒளித்துவைத்த நாகமுண்டியும், பெருங்கோட்டூர் அட்சர லலிதாச்சாரியனும் சபடகம் என்ற லிபிகார வீட்டை மிகுந்த குழப்பமான ராத்திரிகளில் திறந்தே வைத்திருப்பதில் ஏடுகள் தமக்குள் இலக்கற்று உரையாடிக்கொண்டிருப்பவை என ஊகித்தனர். அந்த மரச்சிற்பி தன் சொந்த அனுபவத்தின் இறுதியில் அனைத்து ஜன்னல்களையும் ஏடுகள்மீது ஒளிபடுமாறு வரைவோலைக் கீற்றுகள் தானே வந்து சேருமாறு வடிவமைத்திருந்தான். இந்த சபடகத்துக்குள் எல்லா உயிரிடங்களின் குரலும் தாந்தோன்றி மொழிகளாகப் பிரவாகம் எடுக்கும் உப்போடை என்பதில் சந்தேக மில்லை.

காசுக்கரட்டியின் தாயார் அரைக்காசக்கா வாக்கப்பட்டு வந்த உப்போடை ஊருக்கு மகளைப் பார்க்க கருப்பட்டி கலந்த துள்ளுமாவு கொடுக்க வருவாள். கொசக்குடிக்குப் போய் பானை வாங்குமுன் அயோனிஜாவுக்கும் பிட்டுக் கொடுத்தால் அந்தி வந்து இருட்டிவிடும். லாந்தக்கல் விழிப்பிக்கும் ஊருக்கு உப்போடை என்ற பேர் வந்தது பெரிய உப்புக்காரத் தெரு, சின்ன உப்புக்காரத் தெரு இருப்பதால் அல்ல. சகல கலைகளையும் ஏட்டில் கீறி வைக்கும் லேக்ககர் கூட்டம் நட்டிவைத்த லாந்தக்கல் பிறர்க்கு எடுத்துச்சொல்லும் ஏடுகள் தான்தோன்றியானவை. உப்போடை ஒரு ஆறாகவே ஊடுருவிக் கொண்டு நீரின் உள்ளோட்டமில்லாத சூன்விழுந்த மரத்தைப் போல் குருடான ஆறாகவே அண்ணாந்து கிடந்தது. கழுதைகள் மேயும் பாழடைந்த ஊராக தனித்திருந்தது உப்போடை. ஏடு தவறாமல் எழுத்தாணி சாயாத ஆவிகள் பொன்னிறமான கேசத்தை அசைக்கும் ஏழு கழுதைகளில் ஏடுகளைச் சுமந்துபோன பழங்கதையுமுண்டு.

உப்போடையில் மேயும் கழுதைகளுக்கு உவர்மண் எடுக்கும் கூட்டமான வண்ணார்குடி சின்ன உப்புக்காரத் தெருவில் இருப்பதைக் கண்டு லாந்தக்கல் கண்ணிமைகளை விளக்காக அசைக்கும். கழுதையின் சாம்பல்மூக்கு கிழிந்திருப்பதும் புராதனமானது. இவ்வூரின் காரைவீடுகளின் கனவுத் தோற்றத்தை மறைந்து சென்ற லேக்ககர்கள் வழிநடத்துவதாகப் படும். கண்ணீரைப் பெருக்குவதும் உப்போடையின் குணம். இதன் நிறம் சோகத்தின் வெளுப்பு. அந்தச் சுண்ணாம்பு மாடவீட்டின் மேலிருக்கும் காரை உதிரும் ஜன்னலில் தன் முகத்தை ஒட்டி மிகவும் தொன்மையான எழுதுபவனின் சிற்பம் பண்டைய உலகிலிருந்து இந்த நிகழ் காலத்திலும் இருந்துகொண்டிருக்கிறது. மீன்கொத்திப்பறவை மீன்களைக் கொத்த நீருக்குள் அலகை நுழைத்து நுழைத்து எடுப்பது போல மரங்கொத்தி ஒன்று அச்சிலையைக் கும்காரமிட்டுத் துளைக்கிறது. தைலம் வற்றாத சிலைமுகம் ஜன்னலில் ஒட்டி அயோனிஜா வரும் பாதையை மோப்பத்தில் உணர்வது அவன் மூக்கு அப்படி வளைந்து ஓலை ஏடுகளின் மோப்ப ஓட்டத்தில் எழுதிக் கொண்டிருக்கிறது அவளை. ஒருவேளை எழுதும் அந்த மரச்சிலையும் புராதன ரோகமடைந்த கிணறுதான் என்று உள்ளே அவன் பிரதிமையை எட்டிப்பார்த்த அயோனிஜா குரலிடுகிறாள்.

சிலையின் நிறங்கள் உதிரும் விதமாகவும், பழமைபீடித்த கிணற்றைத் தன் மூப்படைந்த விழிகளால் பார்த்துக்கொண்டு இருப்பதாகப்படும் 'தாலபத்ரன்' என்றே அழைத்தனர் சிலையை. தாலபத்ரன் எழுதுவதற்கு முதன்முதலில் ஓலையினைப் பயன்படுத்திய காலத்திலிருந்து வருகிறான். இலையைக் குறிப்பிட்ட அளவு நறுக்குகிறான். ஒருகையில் ஓலைக்குடையும் மற்றொரு கையில் பத்திரமாகிய ஓலை. அதிலிருந்து உருவியெடுத்துக் கொடுக்கும் நிமித்தக வாச்சிய ஓலைகளால் தன் ஒழுகும் குடையைப் பின்னி யிருந்தான். அதில் நாணய வாசகங்களும் உதிர்ந்தன. அடுக்களைப் பாண்டங்களில் பரிசாரகர்களும், குடிலப்பெண்களும் மறைந்திருக்கும் வேட்டைநாயுடன் எதிர்த்த முயல்கற்றில் அலைகிறார்கள். பஞ்சாங்க நாட்களோடு தொடர்புடைய பாம்புகள் அயோனிஜாவோடு தூங்க, அவள் கனவுகளோடு தொடர்புடைய காட்டுப்பூனையும், எறும்புதிண்ணியும், செந்தட்டிக்காளையும், உப்போடையில் சிறுசிறு சுக்காங்கல்ப் புடவுகளில் கசியும் விலங்கு வாகடங்களைக் கேட்டால் தருவான் தாலபத்ரன். பாழ்வெறுமையில் குளிக்கவரும் அப்ஸரஸ்களின் கைகளில்தான் அயோனிஜாவின் ஜாதகம்

குடிலலிபிகளாக தாலபத்ரனின் குடைமீது உதிர்ந்து கொண்டிருக்கிறது. அந்தக் குடையை தாலபத்ரன் மடக்கினால் மட்டுமே சுவடியாகிவிடும். இந்த உப்போடையை ஒழுகும் குடையோடு கடந்தே ஜாதகக் கதைச்சுவடிகளை எழுதிவந்தான். தாலபத்ரனுக்கு வயதாகிவிட்டாலும் அவன் மேலெல்லாம் சுண்ணாம்புக் கீறல்கள். அவன் படுத்திருந்த ஊஞ்சல்பலகை வேறுபட்ட இரவுகளில் ஆழமான மௌனத்தில் இருப்பதால், விழிகளில் காலம் குறிப்பிட முடியாத ஏடுகளும் முறிந்து கொண்டிருந்தன. உப்போடையின் முழு இருட்டும் தாலபத்ரனை தஞ்சமடைந்திருப்பதை ஊரார் உணர்ந்திருந்தனர். சபடகத்தில் உலவிய பெண்களின் பாதவொலியைக் கேட்டுப் புலம்பினாள் அரைக்காசக்கா. அவளுக்கு இந்தப் புகுந்த வீட்டில் இருந்து வாழ முடியாததேனோ. அவ்வீட்டுப் பெரியவர்களும் சோகமாக நடமாடினர். தூக்கக் கலக்கம்கொண்ட குரலில் தாலபத்ரன் ஒவ்வொரு பெண்களையும் கூப்பிட்டான். எல்லா மீன்களையும், வலையர்கள் கொண்டுவரும் சங்குப் பொதிகளையும் வரியிட்டான் தாலபத்ரன். கள்ளுக்கடை மேட்டில்தான் தாலபத்ரனின் பழைய வீடும் இருந்தது. தாலபத்ரனோடு விடிகாலையில் உப்போடைக்குச் செல்லப் பரவசப்படுவார்கள் குடிலப் பெண்கள். துள்ளும் மீன்களுக்காக உப்போடை ஏங்கும்.

மைமோக இரவுகள் தாலபத்ரனிடம் உள்ளதால் சங்குவளம் கூடுமென்பது அரைக்காசக்காவின் நம்பிக்கை. அந்தக் கீறல் பட்ட காரைமாடத்தின் திருப்பத்தில் ஓலைகளிலும் பட்டைகளிலும் துணியிலும் எழுதிவந்த இவ்வீட்டு சூக்குமசிவர் எழுத்தச்சன் என்ற அட்சரலலிதாச்சாரியன் வெகுகாலம் இங்கே இருந்தான். அவன் முத்துச்சாவடி செட்டிகளுக்குக் கணிகனாய் இருந்தான். மரக்கலச் செட்டிகள் முத்துச் சாவடியில் இருந்தனர். துணையாட்கள் லிபிகாரர்கள் அவன் மாணாக்கர்கள். அவர்கள் முதியவர் தாலபத்ரனின் எழுத்தை வானத்து விண்மீன்களுக்கு ஒப்பிடுகிறார்கள். கூன்பானையில் அடங்கியிருக்கும் தாலபத்ரனுக்குச் சாவே இல்லையாம். சுப்புலாபுரத்திற்கும் உப்போடைக்கும் இடையில் சுக்கிராவாரப்பட்டு என்ற ஊரில் நாகமுண்டி என்ற எழுத்தச்சர் முன்னைப் பூழி ராசனுக்கு செப்பேடு வடித்த ஓவியன் தன்னை சித்திரகுப்தனுக்கு ஒப்பிட்டுக்கொண்டிருந்தான். இதைத் தாலபத்ரன் ஒருபோதும் ஏற்றதில்லை. இந்த கதாசாகரங்களை எழுதிவரும் கர்ணபத்தரை என்பவரும் உப்போடை ஊரின் குடிலலிபிக்காரர்கள் தோன்றத்

தொடங்கிவிட்ட சுண்ணாம்புக் காரைவீட்டிலிருந்து மெதுவாக எட்டிப்பார்த்தான் தாலபத்ரன். பலகாலம் குடிலலிபிப் பெண்கள் இருந்த மாடங்களை அறியாமலே காசுக்கரட்டி பூர்வீக வீட்டில் வசிப்பது அதிர்ஷ்டமென்றாலும் தேயும் யாக்கையில் உயிர் தரித்திருப்பது நீண்ட ஆயுள் பாக்கியமல்ல. இவன் மையலைக் கணித்த தாலபத்ரனுக்குத் தெரிந்தது. உப்போடை ஊரைச் சுற்றி சிதறிக் கிடந்த பழைய ஊர்களில் சில வீடுகளில் குடிலலிபிப் பெண்களும், சாயக்காரர்களும் கொசவடிகள் படைக்கும் மட்கலங்களில் பிராமிலிபி வரைவது தாலபத்ரன்தான். முன்னோர் களின் கூன் பானைகளில் ஆயிரங்குடி மேடு என்ற புதையுண்ட நாகரிகத்தின் எச்சத்தைக் கால்போன ரேகையில் உணர்ந்திருந்தான் தாலபத்ரன். பல தெருக்கள் தள்ளித் தள்ளி காரைவீடுகளாயான மறதிகளின் விசித்திர ராத்திரிகளில் குடில லிபிக்காரிகள் கீத்தோலை கொண்டு செல்கிறார்கள் அவனிடம். அங்கேயிருப்பவர்களும் இல்லாதவர்கள் போல் நடமாடுவதில் கனவுதான் என்றோ, உறக்கத்தின் நடமாட்டங்கள் கூடிய அப்பிரதேசம் வெப்பக்காடாய் அசையும் நிசிப் பொழுதுகளில் பனைமரங்களின் ஓசை சதா வெளிப்படுத்தும் முடிவற்ற வாக்கியங்கள் தாலபத்ரன் எழுதும் தேவதைச் சுருள்களாகிவிடும். உடைமரங்கள் தலைவிரித்த பேய்க் கூச்சல் குடிலப் பெண்கள் அரூபித்த ஓலங்கள் இன்னும் இருந்து கொண்டிருக்கும் அங்கு.

முன்னெப்போதும் அங்கு இருப்பதாக தாலபத்ரனுக்குச் சினேகமாய் இருந்த ரூபகாரன், சாகிலன் இவர்களிடம் உப்போடை சொன்னது மனிதவாடைக்குப் பயந்து உப்போடையின் உள்ளே சில்லான், ஓணான், கரட்டாண்டி, ஓலைப்பாம்புகள் வந்து உப்புநக்கும் ஒலியைக் கேட்டு மூவரும் அதைப் பிடித்து விளையாடுவர். உப்பை நக்கிய பாம்பு தாலபத்ரனுக்குள் போய் கனவில் கரைந்துவிடும். நீரோட்டமில்லா ஆறு அவனை சினேகமாக்கிய ஜந்துக்களின் அருவத்தில்தான் இந்த ராத்திரிகள் திறந்துகொள்வதாய் இருக்கும். இவனுடன் ரூபகாரன் அந்த மாடியில் இருந்தான். சாகிலன் அங்கு வருவான். தாலபத்ரனோடு சினேகிதனாக சாகிலன் இருந்து வருவது தூக்குநாசிக்காரிக்குத் திகைப்பாய் இருந்தது. அவனோடுதான் உப்போடையில் இறங்கி நெடுக நடந்து எதையெதையோ கூன் பானைகளின் சலனங்களை ஆயிரங்குடி மேட்டில் பார்த்துத் திகைத்து நின்றுவிடுவதும் அங்கே பாழ்விழுந்த சுக்காங் கிணறுகள் மறைந்த விவசாயிகளின் ஆழ்ந்த விசாரத்தை முனகிக்

கொண்டிருப்பதையும் எட்டிப்பார்த்தவாறு சாகிலன் கேட்டான் தாலபத்ரனிடம். 'அயோனிஜாவும் இங்குதான் இருக்கிறாளா...' காரைமாடத்தின் பல அறைகளில் சாகிலனோடு தூங்கியும் இருந்தான் அந்த ரோக உடல்கொண்ட தாலபத்ரன். ரூபகாரன் தன் ராத்திரிகளை ஏடு மண்டியிருக்கும் கனாநிலைக்கு நகர்த்தி மெல்லொலியாய் ஓடியும் லிபி ஓலைகளின் கலக்கமான ஈர்ப்பு அகயிருளில் படிந்து பல இருட்கண்ணாடி மாடங்களைத் தாலபத்ரன் எட்டிப்பார்த்துக்கொண்டு இருப்பதை நோக்கினான் இவனும். ரூபகாரன் படைத்திருப்பதில் ஒன்றுகலந்த தூக்கம்தான் எவரெவரின் இரவுகளும் நனவிலி ஓட்டத்தில் கூடவந்துவிடுகிறது. அவற்றில் அகப்பட்டுக்கொண்ட சாகிலனும் இவனும் அயோனிஜாவின் பால்யவனத்திலும் நிகழ்கால வெளியில் ரூபகாரனோடு ஒரேசமயத்தில் இரு வாழ்விகளாக இவர்களை உருமாற்றம் செய்திருந்தான் தாலபத்ரன். இந்த உப்போடையில் வீழ்ந்திருக்கும் குடிகாரர்களோடு தாலபத்ரன் என்ன செய்துகொண்டிருக்கிறான். மறுமையில் வாழும் ஆயிரங்குடி மேட்டில் அவன் நடமாடுவதைக் கேட்க முடியும். ஜார்களில் முன்னைக் கோடுகள் சங்குவெள்ளையில் வரைந்திருப்பதில் சங்கேத பாஷைகள் தானே படித்து ஒலியிடும் இவ்வேளை குடிலப் பெண்கள் மெல்ல வருகிறார்கள். செங்கோடுகளில் அழிந்த சித்திரங்களின் எச்சத்தில் மங்கித் தெரிந்தாள் 'தாலபத்ரன்' என்ற புராதன சிலையைத் தேடிவந்த லிகிரா. மட்கலவெளிச்சத்தில் லிகிரா வெளிப்பட்டு உப்போடைக்கு வருகிறாள். அகலமான பாதங்களை உடைய லிகிரா நிலவின் ஒளிபடும் தன் கால்களைப் பார்த்தால் நீரில் மிதப்பதாகப்படும். வெளிவாசற் படியில் லிகிராவும் அயோனிஜாவும் சாய்ந்து பேசியவாறு நிற்கிறார்கள் மண்பானையுடன். வாசற்படிக் கதவு திறந்திருக்க வெளியே இறங்கினார்கள் ஒருவர் மீது ஒருவர் சாய்ந்து சாய்ந்து நடக்கிறார்கள்.

தாழ்வார வீட்டில் வசிப்பவர்களுக்கு தூக்கத்தில் தெரியும் குணங்கும் தாழ்வாரக்கோயில் அழிக்காளிச் சிலை, 'அயோனிஜா.. நானும் கூடவாரேன் உங்களோடு. எனக்கொரு பாண்டம் தருவி..' மேற்குக்கரைத் தாழ்வாரத் திருணைகளில் உறங்கும் பொட்டி யாவாரிகளுக்கு அழிக்காளி பேசுவது கேட்கும். நான்கு தாழ்வாரம் உள்ள முத்துச் சாவடியில் பழங்காலச் செட்டிகள் இருந்துகொண்டு தூக்கத்தின் பாதையில் அயோனிஜாவும், லிகிராவும் நடந்தபடி பேசுவதும், கால்களின் சுடக்குச் சத்தம் யாருடையதென்று மற்றொரு வளையல் செட்டிக்குத் தெரியும். அயோனிஜாவுடன் இலுப்பைக்

கிணத்துக்குப் போய் லிகிரா இரைக்க, தானும் குளிக்கத் தோன்றினாலும் யாரும் அங்கு வராத நேரமிது. அவளுக்குப் பயம் தோன்றாதவாறு விலகி இருந்து கிணறு சொல்வதைக் கேட்டான். அயோனிஜாவை நெருங்கிப்போய் நீரிரைக்கும் கரங்களைத் தன் கையில் எடுத்து 'சிவந்துவிட்டதா உனக்கு' எனக் கேட்கவும் விரும்பினான். வெகுநேரம் காத்திருந்தாள். இன்று லிகிராவைக் கூட்டி வரவில்லை. தொலைவிலிருக்கும் சுக்கிரவாரப்பட்டு நாகமுண்டி வீட்டைப் பார்க்க நடந்துபோய் லிகிரா அங்கு இருக்கிறாளா என்று சுவர்கள் எதிரொலித்தன. குரல்கள் கரையவும், 'அயோனிஜா' என்று குரலெடுத்துக் கூப்பிட்டான். அவளும் திரும்பிப் பார்த்தாள் இவனை. அவனை நோக்கி விட்டுச்சென்ற ஈரப்பாதங்கள் குருத்து மணலில் படிந்துகிடப்பதைத் தொடாமல் மிதந்து நடந்தான். அவனுக்கு வியர்த்தது. இந்த விடிகாலையிலும் மிகத்தனிமையாக இருப்பதை உணர்ந்தான். தூரத்தில்தான் நடக்கிறாள் அவளும். பழந்தெருவில் சுண்ணாம்பு பூசுபவர்கள் வீடுகளின் உட்சுவர்களுக்கு பழுப்பு நிறத்தைக் கொடுத்ததும், காலமும் நூறு வருஷங்கள் மயக்கமான இருப்பைத் தருகிறது. ரொம்பநாள் வீடுகளுக்கு சங்கு வெள்ளை தீட்டும் சித்தாள்களும், கொத்தனார்களும் கொல்லம் மெயிலில் கற்றாழைகளைக் கடந்து அகதிகளாக வெளியேறினார்கள். கற்றாழையின் மெல்லிய தூரிவைத்த அவர்களது கரங்கள் படிந்தபடி இருக்கிறது. சங்குசுடும் காளவாசல் பெண்கள் தானியமோ, நெல்லோ படிச்சுண்ணம் அளந்து கொடுத்து உப்பாறாயினர். சுதைவேலைக் காரர்கள் வீடுகள் சாயத்தெருவில் இருந்தாலும் அவர்கள் நாடோடிகள். சுத்துப்பட்டிக்கெல்லாம் போய் சுதைவேலையில் சங்குக்கிளிகள் சுட்டு மாடஜன்னல்களில் வைக்கவும் அவை காலம் மூழ்கிய வீடுகளாய் ஆயின. விண்மீன் கோள்களும், சுண்ணாம்பு மீன் சிற்பங்களும் தாலபத்ரன் கீறிய ராசிவட்டத்தில் கன்னியும், மேஷனும், சிங்கமும், மகரமென நவகலைகள் உட்புகுந்து இவ்வூர் வீடுகளின் காலக்கணிப்பை அகாலத்தில் விட்டுவிடுகிறான். சுதையாகப் படைப்பது தாலபத்ரன் கனவிலும் என்றோ வரும். உப்போடைச் சங்கில் சுட்ட பால்ச் சுண்ணத்தில் கீறல்விழுந்த அவன் சிலை மூழ்கியபடி இருக்கிறது.

உப்புக்காரத் தெரு வீடுகளுக்கு இரு சிறகிலும் எதிரெதிர் கூடங்கள் இருப்பதில் தொட்டிகளில் குளிர்ந்த நீர் சலனப்படாமல் இருப்பதும் அவள் குனிந்து இவளுக்கான தண்ணீரின் தேசல் ஒலியைத் தன் விரல்களால் லிகிரா தொட்டும் தொடாமல் ரகசியம் பேசினாள்

அயோனிஜாவுக்கு கேட்காதவாறு.

எல்லா மனைகளின் முற்றத்திலும் லிகிராவின் அதிசய நிழல் ஆடியது. ஏனோ அயோனிஜாவின் தூக்குநாசியின் சுவாசத்தின் வாசத்தில் கிறங்கினாள். வடக்குத் தெரு முக்கில் கிளம்பிப் போகும் வண்டிப்பாதை அந்தக் காரைவீட்டின் பக்கமுள்ள இலுப்பங்கிணறு மரயெண்ணையின் கசிவோடு ஈர்த்தது இரு யுவதிகளையும். நான்குபக்க மாடமுள்ள உயர்வீடுகளில் முத்துவர்த்தகர் கூட்டம் இருந்தது. இப்போது அவர்கள் காலகதி அடைந்தும் குடிலப் பெண்களிடம்தான் முத்தைத் தரம்பிரிக்கும் தசமகணிதப் பலகை அழுக்கேறியிருந்தது. அட்சர லலிதாச்சாரியர் கம்பமொன்றில் வடித்த ரெட்டைக் கதவுள்ள 'சபடகம்' என்ற இக்காரை வீட்டில் பலர் இருந்தும் எழும்பவில்லை. லிபிகார ஆவிகள் துயருறவாடிக் கொண்டிருப்பர்.

மேல்வீட்டில் குடியிருந்த குடிலப்பெண்கள் போனபின் எங்கிருந்தோ வாசனை வரும் பாதையில் தொடர்ந்த காசுக்கரட்டிக்கு மீன்கண் இருப்பதற்கு தூக்குநாசிக்காரிதான் காரணியோ என சந்தேகம். சாகிலனோடு தான் பலவேளை கூடஇருப்பதும் உரையாடுவதும் பின்பக்கக் கல்திருணைக்கு ராத்திரிக் குளிர்ச்சி பட்டால் தூக்கம்பிடிக்கும் காசுக்கரட்டிக்கும். தொடர்ச்சியாக நாலைந்து காரைப் பத்தியிலும் சதுரச் செங்கல் பதித்திருக்கும். கசியும் செங்கல் வர்ணத்தை கண்ணிமைக்காமல் பார்த்தால் ஞாபகம் திறந்துகொள்ளும் லேக்ககர்களின் வீடது. கடைசிப் பத்திக்குப் போய் புறா அடையும் புகைக்கூண்டு நான்கு பக்க ஜன்னல்களில் இழையும் பழைய ஊரின் வாசனைகள் கைப்பிடிச் சுவரில் இருவரும் அமர்ந்து உப்போடையைப் பார்க்கிறார்கள். உப்போடை புண்ணிய தீர்த்தமல்ல. பாதகங்களைப் போக்கும் ஓர் நதியுமில்லை. ஏனோ வெம்பழுப்பான சருகுகள் முனகும் ஆறு. மட்பாண்டங்களும் சருகுகளும் முணுமுணுப்பது கேட்கும். ஆயிரம் வருஷங்கள் வரை வசித்துவரும் காரைவீடுகள் துக்கிப்பதற்காக மயக்கம் கொண்டிருப்பவை. உவர்நிலங்களின் வெடிப்புகளாக இருக்கும் காடுகள் சூழ்ந்திருக்கும். வரங்கொடுக்க முடியாத வருணன் தோற்றோடிய உப்போடை இருவரின் ஒரு பகுதியாக இருக்கிறது. இதன் வறண்ட வெண்ணிற மாடங்களைவிட்டு இருவராலும் நீங்கியிருக்க முடியவில்லை. அந்தக் கிணறு இலுப்பைத்தோப்பில் அமைந்திருப்பதில் கசியும் அடியீரம். சுனைவற்றாத கிணறு குடிலப் பெண்களின் மனப்போக்கில் மறைந்திருக்கும். தலைமுடியை

வாரி அலங்கரிக்கிறாள் லிகிரா.

சீகைக்காய், கஸ்தூரி தைலச்சக்கை பட்டு அயோனிஜா மூழ்கியிருக்கும் படிக்கட்டுகளைவிட்டு இவளால் நீங்கியிருக்கவும் முடிவதில்லை. லிகிரா அப்சரஸ்களை அனுப்பி குடிலப்பெண்களின் வாசனைப் பரப்பை என்னவென்று அறியவும் உடுவன் அவாவுற்றான். ஏனோ உப்போடைதான் கலப்பையின் ஆன்மா. அயோனிஜாவின் பக்கத்தில் ஓடும் உப்போடை தெளிந்த வெண்ணிறத்தில் நீரின்றி அசைவது தெரியும். அவனைப் பார்த்து உப்போடைக்குள் இறங்கி நடப்பதில் வெகு வேளைகளில் பழகியிருந்தான் சாகிலன். நீளும் நாட்களில் மறதியில் இருப்பவன் ரூபகாரன். அது ராத்திரி வாழ்வின் அமானுஷ்ய ஓட்டமாக நிலவின் ஒளியுடன் ஒன்று கலந்திடும் அயோனிஜாவின் விதியாகப்பட்டது.

பவளச்சூளைக்குப் போன ரூபகாரனோடு சாயக்காரப் பெண்கள் சங்குப்பொதி சுமந்து வருகிறார்கள் கடலிலிருந்து உப்போடை வழியாக. பவளங்களும் சங்கும் சுடும் சூளையில் அவர்கள் தலைவிரித்துக் கூச்சலிடுவது தெரியும். அந்தப் பக்கம் சுளைக்கும் சங்குகள் வெண்பூவாய் மலர்ந்து துகள்துகளாய் உடையும் வாதை கன்யைகளுக்குக் கேட்டு காட்டுவாக்கில் குலவை கட்டும். அந்தப் பெண்டிர் உடலில் வெண்ணிறம் பூசியிருக்கும். கைகால் விரலிடுக்கில் கீறல்கள் பட்டு எந்நேரமும் சுண்ணச் சாந்தில் கடின உழைப்பில் சித்தாள்களாய் ஊரைவிட்டு வெளியேறும் அகதிகளாய் மாறிவந்தனர். மண் ஜாடி செய்யும் கொசக் குடியில் சுள்ளைக் கரையிருந்தது. கரித்தடம்பட்ட வீடுகளின் முற்றங்களும் களிமண் சிருஷ்டியாய்ப் பொங்கியது. கரிமூட்டக்காரர்கள் நீருருஞ்சிப் பேயாம் சீமக்கருவலைச் சுட்டுக் கங்குகள் தெறிக்கும் சுள்ளையில் உப்போடைக் கரைமேல் புகையும். அங்கே கீறல்விழுந்த ஜாடிகள் அடுக்கியிருந்தது. சுட்டமண் காளைகள் வாய் நுரைக்க முகம்முகமாய் சரிந்து கிடக்கும். அங்கேதான் அடுக்குப்பானைகளின் கூட்டம் வெளிச்சமடைந்த வேளையில் அயோனிஜா மண்குடங்களையும் தோண்டி ஏனங்களையும் கூடையில் சுமந்துபோய்ப் பட்டிகளில் விற்றுத் திரிந்தாள். நடுக்காட்டுச் சந்தையில் மலைக் கிராமத்தினர் தேனும், ஜாதிக்காயும், மிளகும் கொடுத்து மண்தோண்டிகளைத் தட்டிக் கேட்பார்கள். இனாம் தருவார் பெத்தனஞ்செட்டி. அழகுக் கிழவி பானைகளை ஊதிஊதி காட்டை மந்திரித்து உடைபடாமல் செய்தாள். அயோனிஜாவின் பாட்டி அழகுக் கிழவி கிளியஞ்சிட்டிகள் செய்வதில் எத்தனையோ குமிந்து கிடக்கும் கூரைக் கோயில் ஜன்னல்களில்.

நூறுநூறு கிளியஞ்சிட்டிகள் எண்ணெய்க்கறுப்பு அப்பிய வௌவால் மண்டபத்தின் கற்சாளரங்களில் படிந்துகிடக்கின்றன. அவற்றில் தாலபத்ரனின் சிலை உருவும் மறைகிறது. ரூபகாரன் அழுக்கான புகைத் துணிகளைக்கொண்டு துடைக்கிறான். அவை மீது மெதுவாகக் கந்தல்துணிகளால் துடைத்தவாறு இருக்கிறாள் லிகிராவும். ஜன்னலில் கரித்துணியும் கறுப்புப் பூனையாக நீட்டிக் கிடக்கிறது. ரூபகாரன் கல் எழுத்துகளை மசகுப் படியெடுத்து புகைபடிந்த கிளியஞ்சிட்டி வெளிச்சத்தில் படிக்கிறான். வரிகளில் ஊர்ந்த பூனை ரோஸ்நிற நாக்கைநீட்டி நக்கித் துடைக்கிறது வெளிச்சத்தை. நாக்கின் ஒளியில் மண்கிண்ணங்கள் துக்கத்துடன் சூன்யம் அப்புவதைத் தன் ரேகையும் பட பதிக்கிறாள் அயோனிஜா. எண்ணெய்த் துணிகளால் துடைப்பதில் சித்திரமழிந்த தாலபத்ரனின் சிலை மூப்படைந்த தாடியுடன் உதிர்ந்துவரும் கல்கோடுகள். அச்சிலையின் வர்ணங்களில் புகைபடிந்த பல உருவங்கள் மெல்லத் தெரியும். மூக்குக் குத்திய கறுப்பான மண்சிலைகள் கிளியஞ்சிட்டி களுக்காக ஏங்கும். அவைகளின் அவாவில் குற்றமில்லை. கிளியஞ்சிட்டிகள் ஏந்திவரும் உப்போடைக் காரைவீட்டுப் பெண்கள் அழுதழுது உப்புச்சுடர் தெறிக்கும் ஒலி கேட்டது அயோனிஜாவுக்கு. கிளியஞ்சுடர்கள் அழிவதில்லை. கைகளால் பொத்தி சுடரைமூடி அணையாமல் வைக்கிறார்கள். பூமிக் கீறல் வழியே கட்டெறும்புகள் நுழைந்து அடுக்குப்பானையுள்ள மச்சு வீட்டுக்குள் சாமையின் வாசனை. அந்த வாசனையில் மந்திர விளக்கு தியானித்திருக்கிறது. விளக்குகளில் பூசியெழுதிய லிபிகாரர்களின் வரிகளை ஏற்கனவே எழுதிச்சென்றுவிட்ட கட்டெறும்புகள் கிளியஞ்சிட்டிக்குள் சுற்றிச்சுற்றி உரையாடியது சுடரும் ஏடுகளுடன். காரைவீட்டுப் பக்கம் ஒட்டிய ‘சபடக நந்தவனம்’, இலுப்பைக் கிணறு அதைச் சுற்றி செவ்வரளிவாடை காற்றில் இருக்கும். கிணற்றடியிலிருந்து மேல்பார்த்தால் மாடியில் பெருஞ்சன்னல் கம்பியில் முகம் பதித்த காசுக்கரட்டியின் அசைவு தெரியும். ஜன்னல் உள்ளிருந்து பார்த்தால் அயோனிஜா நீரிறைப்பது கருக்கலில் இருளுரு தேய்ந்து மெல்லப்படரும் கோட்டுருவம். அவள் தூக்குநாசியின் ஒலியடியில் நீண்டுபதிந்த மரு உள்ளதால் ஈர்ப்பான நாள் முதலாய் காசுக்கரட்டி சரீர வாசம் மெலிந்து வரும்.

தன் சினேகிதன் அவளுக்காக மெலிவதை யோசித்து வருந்தினான் சாகிலன். அவர்கள் இருவரில் மறைந்துகொண்டு உள்புதைந்து ஜீவிப்பது சாகிலனாக இருக்கும். அயோனிஜாவுக்கு நெருங்கிய

பழக்கம் முதலில் தன்னோடு இருந்ததை இவனும் தெரிந்திருந்தான் போலும்.

கீல்மையை அரைத்துப் பூசிய அமாவாசை இரவிலும் காரை வீட்டுத்தோற்றம் பழுப்பான நிறத்தில் மிதந்துகொண்டிருக்கும். நிசப்தத்தில் இலுப்பைக் கிணறு நீரின் சாந்தியில் மறைந்த ஏடுகளை வெளிப்படுத்தியது. அவை மூழ்கிய ஏடுகளாக இருக்கும். புள்ளியில் உருப்பெற்ற நிலவு கீழே சரிந்து சிறுஉயிரியென ஒவ்வொருவரிடமும் துடித்துப் பேசியது அயோனிஜாவின் குரலில்.

தற்செயலாய் அவளோடு சாகிலன் சேர்ந்து தண்ணீர் இரைப்பதும், குளுந்த வாசியாக எதையோ கேட்டான். அவளுக்காகக் காத்திருந்தவன் சாயைகூடத் தொடர்ந்து வீடுவரை போய் உப்போடையில் படிவதை உருச் சித்திரமாய் நோக்கினான் மாடியிலிருந்து. அவள் நீர்ப்பாதையில் லிகிராவுடன் அடுக்குப் பானைகளின் வெளிச்சத்தில் பச்சை வீட்டுக்குள் நுழைந்தாள். அந்த சந்தர்ப்பங்கள் இவனுக்கு இல்லை. ஆயினும் தூக்கத்தில் பார்த்துப் பழகுவதும் கனவில் எழுந்து கீழே படிகளில் இறங்கிப்போய் இலுப்பைமரம் சூழ்ந்த அக்கிணற்றில் உள்ள கல்மாடத்தில் இலுப்பையெண்ணை கசியும் கிளியஞ்சுடரில் அவளைத் தீண்டி கிணற்றை எட்டிப் பார்த்ததும் உள் இழுத்த ஈர்ப்பில் கேவிக் கேவி அழுதான். தன்னை சினேகிக்காத அயோனிஜா மேல் இவனுக்கென்ன வாட்டம் வேண்டிக்கிடக்கிறது என ரூபகாரன் உலர்ந்த வார்த்தைகளால் முணுமுணுத்தான். அவள் நேசத்தில் உருகிக் கிடக்கும் இலுப்பைத் தோப்பு இரவெல்லாம் கிளைபரப்பி சப்தமிட்டுப் பாடிக்கொண்டிருக்கிறது. இலுப்பை எண்ணெய் கசியும் இந்த மைமோகத்தை ரூபகாரன் உணராமலும் இல்லை. அதைக் கேட்டுக் கேட்டு ஜன்னலில் ஒட்டிக்கொண்டு உருகும் சினேகிதனின் அசைவு வெளியாக விரிவதையும் அதில் தானும் உருக்குலைவதையும் வெம்பரப்பான வெளி ஒன்று தேம்பிக் கரைவதையும் இவனாலும் தாங்க முடிவதில்லை. இலுப்பை வாசனை ஒட்டிய இரவுகளில் பிரிக்க முடியாத மோகினி ஏடுகளிலும், மூக்கரைக் கிழவியின் பழங் கதையிலும் அந்த ஒற்றைக்கண் ஆசாரிக்கு அந்திமத்தில் வந்த கனவில் கலப்பையில் பிறந்த கன்யை ஒருத்தி காட்டுக்கோழி இறகெடுத்து வந்து அந்தகக் கண்ணில் லிபி கீறினாள். மறுநாள் முளைத்த கண்ணில் வனமரச்சேவல் ஒன்று கூப்பிட பச்சை வனமேகினார். கிளியஞ்சுடர் படபடத்து வனமர நிழல்களாகவும், அதற்குள் நிழல்நிழலாய் ஓடும் சேவலைத் தக்குக்கூலியாகப் பிடித்துக் கொண்டார் வனமூர்த்தி ஆசாரி. பிடிபட்ட வனமரச்சேவலுக்குத்

தன்னிலை கொண்டு உறங்க முடியவில்லை.

மாடி அறைகளைத் தாண்டி மொட்டைமாடியில் உலாவிக் கொண்டிருந்தான் காசுக்கரட்டி. கைபிடிச் சுவரில் அமர்ந்து வெகுநேரம் உப்போடையில் படிந்து வெண்ணிறமான பரப்பில் தன் சாயை மையிருட்டாய்க் கசிவதில் எவ்வளவு காலம் இவ்விரவு காத்திருக்கும். மூவரும் தெருக்களைக் கடந்துபோகும் இரவில் ஒவ்வொரு வீடுகளும் முற்றங்களில் இவனிடம் அயோனிஜா தடம் காட்டி மற்ற இருவருக்குக் காட்டாமல் மறைந்துவிடும். காரை வீடுகளின் சோகம் நெடுங்காலம் மறைவதில்லை. எதிர்த்து நீந்திய ஏடுகளும் மூழ்கிய வார்த்தைகளைத் தேடாமல் விட்டிருந்தன.

பாழ்படும் உப்போடையில் இருவரும் சேர்ந்து மணலில் நடப்பதில் பாழின் வசீகரம் செடிகளில் தூங்கும். சாம்பல்முட்கள் தூக்கு நாசியுள்ள வெண்பூக்களை காற்றில் ஏந்தி ஆடுகின்றன. அந்த முட்களும் பூவின் உணர்வுகொண்டு காற்றில் கீறும் வாசகம் என்ன. காரைவீட்டுச் சுவர்களில் விழுந்த பழுதுகள் அவ்வீட்டுப் பழம் ஏடுகளுக்கும் வந்துவிடும். அட்சரங்களில் அவனால் பயணிக்கவும் முடியவில்லை. மற்ற இருவர் இருளில் மறையும் ஏடுகளைக் கையில் பற்றியிருந்தனர். வரிவடிவமாய் இருளில் மறைந்துகொண்டிருந்தாள் அயோனிஜா. மூவரும் சேர்ந்து மொட்டைமாடிக் கைப்பிடிச் சுவரில் அமர்ந்திருந்து நோக்கியிருந்தனர் அயோனிஜா உப்போடையின் சாயலாகப் படிந்திருப்பதை. காரைவீடுகள் குடிலப்பெண்களின் கைமாற்றும் ஏடுகளாகப் படிக்கப்படும்வரை அயோனிஜா உப்போடையாக வெம்பழுப்பு ஏக்கத்தை ஊருக்கே கொடுத்துக் கொண்டிருப்பாள் என்பதில் சந்தேகமில்லை. இங்கே மூவரும் மேலிருந்து வெம்பரப்பான காரைவீடுகளின் மயக்கவெளியைப் பார்ப்பதில் சற்றே தூரத்திலிருக்கும் மண்கலங்களில் புதைவு கொண்ட ராஜலிபிகாரர்கள் இடக்கையில் ஓலையினைப் பிடித்து இறந்தபடி எழுதும் நிலையில் உருக்கொண்டிருப்பது நிசி வழியும் அட்சரங்கள் குடிலப்பெண்களின் குரல்களாக அடிவார வீடுகளில் தூங்காமலும் கேட்போர் விழித்திருந்தனர்.

வாசிக்கும் சுடர்கள் என காற்றில் படிந்து குழந்தைகளை மடியில் தூங்கவைத்தவாறு நிலைப்படியில் சாய்ந்து முற்றங்களை நோக்கி விழிகளால் இடைவெளிகளில் மறைந்திருக்கும் சொல்லின்மைகளில் பல அகவெளிகளையும் மறதியில் இருப்பவைகளையும் நனவிலியில் ஓடும் மரபுத் திசுக்களையும் ஒன்று சேர்த்துக் கதையின்

உள்ளுமைகளை காந்தச் சுழற்சியெனும் வட்டச் சுவடிகளாய் ஊரின் சாளரங்களைத் திறக்கிறார்கள். தூங்கும் சுடர்களுக்கான ஒளிர்வு ஊரெங்கும் பரவிய காற்றின் விழிப்புணர்வாகக் கிளர்ந்த கற்கள் அக்கணத்தில் துடித்துக் கொள்கிறது அசேதனமாக இருப்பதில் இவ்வீடுகள் தம் கதியை அடைந்திருக்கின்றனவென்று. பஞ்சிலும் இலுப்பை எண்ணெய்க் கசிவிலும் ஏடுகள் வழியும் கூடங்களில் உள்ள குடிலப் பெண்கள் சதா கிணற்றுக்குப் போய் மூழ்கும் ஏடுகளைப் பார்க்கிறார்கள். முதலில் நீரிடமிருந்து கைப்பற்றிய ஏடுகளின் பேச்சைக் கேட்கிறார்கள். உப்போடையில் வெண்பாறைகளில் உலர்த்துகிறார்கள். தரை நெடுக வளையும் ஏடுகளின் தனித்த அலை வீசுகிறது. பாதங்களில் உள்ள இந்தச் சிறு ரேகைகள், கைவிரல்கள் அவ்விரல்தான் தனி உயிரியென ஏடுகளோடு மிதந்து தூரிகள் ஏந்திப் பறக்கும் நகங்களோடு ஏடுகளும் நழுவுகின்றன. பாதைகளைக் கடப்பதில் நீரேடுகளின் தன்னுணர்வுகள் பதம்பொருளாய் மறைந்திருப்பவை. ஒவ்வொரு உறுப்புகளுமே தனித்துவமானவை என விரல்கள் சம்பாஷிக்கின்றன. அயோனிஜாவின் விரல்களின் சுபாவம் இவனை இடைவெளியில் பூசுகிறது. ஒருவேளையே தினம் உண்பதும் மற்ற நேரங்களில் இலுப்பைமரங்களிடையே சுற்றிப் படர்வதும் தூக்குநாசியின் சுவாசத்தில் தாகித்திருப்பதில் அலைபாயும் இலுப்பைக் கிளையானான் இவன். விதைத்த விதை நெற்றுகளில் மூச்சுவிடுகிறது மனிதனைப் போல். கூழ்பாண்டங்கள் செய்யும் கொசக்குடியில் அயோனிஜா என்ற சிறுவிண்மீனும் உள்ளே இருண்ட பாண்டங்களின் மௌன வாழ்வும் அவள் நிகழில் இருந்தும் காலவெள்ளத்தில் மிதக்கும் கொசவடிகளின் கரங்களில் வனைந்த களிமண் ஈரமுலர்ந்த மட்கலங்களாகவும் கீறல்பட்ட பானைகள் அடுக்கிய பழந் தோற்றமாகவும், உப்போடைக் கரைநெடுக இந்த வேளை வந்து கொண்டிருக்கிறாள் கிணற்றடி நோக்கி.

□

காலவரிசை

01 'மதினிமார்கள் கதை', மீட்சி, ஆகஸ்ட் 1983.
02 'கானல் நதி', செம்மலர், ஏப்ரல் 1984.
08 'தணல்', கணையாழி, அக்டோபர் 1983.
04 'கோப்பம்மாள்', நவம்பர் 1984.
05 'மீண்டும் ஆண்டாளின் தெருக்களில்', கல்குதிரை, 1989.
06 'ஈஸ்வரி அக்காளின் பாட்டு', மீட்சி, 1987.
07 'ஆதி', மே 1986.
08 'கிட்ணம்மாளின் கதை', டிசம்பர் 1986.
09 'உலர்ந்த காற்று', பிப்ரவரி 1987.
10 'சூல்', மண், மார்ச் 1988.
11 'பச்சைப்பூத் தெரு', ஆகஸ்ட்-செப்டம்பர் 1990.
12 'தச்சன் மகள்', சுருதி, ஜனவரி 1990.
13 'தையல்காரன் கதை', பிப்ரவரி 1991.
14 'பட்டுப்பூச்சிகள் உறங்கும் மூன்றாம் ஜாமம்', செப்டம்பர் 1993.
15 'திருவாரூர் ஜட்காவும் இவர்களும்', ஜூன் 1991.
16 'பனிவாள்', மார்ச் 1992.
17 'தறிவீடு', சதுரம் சிறுகதைச் சிறப்பிதழ்.
18 'கிணற்றடி ஸ்திரீகள்', ஆடி, யுவவருஷம்.
19 'இறந்துகொண்டிருக்கும் சிறுமியின் கல்சாவி', நவீனவிருட்சம், ஆனி, யுவவருஷம்.

20 'சின்னப்பநாயக்கன் குளத்து பிரதிமைகளின் புனைநிழல்', ஆடி-ஆவணி தாதுவருஷம்.
21 'அல்ப்ரூனி பார்த்த சேவல்பெண், தீபநாள் கார்த்திகை தாது வருஷம்'.
22 'அயோனிஜா', 2019 நவம்பர் முதல் நாளில்.

படித்துவிட்டீர்களா?
கோணங்கியின் அதி புனைவுகள்

~

முதல் நாவலான பாழி
'உடைமாற்றி இளவரசியாகத் திரும்பிய கண்ணாடி'

~

'தன்னை மரமாக மாற்றிக்கொண்டாலன்றி
கிளிகளைப் பிடிக்க முடியாது என்கிறது'
இரண்டாம் நாவலான பிதிரா

~

'வாசிப்பினால் பெறப்படும் அனுபவம் சொற்களாகத் திரளாமல்
எண்ணத்தின் லார்வா நிலையில் உள்ளுணர்வாய்த் துடிக்கும்
உணர்ச்சிகளையே கோணங்கியை வாசிக்கும்
போது நாம் பிரதானமாகப் பெறுகிறோம். அதுவே அவருடைய
எழுத்து அளிக்கும் வாசிப்பின்பம்' என
மூன்றாம் நாவலான த-வை
விமர்சிக்கிறார் எழுத்தாளர் குணா கந்தசாமி

~

சிறைச்சாலைக் கதவுகள் திறக்கின்றன; குயிலியின்
இடுப்பிலுள்ள புனைவு வாயில்களை
நீர்வளரி கைப்பற்றுவதற்காக

~

கோணங்கியின் முதல்
ஐந்து தொகுதிகளாலான
70 சிறுகதைகளைக் கொண்டிருக்கிறது
சலூன் நாற்காலியில் சுழன்றபடி

~

மேற்கண்ட நான்கு நாவல்களையும்
சிறுகதைத் தொகுப்பையும்
நூல்நயம் பேணும் அடையாளம் பதிப்புக் குழுமம்
வெளியிட்டுகொண்டிருக்கிறது.